मधुबाला ते गांधी

मधुबाला ते गांधी

मधुबाला ते गांधी

मधुबाला ते गांधी

लक्ष्मीकांत देशमुख

दिलीपराज प्रकाशन प्रा.लि.™

२५१ क, शनिवार पेठ, पुणे - ४११०३०.

ISBN : 978 - 93 - 5117 - 026 - 6

प्रकाशक ।
राजीव दत्तात्रेय बर्वे
मॅनेजिंग डायरेक्टर
दिलीपराज प्रकाशन प्रा. लि.
२५१ क, शनिवार पेठ,
पुणे ४११०३०.
दूरध्वनी क्रमांक (फॅक्ससहित)
२४४७१७२३। २४४८३९९५ ।
२४४९५३१४

लेखक ।
लक्ष्मीकांत देशमुख

मुद्रक ।
Repro India Ltd, Mumbai.

प्रथमावृत्ती ।
१५ डिसेंबर २०१४

प्रकाशन क्रमांक ।
२१८६

अक्षरजुळणी ।
सौ. मधुमिता राजीव बर्वे
पितृछाया मुद्रणालय
९०९, रविवार पेठ,
पुणे ४११००२.

मुद्रित शोधन ।
एस. एम. जोशी

मुखपृष्ठ ।
अनिल उपळेकर

ऋणनिर्देश

- श्री. सतीश कुलकर्णी, लोकसत्ता मराठवाडा वृत्तांत पुरवणीचे संपादक - ज्यांनी लिखाणासाठी जागेचं बंधन घातलं नाही.

- अंजली देशमुख - माझी पत्नी, जी माझ्या प्रत्येक लेखाची पहिली वाचक होती आणि आमच्या समृद्ध सहजीवनाची शिल्पकार, त्यातूनच जगण्याच्या आनंदयात्रेचं माझं तत्वज्ञान सिद्ध झालं!

- माझे असंख्य वाचक मित्र, ज्यांनी प्रत्येक लेख वाचल्यानंतर आवर्जून पसंतीची दाद दिली.

आणि

- या ललित लेख संग्रहात ज्यांच्या साहित्य, कविता, गीतं आणि अवतरणे उद्धृत केली आहेत ते सर्व लेखक, कवी, विचारवंत व कलावंत.

Give the world the best you have
And it may never be enough
Give the world the best
You have got any way!

You see, in the final analysis
It is between you and God
It was never between
You and others any way!!

- Mother Teresa

ज्यांनी माझ्या जगण्याचं सुरेल गाणं केलं
ते शैलेंद्र, साहिर, दुष्यंतकुमार
गदिमा आणि मंगेश पाडगांवकर
या शब्दप्रभूंना
कृतज्ञतापूर्वक अर्पण!

अनुक्रमणिका

१. अभिजात प्रेमकाव्य - हब्बा खातून

बहरून आलेले केशराचे सुगंधी मळे आणि चिनार वृक्षांची घनदाट सावली. चारी बाजूंनी पसरलेली हिमपर्वतांची डोंगरमाला, शुभ्र बर्फात घनभारीत झालेली. दुपार झाली तरी उन्हाची कोवळीक कायम. त्याचा सुवर्ण प्रकाश हिम- शिखरे दीप्तीमान करतोय आणि, साक्षात एक चंद्रमुखी झाडाला लगटून विसावलेली, चंद्रापेक्षा अंमळभर नितळ, आरस्पानी, नेत्र अर्धोन्मीलित, ओठ काहीसे विलग. त्यातून मधुर स्वरात विरहाचं गीत पाझरतंय.

''कुण्या सवतीनं भुलावून दूर देशी नेलं तुला
का नाराज आहेस मजवर राया?
विसर राग सखया अन् नको धुमसू मनोमन
तू माझं एकमेव प्रेम आहेस
पण का नाराज आहेस मजवर राया?''

ही झुनी आहे. झुन या काश्मिरी शब्दाचा अर्थ आहे चंद्रमा. ही काश्मीरची कवयित्री हब्बा खातून नावाने प्रसिद्ध आहे, असीम प्रेम, दारुण विरह आणि अटळ शोकांतिका म्हणजे झुनीचं जीवन. तिला पार्श्वभूमी व साथसंगत आहे काश्मीरच्या बेमिसाल सौंदर्याची. चिनारची प्रेमी जीवनाला हवीशी वाटणारी सळसळ, सफरचंद व केशराचे बहरलेले मळे, उंच बर्फाच्छादित पर्वतराजी, खळाळणारी निळसर पाण्याची झेलम नदी. अवघं शांत, निर्मळ व प्रेमळ वातावरण. हा सारा स्वर्गीय माहोल झुनीच्या जीवनाचा व कवितेचा अतूट हिस्सा आहे.

श्रीनगर ते गुलमर्ग रस्त्यावर जाताना मला हा माहोल मनमुग्ध करीत होता. वाटत होतं, कुठल्यातरी चिनार झाडाखाली

बसलेली झुनी असेल, तिचं आरस्पानी अस्सल काश्मिरी सौंदर्य दिसेल. त्या सुरईदार गर्दन असलेल्या कंठातून प्रेम व विरहाची गोड गीतं कानी पडतील.

''मीही नाराज तरी नाही केली तक्रार कधी
माझी अवघी जिंदगी तुझ्यासाठी बर्बाद केली तरी
दिस जात आहे आणि मी तुझा पुकारा करतेय
का नाराज आहेस मजवर राया?''

झुनी उर्फ हब्बा खातूनचं जीवन ही एक सुंदर, हळवी व लोभस अशी अस्सल प्रेमकथा आहे, कोणत्याही रोमँटिक चित्रपटकाराला तिच्यावर सिनेमा काढायचा मोह व्हावा, स्वप्न पडावे. असे उत्कट स्वप्न 'उमराव जान' फेम मुज्जफर अलीनं पाहिलं होतं. त्याची झुनी होती डिम्पल कपाडिया व तिचा प्रियकर, काश्मीरचा राजा युसुफ शहा, साकारणार होता विनोद खन्ना. ते सुंदर स्वप्न अर्धवटच राहिले, तो सिनेमा काही रिळांपलीकडे गेलाच नाही. पण त्या न निर्माण झालेल्या व न पाहिलेल्या सिनेमाच्याही मी प्रेमात आहे. कारण झुनी-हब्बा खातून- जिवंतपणीच दंतकथा बनलेली एक अस्सल रोमँटिक काश्मिरी कवयित्री. तिची प्रेम व विरहाची गीते काश्मिरीयत संपन्न करणारी आहेत, मुख्य म्हणजे जीवनातील प्रेम आणि सौंदर्याचं महत्त्व अधोरेखित करणारं तिचं अवघं काव्य आहे.

तिच्या काश्मिरी गीताचे काही अल्बमही म्युझिक इंडियाने काढले आहेत. तसेच नौशादनं रफीच्या आवाजात 'झुनी' या सिनेमाची गाणीही संगीतबद्ध केली आहेत, ती ऐकली की हब्बा खातूनच्या सीध्या, रसिल्या काश्मिरी भाषेतील प्रेमगीतांची खुमारी व सौंदर्य जाणवतं. ती एक अखंड प्रेमभरं आणि विरह रसात आकंठ बुडालेलं 'इश्कभरं' जीवन जगली आणि त्या जगण्याचीच तिनं कविता केली, गीतं रचली आणि आपल्या आवाजात प्रियकरासाठी व निसर्गराजासाठी आत्ममग्न होत गात राहिली. त्यातून साकारली एक अद्‌भुत रोमांचक दंतकथा. ती अवघी काश्मीरच्या काव्यसंगीताचा एक आकर्षक नितांत सुंदर भाग आहे.

मी गुलमर्गला जाताना कारच्या ड्रायव्हरनं श्रीनगर शहर सोडल्यावर हायवेने जात असताना सांगितलं, ''सरजी, यह हब्बा खातून की मजार है.'' मी गाडी थांबवून ती पाहिली आणि व्यथित झालो. अत्यंत जीर्ण, भग्नावस्थेतील समाधी होती. एक उदास भावना मनात रेंगाळत होती दिवसभर, कारण मनात तिचं चंद्रासारखं 'झुनी' सौंदर्य, तिची प्रेमविव्हल गीतं, तिचे दर्दभरे नग्मे, गीतकाव्यं घर करून होती. तिच्या गीतांचा स्थायीभाव हा उदासीनता व

भग्नावस्था होता, त्याला साजेशी तिच्या समाधीची अवस्था होती. काव्यात्म न्याय तो हाच का?

झुनी ही एका शेतकऱ्याची मुलगी. चिनार, केशर व अनुपमेय अशा स्वर्गीय नैसर्गिक वातावरणात वाढली. तिचं त्या काळाच्या मानानं बरचं शिक्षण मदरशामध्ये झालं होतं, पण बालपणापासून तिचा गीत-संगीताकडे ओढा होता. सहजतेनं स्फुरलेली व पंचेंद्रियांनी भोगायची ऐहिकता, शारीरिक प्रेम व रोमांच व्यक्त करणारी गीतकाव्यं खळाळणाऱ्या ओढ्याच्या नैसर्गिक संगीताप्रमाणे मन व ओठांबाहेर आली. तिच्या मधुर कंठातून तिला गीताचं सुरेख रूप मिळालं आणि साऱ्या गावात तिचं नाव झालं. त्या काळात मुस्लीम धर्मातील परिवारात हे धाडस म्हणलं पाहिजे, जे तिच्या वडिलांना पसंद पडलं नाही. फार गवगवा होण्यापूर्वी तिचं लग्न लावलं गेलं, पण सासरीही तिचा कवितेचा नाद सुटला नाही. त्यामुळे छळ व मारहाणच नशिबी आली. तिला परत माहेरी यावं लागलं, पण काश्मिरच्या युवराजानं एकदा त्या भागातून जाताना तिला गाताना ऐकलं व पाहिलं. तिच्या रूप आणि गीत, आवाजाच्या प्रेमात तो पडला, तिनंही त्याला आपलं सर्वस्व दिलं. त्याची ती राणी झाली व तिला नवं नाव मिळालं हब्बा खातून, पण त्यांच्या उत्कट प्रेमीजीवनाचा कालखंड जेमतेम सहा सात वर्षांचाच राहिला. मुघल सम्राट अकबरानं काश्मीर जिंकून युसुफ शहाला कैद केलं व दूर बिहारात पाठवलं. विरहानं व्याकूळ हब्बा खातूननं राजवाडा सोडला आणि विरहात व आसवांत भिजलेली दर्दभरी गाणी गात, प्रियकराच्या प्रतीक्षेत भटकत राहिली आणि त्यातच तिचा शेवट झाला.

खरं तर हब्बा खातून हा एका अस्सल प्रेमकथेचा विषय आहे. कधीकाळी मीच त्यावर कादंबरी लिहिणार आहे.

पण तोवर हे ओझरतं दर्शन वाचकांसाठी. एका अभिजात कवयित्रीचं व तिच्या प्रेमगीतांचं. 'का नाराज आहेस मजवर राया' या तिच्या अमर कवितेनं हा पहिला संवाद मी संपवतो.

''ही बाग रंगीबेरंगी फुलांनी बहरून आलीय
का दूर आहेस मजपासून राया?
कवाडं माझी उघडी आहेत मध्यरात्रीपर्यंत
का पाठ फिरवलीस माझ्या रस्त्याकडे राया?
का नाराज आहेस मजवर राया?''

□□

२. स्वतःच्या मनाचा एक्स-रे रिपोर्ट

मी लिहिलेल्या कथांपैकी माझ्या काही कथा या स्वतःचा शोध घेणाऱ्या होत्या- त्याही विशीत असतानाच्या. एका कथेचं नाव होतं- "स्वतःच्या मनाचा एक्स-रे रिपोर्ट." आजही इतर लेखकाच्या श्रेष्ठ कथा जेव्हा वाचतो, तेव्हा वाटतं, स्वतःचा शोध ही माणूसपणाची निरंतर प्रक्रिया आहे. माझी आजही ती चालू आहे व त्यातच माझ्या माणूसपणाचं सार्थक आहे.

बऱ्याच वर्षापासून माझ्या संग्रही दोन पुस्तकं आहेत. ह्युज प्राथेर यांची एक 'Notes to Myself.' दुसरं त्यानं पत्नीसह लिहिलेलं 'Notes to each other.' अलीकडे जेव्हा एकांत खायला उठला तेव्हा मी 'Notes to Myself ' पुन्हा एकदा वाचलं आणि जाणवलं की, प्राथेर व मी समकालीन आहोत. त्याला सत्तरच्या दशकात जे प्रश्न पडत होते, ते मला ऐंशीच्या दशकात पडत होते व आजही पडतात. प्राथेरचं हे पुस्तक म्हणजे माणूस (Person) बनण्याची त्याची धडपड व प्रयास- स्ट्रगल आहे. त्याच्या या पुस्तकाचं उपशीर्षच मुळी My Struggle to become a person असं आहे.

प्राथेरनं त्याच्या स्वतःशी चाललेला आत्मसंवाद डायरीच्या माध्यमानं शब्दबद्ध केला आणि त्याचा संपादित अंश म्हणजे हे पुस्तक. प्रत्येक पानावर एक विचार, एक शोध, एक गवसलेलं सत्य- स्वतःला जाणण्याचं. जगण्याचं. त्यानं प्रामाणिकपणे ते मोजक्या शब्दात व गोटीबंद स्वरूपात मांडलं आहे.

इतरांना जाणणं ही बुद्धिमत्ता आहे. पण स्वतःला ओळखणं हा शहाणपणा आहे. हयुज प्राथेर हा शहाणा व

अत्यंत प्रामाणिक माणूस आहे. त्याला जगताना जे अनुभव आले, त्या अनुभवातली सत्यता, प्रेम, नैराश्य, सूड, पोज घेऊन जगणं, संभ्रमावस्था, हताशता व निरर्थकता– या साऱ्या भावभावनांचा तो आपल्या मनात धांडोळा घेत राहिला व अत्यंत प्रामाणिकपणे आत्मसंवाद-स्वसंवाद करीत राहिला. त्यातून हे पुस्तक साकारलं. केवळ अप्रतिम. पुन्हा पुन्हा वाचावं व स्वत:शी प्राथेर जे आत्मरूपी समद्रमंथनातून गवसलेलं जीवनामृत (विषासह) शब्दांत मांडतो, त्याची स्वत:च्या विचार, भावना व अनुभवाशी पडताळणी करावी आणि स्वत:ला थोडं अधिक प्रमाणात समजून घ्यावं. प्राथेरप्रमाणे आत्मसंवाद तुम्हाला– मला करायचा असेल, तर हे पुस्तक संग्रही असणं व वेळोवेळी एक एक, दोन दोन पानं वाचून शांतपणे स्वत:शी विचार करणं आवश्यक आहे. पण मी ठामपणे सांगेन, असं जो करेल त्याचा फायदा होईल. तो अधिक चांगला माणूस बनेल. किमानपक्षी त्याला तो थोडा अधिक यथार्थपणे गवसेल.

'Notes to myself' मधील प्रत्येक पान वाचनीय आहे. गोटीबंद स्वरूपात, सुभाषितांचा प्रत्यय येईल अशा भाषेत प्राथेरनं आपला आत्मशोध मांडला आहे. तो कोणत्याही विचार करणाऱ्या माणसाचा असू शकतो. त्यानं वैयक्तिक अनुभवाचा धांडोळा घेत, आपल्या आतील भावना शोधून, त्यातून गवसलेलं सत्य मांडलंय. पण ते जगातील कोणत्याही माणसाला आपलं वाटू शकेल हे खरं नाही का? असं म्हणलं जातं की, When you write more & more personal, it become more & more universal. असंच आहे हे पुस्तक. प्राथेरचं नितांत वैयक्तिक, पण त्यानं त्याला सार्वत्रिक स्वरूप दिलंय! पुढील काही परिच्छेदात त्याचे आत्मसंवादी विचार माझ्या टिपणीसह देत आहे. ते तुम्हा आम्हा सर्वांच्याही आत्मशोधासाठी, स्वसंवादासाठी प्रेरक ठरतील.

"माझी प्रार्थना आहे, मी जसा आहे तसाच होईन आणि मी जे करू शकतो ते करेन. मला एवढंच वाटतं की मी माझ्या लयीत असावं- जगावं."

"माझ्या जीवनातली चिंता ही मी कसा आहे व मी कसा होऊ इच्छितो या संघर्षातून आली आहे. माझी चिंता मी भविष्याचा काय विचार करतो यातून आली नसून मी भविष्य कसे नियंत्रित करीन त्यातून आली आहे. सारा ताण हा मी जग नियंत्रण करणे व जाणीव ही की, मी ते करू शकत नाही या द्वंद्वातून आलेला आहे. I will be, what I will be– where is the anxiety in that?"

"मी का आजचा दिवस, काय साध्य केलं या कसोटीवर ठरवावा? या क्षणी मी माझ्या कुशीत माझं लाडकं मांजर घेऊन त्याला थोपटत झोपवत आहे. यापेक्षा

मला अधिक काय हवंय?''

"कंटाळा वा तुटलेपणाची जाणीव ही माझ्यासाठी उपयुक्त आहे. कारण त्यामुळे माझी धारणा स्पष्ट होते की, मला जे करीत आहे त्यापेक्षा वेगळं काहीतरी केलं पाहिजे. म्हणजेच कंटाळा माझ्यासाठी नवीन कृती व विचाराच्या स्वातंत्र्याचे आमंत्रण देतो. उदाहरणार्थ, जर मी माझी एखादी कृती बदलू शकत नसेन तर मी तिच्याकडे अधिक प्रामाणिकपणे का पाहू नये?''

'Perfectionism is slow death. जर प्रत्येक बाब मी ठरवेन तशीच होत गेली, तर मला नवा कोणता अनुभव येणारच नाही. माझं जीवन हे शिळ्या यशांची केवळ न संपणारी पुनरावृत्ती ठरेल. मी जेंव्हा चूक करेन, मला नवा अनुभव येईल. And when I am listened to my mistake, I have grown.'

"माणसाला प्रेरणा (Motivation) देणारा मंत्र कोणता?- किती पुढे जायचं हे पाहण्यापेक्षा किती पुढे आलो हे पाहाणे. त्यातून खूप पुढे नक्कीच जाता येईल.''

"इतरांना मदत करण्याचा सर्वोत्तम मार्ग म्हणजे स्वत:ला मदत करणे. एक जुनं सुभाषित आहे- 'To give is to receive.' याचा अर्थ इतरांना प्रथम देणे असा लावला जातो. पण प्रश्न हा की, खरोखरच काय देता येतं माणसाला? मी हृदयानं काय करतो, हे माझ्या हातानं किंवा शब्दानं काय करतो यापेक्षा जास्त महत्त्वाचं आहे. तेच खरं देणं असतं!''

"तुला जे सांगायचे आहे ते ऐकण्यापेक्षा मला ते 'फील' करायला आवडेल. मी तुझ्या शब्दांवर जाणार नाही. अनेकदा खोल भावना अविवेकी शब्दातूनही प्रगट होत असतात. I want you to be able to say something even when you don't mean it

"मी तुझ्या शांत बसण्याला, Silence ला, घाबरतो. कदाचित तू बोअर झाली असणार. किंवा मनोमन माझ्याबद्दल मला न जाणता काही ग्रह करून घेतले असणार. पण कधी कधी सायलेन्स म्हणजे परस्परांवरचा विश्वास व आदरही असतो. Silence means live & let live. This silence is an affirmation that we are already together- as two people.'

"मी केवळ एवढीच अपेक्षा करतो की तू मला मी जसा आहे तसं स्वीकारावंस आणि हेही स्वीकारावंस की मी तुला स्वीकारत नाही.''

"मी मित्रांना त्यांच्या चुका झाल्या तरी सपोर्ट करतो. हा सपोर्ट मित्रासाठी असतो, त्याच्या चुकांसाठी नाही.''

आणि पुस्तकाच्या शेवटी त्याचा प्रेमाविषयीचा शोध पाहा, तो किती सार्थ आहे नाही?

'प्रेम तुकड्याला पूर्णत्वाशी जोडतं. प्रेम हे मला जगाशी व स्वत:शीही जोडतं. Love is universe complete. याच्या विरुद्ध आहे detachment is the universe divided. Detachment divides me from myself & from others.'

"मला प्रेम कसं मिळेल? माझ्या जवळ ते आहेच. त्यासाठी मी प्रेमाची व्याख्या करणं सोडून दिलं पाहिजे. प्रेम म्हणजे केवळ गोड बोलणं, स्मितहास्य करणं वा चांगल्या गोष्टी करणं नव्हे. प्रेम प्रेम आहे. त्यासाठी अट्टाहास नको, फक्त ते करा, साधी बाब आहे, I love when I love. And when I love, I am myself.

वाचकहो, हे सारं किती भन्नाट व अफलातून आहे, नाही का? प्राथेरनं जीवनाच्या आत्मसंवादातून किती सुरेख शोध घेतला आहे? मला तर तो बोधिस्वत्त्व गौतम बुद्ध किंवा तीर्थंकार महावीराच्या जातकुळीचा वाटतो. तो स्वत:शी निष्ठुर म्हणावा इतका खरा आहे- ब्रुटल आहे. म्हणूनच त्याला सूडाची भावना पण करुणेकडे जाताना दिसते. त्यानं वाचकांशी संवाद साधताना असं म्हटलंय की, "सूडाची भावना मनोरम वाटली मला. शत्रूचा सूड घेण्याच्या संदर्भात मी अनेक कल्पना केल्या व त्यात मला आनंदही वाटला. जेव्हा माझं सूडभावनेचं स्वप्नरंजन संपलं, मला माझा शत्रू एका नव्या रूपात जाणवला. I saw his side- and I felt an understanding and warmth for him that I have not experienced before.' हे किती कठोर पण प्रामाणिक सत्यशोधन आहे, नाही का?

त्यानं वाचकांशी संवादात असंही म्हणलं आहे, माझे काही विचार हे सुभाषितासारखे झाले आहेत, पण त्यातून सत्य गवसतं असं नाही. प्राथेर हे कबूल करतो की, त्यानं पुस्तकात नकारात्मकतेपेक्षा सकारात्मकतेला 'चुज' केलं आहे. त्याची आत्मजाणीव समृद्ध होत गेल्यामुळे त्याची वर्तणूक पण सकारात्मक होत गेली. त्यानं 'Higher truth' चाही शोध घेण्याचा पुस्तक लिहिताना प्रयत्न केला आणि त्याच्या प्रत्ययास आलं की, दु:ख, चिंता, संभ्रम व वेदना यांनीही त्याला जे आहे, ते त्या स्वरूपात स्वीकारण्याचं आत्मभान दिलं. बोअरडमनेस व टायर्डनेस नीटपणे स्वीकारले तर त्यानंही जाणिवा समृद्ध होतात व आत्मशोध अधिक प्रत्ययकारी होतो.

आत्मशोधासाठी अनेक जण धर्मग्रंथ वाचतात. पण मला वाटतं की, Notes to Myself सारखी आजच्या जगात जगताना पडलेल्या प्रश्नांशी झगडताना,

स्वत:ला विचारून जो शोध घेतला जातो व त्यातून जे गवसतं, ते तुम्हा आम्हा सर्वसामान्य माणसांना अधिक भावतं. केवळ भावतंच नव्हे तर विचार करायला प्रवृत्त करतं आणि आत्मसंवादाद्वारे स्वत:ला शोधण्याची व जसे आपण आहोत तसे सहजतेनं स्वीकारण्याची जाणीव देतं.

खरंच, किती सोपं आहे पटायला की, 'I will be what I will be. I will do what I will do.' पण हेच स्वीकारून तसं जगणं म्हणजे माणूसपणाचं सार्थक होय. हे नितांत नैसर्गिक व सहजसुंदर आहे, पण आज अनेक अपेक्षा, भावना व दडपणांचं ओझं घेऊन जगताना ते फार अवघड वाटतं. पण हे अवघड प्राथेरनं या पुस्तकात सोपं केलं आहे, त्याला खरंच तोड नाही.

Hats off to you Hugh Prather !

❏❏

३. हिरवळ आणिक पाणी

मागच्या महिन्यात मालदीवचे नवनियुक्त उच्चायुक्त तथा लेखक ज्ञानेश्वर मुळे यांनी मालदीवपुढील सर्वात मोठं आव्हान कोणतं असेल तर ते त्यांच्या देशाच्या अस्तित्वाचं, असं जेव्हा सांगितलं, तेव्हा मी ते ऐकताना केवळ अस्वस्थ नाही, हादरून गेलो. हा हजार बाराशे बेटांचा देश समुद्र पातळीपासून अवघ्या दोन तीन मीटर उंचीवर आहे. जागतिक तापमानवाढीच्या संभाव्य परिणामामुळे समुद्राची पातळी पुढील पन्नास-पाऊणशे वर्षांत वाढली तर ही सर्व बेटे पाण्याखाली येतील. मालदिववासीयांना ‘पर्यावरणीय निर्वासित’ 'Environmental Refugees' व्हावं लागेल. तिथले पंतप्रधान आतापासूनच त्याचा सामना कसा करावा यासाठी नियोजन करीत आहेत. अन्य देशात पाच-सहा हजार एकर जमीन विकत घेऊन तेथे नवे मालदीव वसविण्याचा त्यांचा विचार आहे-

‘पर्यावरणीय निर्वासित’ हा शब्द त्या दिवसापासून माझा पिच्छा सोडत नाहीय. असाच प्रकार बांगलादेशाबाबत संभव आहे. आजही पोटापाण्यासाठी लाखो बांगलादेशी निर्वासित भारतात येत आहेत. जर तेही ‘पर्यावरणीय निर्वासित’ झाले तर भारतात त्यांच्या झुंडीच्या झुंडी येतील. त्यामुळे ज्या सामाजिक व आर्थिक समस्या निर्माण होतील, त्याचा मुकाबला कसा करायचा?

निर्वासित होणं ही खास करून आजच्या विकृत विकासवादाची अपरिहार्य अशी परिणिती आहे असं मला वाटतं. आजचा पाश्चात्त्य पद्धतीचा अमर्यादित उर्जकेंद्री विकास व सुखभोगाच्या कल्पनेतून त्याचा जन्म झाला आहे. आजची जागतिक भरभराट ही प्रामुख्याने घरबांधणी व मोटार उद्योगामुळे झाली आहे. आज जगात सर्वच शहरात वाहतूक कोंडीची प्रमुख

समस्या आहे. त्यात दरवर्षी लाखो-करोडो वैयक्तिक मोटार वाहने बाजारात व रस्त्यावर येत आहेत. रस्ते कमी, पार्किंगला जागा नाही. आणि मुख्य म्हणजे प्रदूषण व तापमानवाढीचा धोका. त्यामुळे मोटार उद्योगाची प्रगती हा आर्थिक विकासाचा निर्देशांक मला माणूस म्हणून तरी पटत नाही.

ऊर्जा जितकी जास्त वापरू तितका देश प्रगत. शेतीमध्ये जितकी जास्त रासायनिक खते घालू, तेवढी जास्त प्रगत शेती; प्रचंड पाणी लागणारे टब बाथ, शॉवर्स व कमोड या आधुनिक घरांच्या सुखसोयी म्हणजे उच्च जीवनशैली... ही काही उदाहरणे. पण यातून आपण कोणत्या दिशेने जात आहोत? हा का शाश्वत विकास आहे?

आणि मुख्य म्हणजे या अतिरेकी व आत्मकेंद्री उपभोगवादी जीवनशैलीची आपणा सर्वांना भुरळ पडली आहे. नव्हे, तेच आपलं जीवनाचं ध्येय झालं आहे. या गोष्टी मिळणार नसतील तर जीवन व्यर्थ असं वाटू लागलं आहे.

या कसोट्यांवर भारत बाद. अमेरिका व युरोप नंबर वन. पण जेव्हा जगाचे दहा-वीस टक्के लोक जगातली उपलब्ध असणारी ऐंशी टक्के उर्जा, पाणी व साधनसामग्री उपभोगासाठी अतिरिक्त प्रमाणात वापरून जगातील करोडोंना भुके कंगाल ठेवतात व विविध विकास प्रकल्पाच्या नावाखाली त्यांना निर्वासित करतात, तेव्हा या विकासाबाबत माझ्या मनात प्रश्नचिन्हे निर्माण होतात. तशी ती कोणत्याही सुबुद्ध विचारी नागरिकांच्या मनात निर्माण होतील.

'पर्यावरणीय निर्वासित' ही समस्या थोडी दूरची पण भयानक स्वरूपाची असणार आहे. पण आजच्या विकासनीती व धोरणातून जे निर्वासित होतात त्यांच्याबाबत राज्यकर्ते व धोरण आखणाऱ्यांना नक्कीच विचार करावा लागणार आहे. भारताचा विचार करता खेडेगावांतून रोजगारासाठी शहरात जाऊन झोपडपट्टीत नरकासारख्या वातावणात जगणारे ग्रामीण निर्वासित; व धरण, 'सेझ' आणि ऊर्जा, उद्योग आदी प्रकल्पामुळे जमिनी गमावून बसणारे निर्वासित असे दोन ठळक निर्वासितांचे प्रश्न आज आव्हानदायी बनले आहेत.

निर्वासितांचा प्रश्न मानवी अंगानं समजून घ्यायला हवा असं मला मनापासून वाटतं. सुदैवानं अनेक मराठी लेखकांनी झोपडपट्टी, धरणग्रस्त आणि अन्य उद्योग प्रकल्पांमुळे होणाऱ्या निर्वासितांचे प्रश्न मांडणारे लेखन केले आहे. ते वाचून निर्वासितांच्या प्रश्नाबाबत नीती व धोरण आखलं तर त्याला खचितच मानवी स्पर्श लाभेल.

जयवंत दळवी व मधु मंगेश कर्णिकांच्या 'चक्र' व 'माहीमची खाडी' या दोन

कादंबऱ्यांनी मुंबईच्या झोपडपट्टीवासीयांचे नरकसमान जगण्याचं जे दर्शन घडवलं आहे त्याला तोड नाही. शहरात जिथं मिळेल तिथं कच्च्या-पक्क्या झोपड्यातून जगण्यासाठी व पोट भरण्यासाठी ही खेडेगावातून आलेली माणसं राहातात. ना धड रोजगार, ना नागरी सुविधा. पुन्हा दररोज पोटाची खळगी भरण्याचा प्रश्न. रोज सार्वजनिक नळावर पुरेसं पाणी मिळालं तर गगनात मावणारा आनंद, उघड्यावर शौच, आंघोळ व सेक्स... किती भयानक व हृदय पिळवळून टाकणारं! आज केवळ महाराष्ट्राचा विचार केला तरी पन्नास टक्के ग्रामीण, कुंठित अर्थव्यवस्थेमुळे शहराकडे स्थलांतरित झालेले निर्वासित झोपडीमध्ये राहात आहेत. त्यांच्यासाठी आमचे कायदे, धोरणे किती अपुरे आहेत?

'बाई, मी धरण धरण बांधते. माझं मरण मरण कांडते' ही दया पवारांची प्रसिद्ध कविता किंवा विश्वास पाटलांची प्रदीर्घ 'झाडा झडती' ही कादंबरी मोठ्या धरणांमुळे निर्वासित होणाऱ्यांच्या दु:ख व वेदनांची कहाणी सांगायला पुरेशी आहे. 'देव' आणि 'पाल' घेऊन गाव, घर, शेती व जमीन सोडावं लागणाऱ्या शेतकऱ्यांची व्यथा, अथांग दु:ख आणि आपलं मूळ, आपलं अस्तित्व गमावून बसल्याची तीव्र निराशा आपण विकासाच्या गप्पा मारणारे केव्हा, कधी व कशा समजावून घेणार आहोत? हीच बाब नव्या 'सेझ' प्रकल्पाची आहे. शंकर सखारामची याच नावाची कादंबरी एका वेगळ्या संदर्भात स्थलांतरितांचेच प्रश्न मांडते.

युद्ध, मूलतत्त्ववाद आणि व्यक्तिस्वातंत्र्यावरचा घाला यामुळं देशांतर करून निर्वासित झालेल्यांच्या समस्या व सुखदु:खाची जातकुळी आणखी वेगळीच आहे. त्याचं सर्वात ठळक उदाहरण म्हणजे भारतात धरमशाला येथे पन्नास वर्षापासून रहाणारे तिबेटचे बौद्ध धर्मगुरू दमाई लामा व त्यांचे हजारो नागरिक. त्यांच्या जीवनसंघर्षावर आणि देश गमावून बसलेल्या मन:स्थितीत जगण्यावर खरोखरच एक सुरेख कादंबरी होऊ शकेल. तसंच मी ज्या अफगाणिस्तानच्या कम्युनिझम विरुद्ध मूलतत्त्ववादाच्या संघर्षावर 'इन्किलाब विरुद्ध जिहाद' ही कादंबरी लिहिली, त्यावेळी जे हजारो अफगाण त्याकाळी देशांतरित झाले, त्यावरही प्रकाशझोत टाकला आहे. जे पाकिस्तानात आले, त्यांच्या हालअपेष्टांना तोड नाही. मात्र त्यातील काही अतिरेकी तालिबानी बनले ही पण चिंतेची बाब आहे.

आज धरणामुळे निर्वासित झालेले देशातच राहातात. त्यामुळे त्यांना किमान भावनिक आधार आहे. पण जे देशांतरित झाले आहेत त्यांना कपाळी 'अदेशी'-

पणाचा शिक्का घेऊन इतरत्र दुय्यम नागरिक म्हणून जगावं लागणार आहे. उद्या मालदीवच्या पर्यावरणीय निर्वासितांच्या नशिबी इतरत्र असलेच जीवन येईल, नाही का?

म्हणून मला थोडं काव्यमय भाषेत सांगावंसं वाटतं की, हिरवळ आणि पाणी हीच शाश्वत विकासाची दोन सूत्रे आहेत. त्याचं विस्तारानं विवेचन करायची गरज नाही. पण यामुळे जागतिक तापमानास आळा बसू शकेल. आणि खेडेगावात 'पाणी अडवा व पाणी जिरवा' हा जगण्याचा मूलमंत्र झाला तर प्रत्येक बांधावर पाणी अडलं जाईल आणि उद्या भविष्यात कदाचित मोठ्या धरणाची व त्यामुळे होणाऱ्या निर्वासितांची जबर किंमत आपल्याला द्यावी लागणार नाही.

यासाठी धरण आखणाऱ्यांनी केवळ अर्थशास्त्र, विज्ञानाचा अभ्यास करून गणिती पद्धतीने धोरणे व कार्यक्रम आखू नयेत, तर त्याचा मानवी जीवनावरचा परिणाम, माणूस म्हणूनही समजून घ्यावा, जाणून घ्यावा. ज्यानं स्वार्थ व उपभोगाचा अतिरेक वाढीस लागेल, ते सर्व टाळावे. कारण आपल्याला आपल्या सर्वांचा बाप, राष्ट्रपिता महात्मा गांधी, सांगून गेला आहे. 'Earth can provide enough for every one's need, but not for greeds.'

हे गांधीचं केवळ अरण्यरुदन ठरणार नाही? भीती वाटते. पण--पण लक्षात कोण घेतं?

□□

४. कलाक्षेत्रातलं पराकोटीत्व- हवासा वाटणारा एक्स्ट्रीमिझम !

उत्कटता आणि पराकोटीत्व हे दोन्ही शब्द एकाच जातकुळीचे आहेत. पराकोटीत्व ही उत्कटतेची 'सुपरलेटिव्ह' डिग्री आहे. भाषेच्या अंगानं नाही, पण समाजशास्त्रीय अंगानं निश्चित असं सांगता येणं शक्य आहे की, उत्कटता ही नेहमीच वाखाणली जाते. कारण ती समाजसंमत असते. पराकोटीत्व ही भावना मात्र मर्यादेची चौकट ओलांडणारी असल्यामुळे अनेकदा ती टीका किंवा निषेधाचा विषय ठरते.

खरं तर या दोन्ही बाबी मानवी संवेदनेशी निगडित आहेत. प्रत्येकाची प्रवृत्ती व मानसिकता ही भिन्न असते. एकाची सश्रद्ध उत्कटता दुसऱ्याला पराकोटीची वाटू शकते. त्यामुळे त्याचा न्यायनिवाडा कसा करायचा? त्याचं एकच एक उत्तर मिळणं अवघड आहे, पण याचा काही उदाहरणांनी शोध घेणं रंजक ठरेल!

उत्कट व पराकोटीचं प्रेम यातला फरक कसा स्पष्ट करायचा? प्रेमाचा विषय घेतला की उदाहरणासाठी हिंदी सिनेमे आठवतात. राजकपूरचा प्रत्येक सिनेमा हा उत्कट तारुण्यसुलभ प्रेमाचा सुंदर आविष्कार होता. थेट 'आवारा' पासून 'बॉबी' पर्यंत त्याच्या साऱ्या सिनेमात उत्कट प्रेमासाठी समाज व परंपरेशी लढणाऱ्या नायकांच्या कथा राजनं पडद्यावर जिवंत केल्या आहेत.

पण पराकोटीचं प्रेम दाखवणारा माझ्या मते एकमेव हिंदी सिनेमा जर कोणता असेल तर तो आहे 'एक दुजे के लिए.' असा अफलातून तरीही प्रेमाची पराकोटीची गहराई व सामर्थ्य दाखवणारा सिनेमा भारतात काय पण जगातही दुर्मीळ!

त्यातील हा प्रसंग मला आजही लक्षात आहे. आई

जेव्हा नायिकेसमोर तिच्या दूर असलेल्या प्रियकराचा फोटो गॅसवर जाळून टाकते, त्याची राख करते व तिच्याकडे पाहून विकट हसते, तेव्हा नायिका एक शब्दही न बोलता ती फोटोची राख चहामध्ये मिसळते व पिऊन टाकते... मी प्रथम जेव्हा हा सिनेमा पाहिला तेव्हा थक्क झालो होतो. काय ग्रेट कल्पना! उत्कटतेच्या पलिकडे वेडेपणाच्या सीमारेषेवरील प्रेमाचं हे पराकोटीचं दर्शन केवळ लाजवाब.

याच सिनेमातला आणखी एक सीन आहे. नायिकेला नायकापासून आई-वडिलांनी एका वर्षासाठी दूर केलं आहे. ती सैरभैर झालीय. त्या अवस्थेत आपल्या बेडरूमच्या चारही भिंतीवर अगदी छतापर्यंत प्रियकरायचं नाव लिहून काढते. त्यावर आपले गाल चिकटवते व गालावर त्याचं उमटलेले नाव आरशात पाहते...

कदाचित या सिनेमातलं प्रेम अतार्किक वाटेल. पण प्रेम ही भावनाच मुळी तर्काला छेद देणारी आहे. कारण प्रेम हाच जीवनाचा सारांश आहे असं खुद्द कविवर्य कुसुमाग्रजांनी म्हटलं आहे. त्याचाच हा 'एक्स्ट्रीम' आविष्कार म्हणता येईल.

बहुसंख्य माणसं हे सामान्य, कोमट व यंग भाषेत सांगायचं झालं तर 'नाईन टु फाईव्ह' असं मिळमिळीत आयुष्य जगत असतात, त्यांचं प्रेमही बेताचं व कोमट. विरहाचं दुःखही तसंच बेतशीर व क्षणिक. त्यांची सामाजिक बांधीलकी व देश-धर्मावरचं प्रेमही तसंच आखीव रेखीव. ते मी खोटं व कमअस्सल म्हणणार नाही. पण त्यात उत्कटता नसते व पराकोटीत्व तर नसतंच नसतं!

अशातून देशभक्त व समाजसुधारक मात्र निर्माण होऊ शकत नाहीत. 'भारत माता' ही केवळ भूभागाशी संबंधित कल्पना नाही, तर ती सामूहिक मानवी मनाची ऊर्जस्वल अशी सांस्कृतिक आणि मूल्याधिष्ठित संकल्पना आहे. तिच्या स्वातंत्र्यासाठी प्राण वेचायचे असतील तर उत्कट, नव्हे पराकोटीचं देशप्रेम व मातृप्रेम हवं! तेव्हाच फाशीवर जाणारा क्रांतिकारक म्हणू शकतो 'मनी धीर धरी, शोक आवरी जननी, भेटेन नऊ महिन्यांनी.' किंवा 'समोर होता एकच तारा, अन पायतळी अंगार.'

भगतसिंग, राजगुरु व सुखदेव ही स्वातंत्र्यलढ्यातली त्रिमूर्ती भारतीय मनावर कोरली गेली आहे ती पराकोटीच्या देशप्रेम व त्यागामुळे. त्यांच्या ओठी कुठली गाणी होती? 'ऐ वतन, ऐ वतन. हमको तेरी कसम! तेरी राहों मे जा तक लुटा जायेंगे हम!' फासांवर गेलेल्या क्रांतिकारकांची भावना शैलेंद्रनं किती

समर्थपणे शब्दबद्ध केली आहे. 'मत रो माता, लाल तेरे बहु तेरे, जनम भूमी के काम आया मै, बडे भाग है मेरे.'

तारुण्यसुलभ प्रेम व देशप्रेम या दोन्ही भावना तरुण मनाला नेहमीच आवाहन करतात, त्यामुळे पराकोटीचं प्रेम करणारे वेडे पीर काही कमी नाहीत. पराकोटीत्व ही भावना प्रेमाप्रमाणे आत्यंतिक निराशा, तीव्र निषेध किंवा विरोध आणि हताशता या संदर्भातलीही अनुभवास येते.

जेव्हा क्रूर व प्रतिष्ठित म्हणवला जाणारा समाज एखाद्या प्रामाणिक लढवय्याची सर्व बाजूंनी कोंडी करतो, तेव्हा त्यानं कसा प्रतिकार करावा? हाती प्रतिकाराचं, निषेधाचं एकही विधीसंमत शस्त्र व उपाय उरलेला नाही, तर निषेध कसा करावा?

महात्मा गांधींनी मिठाच्या कराच्या विरोधात दांडी यात्रा काढून, मूठभर मीठ उचलून, या बाबतच्या ब्रिटिशांविरोधातला भारतीय माणसांचा निषेध व्यक्त केला, त्यात पराकोटीचा निषेधही होता. त्यामुळेच ब्रिटिश साम्राज्य पुढे नष्ट झालं. 'उचललेसं तू मीठ मूठभर, अन साम्राज्याचा खचला पाया!'

असाच एक पराकोटीचा वेडेपणाच्या पातळीवरचा व्यक्तिगत निषेध राजकुमार संतोषीच्या 'हल्लाबोल' या सिनेमात पाहायला मिळतो. त्यातला नायक चहूबाजूंनी घेरला जातो, तेव्हा शत्रूला नामोहरम कसं करायचं? लेखक-दिग्दर्शकानं काय भन्नाट प्रसंग रचला आहे पाहा. हा नायक त्या गुंड राजकारण्याच्या अलिशान घरी जातो व त्याच्या समक्ष त्याच्या पर्शियन कार्पेटवर चक्क लघवी करतो... मुततो. त्यानंतर तो अपमानित नेता पूर्ण घर बुलडोझर लावून पाडून टाकतो. किती पराकोटीचा पण अफलातून, परिणामकारक निषेध!

राजकुमार संतोषीचा आणखी एक चित्रपट आहे 'लज्जा.' त्यात माधुरी दीक्षित रामकथेचा सीन साकारताना समस्त स्त्री जातीची वेदना व्यक्त करीत रामाच्या सीतात्यागावर प्रश्नचिन्ह लावत म्हणते, 'सच तो सीता को ही रामका त्याग करना चाहिये था!' तिचं हे रुदन स्त्रीवेदनेची पराकोटीची अभिव्यक्ती ठरते! अगदी महाभारतातही जेव्हा भर दरबारात वस्त्रहरणाच्या प्रसंगी द्रौपदी भीष्म-विदुरांना जे खडे बोल सुनावते, तो स्त्रीशक्तीचा विलोभनीय, पराकोटीच्या सामर्थ्याचा अविष्कार नाही का?

पराकोटीची दुर्बलता जर पाहायची असेल तर शरदचंद्र चटर्जींची क्लासिक कादंबरी 'देवदास'कडे पाहावं लागेल. आपल्या दुर्बलत्वामुळे, निर्णय घेता न येण्यामुळे व सदैव दुसऱ्यावर अवलंबून राहाण्याच्या स्वभावामुळे देवदासची शोकांतिका साकार होते. सैगल, दिलीपकुमार व शाहरूख खान या तिघांनी साकारलेला

देवदास आणि अगदी वेगळ्या रीतीनं पण कलात्मक, 'इमोशनल अत्याचार' करणारा अभय देओलचा नवा 'देव डी' नं या मानवी प्रवृत्तीला अजरामर केलं आहे.

कलावंत हे पराकोटीचे संवेदनक्षम असतात. खास करून सिनेकलावंत. कारण त्यांची 'लार्जर दॅन लाईफ' प्रतिमा. 'रियल लाईफ' पेक्षा 'रील लाईफ' मध्ये रमणारी प्रवृत्ती आणि हरघडी साकार करावा लागणारा ड्रामा-अभिनय, त्यामुळे त्यांचे वर्तन, क्रिया-प्रतिक्रिया या उत्कट व प्रसंगी पराकोटीच्या असतात. त्यातून त्यांच्या शोकांतिका घडत जातात. काही उदाहरणं घेऊन हे पाहाता येईल.

गुरुदत्त हे केवळ नाव नाही, तर ती वृत्ती झाली आहे. एक श्रेष्ठ कलावंत व एक श्रेष्ठ प्रेमिक. पण कलावंतपण व माणूसपण याच्या सीमारेषा त्याला कधी जाणता आल्या नाहीत. एकाच वेळी दोघींवर प्रेम व दोघीही जवळ हव्यात, हा समाजसंमत नसलेला पराकोटीचा अट्टाहास. नेहेमी 'अप्राप्य' शोधण्याची व ते शोधताना रक्तबंबाळ होण्याची प्रवृत्ती. तो उत्कटतेच्या सीमरेषा पार केलेला पराकोटीचा संवेदनशील माणूस व प्रियकर होता आणि कलेचा तळ शोधण्यासाठी धडपडणारा व ठेचाळणारा अतृप्त, कलंदर कलावंत होता. त्याचं सारं वागणं, बोलणं व एकूण जीवनच पराकोटीचं संवेदनशील व गहिरं. त्यानं आत्महत्त्या केली यात नवल नाही!

मीनाकुमारी हाही असाच अशांत व सदैव दु:खी जीव. तिला तर दु:खाची नशा चढायची. एक स्त्री म्हणून खरं प्रेम न मिळणं हे तिच्या जीवनातलं पराकोटीचं दु:ख व शल्य होतं. पुन्हा मातृत्वाची प्रखर आसही न पूर्ण झाल्यामुळे अपूर्णतेची तीव्रता, सारी वेदना, दु:ख व हताशता तिनं अभिनयात ओतली. तिच्यासारखा गहिरा व दु:खाची नाना रूपे व छटा प्रकट करणारा आवाज व संवादशैली बेमिसाल आहे. तिनं साकारलेली 'छोटी बहू' व त्यातली तिची गहरी साद 'रे'- विसरता येत नाही. तिनं आपली वंचना, प्रेमभंग व मातृत्वाचं दु:ख अभिनयात ओतलं. आणि अनेक श्रेष्ठतम भूमिका केल्या. उरल्या वेळात शब्दांशी खेळत आपलं दु:ख कवितेतून प्रकट केलं. 'चांद तनहा, आसमा तनहा. दिल मिले भी तो तनहा तनहा.' बाकी आयुष्य दारूत- जणू दुनियेचा त्यामुळे ठरवून सूड घेत आहोत अशा पराकोटीच्या तिरस्काराच्या भावनेतून दारूत बुडवून टाकलं आणि क्षणाक्षणाला मरण जवळ करीत गेली.

पराकोटीची भावना ही सामान्यांपेक्षा कलावंतांसाठी अधिक सहज— त्यांच्या कलावंत जीवनाच्या आविष्काराची गरज असल्यामुळे— असते. त्याचे काही संदर्भ

दिल्याविना पराकोटीत्वाचे मर्म उलगडणार नाही.

गंगाधर गाडगीळांची 'किडलेली माणसं' ही एक कथा मला सहज आठवते. मध्यमवर्गीय जीवनातली संकुचितता व निरर्थकता रेखाटताना गाडगीळांची शैली पराकोटीची धारदार व छद्मी होते. गडकऱ्यांची नाटकं व गोविंदाग्रजांची कविता हा पराकोटीचा आनंद देणारा शब्द सुमनांचा महासागर! भाव्यांची 'रूप' सारखी कथा म्हणजे पराकोटीची रूप, गंध व सौंदर्य टिपण्याची एका रसिकाची यात्रा होय. त्या वेगवान कथनशैलीत वाचक वाहून जातो. भालचंद्र नेमाड्यांचा पांडुरंग सांगवीकर व त्याची अफलातून भाषा— तरुण पिढीचं कुंठित आयुष्य किती पराकोटीच्या सहजतेनं व्यक्त करते...

केदार शिंदे व भरत जाधव-अंकुश चौधरी व संजय नार्वेकर या त्रिकुटाची 'सही रे सही' 'ऑल द बेस्ट' व 'लोच्या झाला रे' ही नाटकं म्हणजे पराकोटीच्या विनोदाची कायिक, शाब्दिक व प्रसंगनिष्ठ दृश्यातून साकारणारी हास्याची मेजवानी. लेखन, प्रयोग आणि अभिनय याद्वारे विनोदाची जी आतषबाजी होते, ती पराकोटीची, म्हटली पाहिजे. त्यांची नाटकं हा चर्चेचा नाही तर अनुभवण्याचा सुपरलेटीव्ह विषय आहे.

थोडक्यात, पराकोटीत्व ही जरी उत्कटतेची 'सुपरलेटीव्ह' डिग्री असली तरी ती कला, लेखन आणि उच्च प्रतीच्या कामासाठी मानवी मनात असणं आवश्यक आहे. अर्थात ती दुर्मीळ आहे. बहुसंख्य माणसं सामान्य प्रतीचं कोमट जीवन जगतात, म्हणूनच कलावंताचं उत्कट व प्रसंगी पराकोटीत्वाचं- एक्ट्रीम संवेदनशील वादळी जीवन व त्याचं कलेत होणारं रूपांतर मानवी जीवन समृद्ध करून जातं!

ही पराकोटीत्वता— हा एक्ट्रीमिनिझम— कलेसाठी पोषक आहे, तो त्या क्षेत्रात वाढला तर त्याचं स्वागतच करायला हवं!

□□

५. हर हर गंगे !

केवळ अनुपमेय!

हरिद्वारच्या हरी की पावडी (हरीची पायरी) घाटावर सूर्यास्तानंतर गंगा नदीची, गंगा मैय्याची जी दररोज आरती होते, तेव्हाची भक्तांची उन्मनी अवस्था आणि नदीच्या पात्रात श्रद्धापूर्वक सोडले जाणारे असंख्य दिवे. त्यामुळे दीप्तीमान होत चमचमणारं पाणी. आसमंतात गुंजणारे आरतीचे व मंगलवाद्यांचे सूर... नास्तिक माणसालाही अस्तिकतेचा किंचित का होईना स्पर्श होईल असा सारा श्रद्धामय माहोल.

मी दुसऱ्यांदा गंगेची आरती पाहात होतो. पण तोच अनुभव व तीच अनुभूती. इथं धरण बांधून गंगा कॅनॉल मधून गंगेचं पाणी खेळवलं आहे. थंडगार प्रचंड वेगानं खळाळत जाणारं पाणी. घाटाला साखळ्या बांधलेल्या. भक्तांना घाटात उतरून स्नान करताना पाण्याच्या वेगानं वाहून जाऊ नये म्हणून आधारासाठी उपयुक्त होत्या. त्याला धरून मी पाण्यात उतरलो. थंडगार पाण्यानं दिवसभर उन्हात तापलेलं पाय विलक्षण सुखावले. मला धुळीची ॲलर्जी असल्यानं दिवसभर हरिद्वारात हिंडताना पायांना इचिंग होत होतं. पण गंगेच्या थंडगार पाण्यानं शीतलता मिळत होती.

पण त्याहीपेक्षा तो गंगेच्या आरतीचा नजारा नजरेचं पारणं फेडणारा आणि चित्तात ठसणारा होता. नुकताच सूर्यास्त झाला होता. अजूनही काहीसा संधिप्रकाश होता. हजारो प्रवासी व भक्त हरी की पावडीच्या दोन्ही काठांवर गर्दी करून होते. भगव्या कफनीतले साधू व पुजारी श्रद्धापूर्वक गंगामातेची आरती करीत होते. भक्त मंडळी टाळ्यांनी प्रतिसाद देत होती. आणि एक एक भक्त हातातला दिवा पेटवून हलकेच

पाण्यात सोडत होता. अशा हजारो दिव्यांनी हरी की पावडी दिवाळीप्रमाणे तळपत होती. आणि त्यांच्या हलत्या शेकडो प्रतिबिंबांनी गंगेचं पाणी अद्‌भुत, आकर्षक वाटत होतं!

आरतीपूर्वी तिथं येताना भक्ती गीतांच्या कॅसेटस/सीडीज पूर्ण आवाजात वाजत होत्या. एक गाणं ओळखीचं होतं! "मैय्या गंगा मैय्या. गंगा मैय्या मे जब तक के पानी रहे. मेरे सजना तेरी जिंदगानी रहे!" सत्तरच्या दशकातला 'सुहागरात' हा सिनेमा आज केवळ या सदाबहार गाण्यांमुळे लक्षात आहे.

गेले महिनाभर मी मुज्जफरनगर या उत्तरप्रदेशच्या जिल्ह्यात विधानसभा निवडणुकीच्या कामासाठी निवडणूक निरीक्षक म्हणून, कामाचा भाग म्हणून, एक एक गाव- एक एक मतदान केंद्र पाहात हिंडत होतो. कोल्हापूर-साताऱ्याची आठवण यावी असा ऊसशेती व गव्हाच्या पिकांनी डोलणारा हरित भाग डोळे सुखावणारा होता. गंगानहरमुळे पूर्ण सुजलाम-सुफलाम. प्रत्येक गावाला गंगा नदी किंवा गंगानहरचं सान्निध्य लाभलेलं. अक्षरश: 'गंगा आली रे अंगणी' असं वरदान या जिल्ह्याला लाभलेलं.

इथं हिंडताना व लोकांशी बात करताना 'गंगा हमारी पहेचान है' हे पालुपद सदैव कानी पडायचं. खरंय- केवळ मुज्जफरनगर नाही तर साऱ्या उत्तर भारताला गंगेचं वरदान लाभलंय. सुपीक जमीन. बारमाही सिंचन. त्यामुळे गहू, तांदूळ व ऊसाचं पीक यानं शेतकरी समृद्ध झालेला. म्हणून तो गंगामैय्याचा परमभक्त. अलाहाबाद, वाराणसी व हरिद्वार-ऋषिकेश ही त्यांच्या लेखी तीर्थस्थळं. इथं येऊन, गंगास्नान करून कृतार्थ होणं व जीवन पुन्हा जोमानं सुरू करणं हा इथला जीवनधर्म!

गंगेचा इतिहास म्हणजे भारताचा इतिहास. भारतीय संस्कृती व परंपरेची गौरवशाली वाटचाल. एकूण भारतीयत्वाची गंगा म्हणजे खूणगाठ; जणू आंतरिक जिव्हाळ्याची रेशीमगाठ! म्हणूनच शैलेंद्रसारखा जनकवी लिहून जातो. "हम तो उस देश के वासी है, जिस देश में गंगा बहती है." ऋग्वेदात नदी सूक्तामध्ये गंगेचा गौरवपूर्ण उल्लेख आहे. तिच्या जन्माची कहाणी अद्‌भुत आहे. भागीरथानं प्रयत्नपूर्वक गंगा आणली. त्यामुळे भारतीयासंठी गंगा ही केवळ नदी नाही तर ती माता, देवता आहे. परंपरा व संस्कृती आहे. प्रत्येक हिंदूला एकदा तरी गंगा-स्नान करण्याची आस असते. जुन्या काळी व आजही बऱ्याच घरी गंगाजलाची कुपी ठेवली जाते. माणसाचा अंतसमय आला की त्याला गंगालज पाजलं जातं. त्यामुळे मोक्ष मिळतो व जन्ममरणाच्या फेऱ्यातून सुटका होते, ही हिंदू माणसांची

श्रद्धा आहे. गंगाकिनारी हरिद्वारला कुंभमेळा भरतो व छटपूजाही केली जाते.

पाश्चात्त्यांनाही गंगेचं आकर्षण फार पूर्वीपासून वाटत आलं आहे. गंगेचा पहिला उल्लेख मेगास्थेनस यांनी त्यांच्या जगप्रसिद्ध 'इंडिका' ग्रंथात केला आहे. रोमच्या जगभरच्या प्रवाशाचं आकर्षण केंद्र बनलेल्या 'पाइझा नवोना' या गिऊन लारेंझो बर्निनी यांनी १६५१ मध्ये बांधलेल्या शिल्पात चार नद्या- गंगा, नाईल, दुनावे व रिओ दि ला प्लाटा दर्शविल्या आहेत. त्या, त्या काळी ज्ञात असलेल्या चार खंडाचं प्रतिनिधित्व करतात.

गंगेचं स्थान भारतासाठी केवळ सांस्कृतिक व धार्मिक नाही, ते आर्थिक व सामाजिक पण आहे. तिच्या खोऱ्यात भारत व बांगला देशातील पन्नास कोटी माणसे तिच्यावर जगण्यासाठी अवलंबून आहेत. आज पंजाब-हरियाना पाठोपाठ धान्योत्पादनात उत्तर प्रदेशनं आघाडी घेतली आहे. तसेच बंगाल व बिहारनंही त्यात लक्षणीय प्रगती केली आहे. ही सारी गंगेच्या सुपीक खोऱ्याची व तिच्यावर प्रेम करणाऱ्या तिच्या शेतकरीपुत्रांची किमया आहे.

गंगेवर अनेकांनी प्रेम केलं. त्यातला सर्वश्रेष्ठ प्रेमिक म्हणजे पंडीत नेहरू. त्यांनी जसं काश्मीर, गुलाब व मुलांवर प्रेम केलं, तसेच गंगामातेवर व तिच्यामुळे समृद्ध झालेल्या संस्कृतीवर केलं. आपल्या मृत्युपत्रात त्यांनी काव्यमय भाषेत आपली रक्षा गंगेत व सागरात विर्सर्जित करावी असं लिहून ठेवलं आहे. विद्याधर पुंडलिकांनी 'दोन मृत्यूपत्रे' या बहारदार लेखांमध्ये नेहरूंच्या गंगाप्रेम व त्यामागच्या त्यांच्या काव्यात्मक व काहीशा आध्यात्मिक भूमिकेवर प्रकाशझोत टाकला आहे. पंडीत नेहरूंनी आपल्या शैलीदार इंग्रजीत त्यासंबंधी लिहिलं आहे. त्याचा भाषावनुवाद न करता त्याची वाचकांना लज्जत मिळावी म्हणून मूळ इंग्रजीतला केवळ एकच परिच्छेत उद्धृत करतो.

'The Ganga especially, is the river of India, beloved of her people, round which are interwined her memories, her hopes and fears, her song of triumph, her victories and her defeats. She has been a symbol of India's age-long culture and civilization, ever chan ing, ever flowing and yet ever the same Ganga.'

हरिद्वारला गंगेची आरती अनुभवताना मी कानपूर, बिठूर (तेच– जेथे नानासाहेब पेशव्यांना ब्रिटिशांनी बंदिवासात ठेवलं होतं) आणि हृषिकेशला पाहिलेली व अनुभवलेली गंगा आठवत होतो. हृषिकेश, जेथे पर्वतातून गंगा

पठारावर अवतरते व जेथे शुभ्र, मऊसूत चंदेरी वाळू आहे; बिठूर– जेथे विस्तीर्ण क्षितिजापर्यंत पोचलेलं गंगेचं संथ झालेलं पात्र आहे आणि कानपूर, जिथं चर्मोद्योगानं अक्षरश: 'राम तेरी गंगा मैली हो गयी' केली, आठवत होते. त्या साऱ्याहून नितळ, स्वच्छ आणि वेगवान गंगा हरिद्वारला आहे, जिथं गंगेची रोज आरती करून तिचे पुत्र आपल्या भारतीय संस्कृतीला वंदन करतात व कृतज्ञता व्यक्त करतात.

मीही भावूक झालो होतो. कारण देव न मानणाऱ्या माझ्या नास्तिक मनाला अस्तित्वाचा स्पर्श झाला होता. तसंच अंत्यसमयी नास्तिक पंडीत नेहरूंचं झालं होतं, त्यामुळेच त्यांनी मृत्यूनंतर रक्षा विसर्जनाच्या माध्यमातून तिच्याशी एकरूप व्हायचा ध्यास घेतला होता. माझं काय होईल माहीत नाही. पण आज मात्र मीही त्या हजारो भक्तांमध्ये सामील झालो होतो व म्हणत होतो, 'हर हर गंगे, हर हर गंगे!'

❐❐

६. 'कही और मिला कर मुझसे!'

'बादशहाच्या अमर प्रीतीचे मंदिर एक विशाल, यमुनाकाठी ताजमहाल' हे मराठी गीत घ्या किंवा शायर शकिलची ही नज्म पहा, 'एक शहेनशाहने बनवाके हंसी ताजमहल, सारी दुनिया को महोबतकी निशानी दी है.' त्या द्वारे ताजमहल हे शहाजहानच्या मुमताजमहल वरील निस्सीम व अजोड प्रेमाचं प्रतीक म्हणून जगभर मान्यता पावलं आहे, तिचंच हे काव्यमय वर्णन आहे. माधव आचवलांनी 'जास्वंद' या पुस्तकात ताजमहलच्या सौंदर्याचं जे रसीलं वर्णन केलं आहे ते अप्रतिम आहे. ताजमहलची उगीच नाही आधुनिक सात जागतिक आश्चर्यात काही वर्षापूर्वी एस. एम. एस. पोलद्वारे निवड झाली! ताजमहल व आपल्या औरंगाबादचा त्याची प्रतिकृती असणारा बीबी का मकबरा प्रवाशांचं आकर्षण केंद्र आहे!

अमेरिकेत प्रशिक्षणासाठी असताना मी 'थाऊजंड लेक्स' परिसरातलं 'बोल्ट कॅसल' पाहिलं आणि मनात पहिली प्रतिक्रिया उमटली ती ही की, अरे, हा तर अमेरिकेचा ताजमहाल आहे. न्यूयॉर्कचा एक बडा हॉटेल व्यावसायिक जॉर्ज बोल्ट यांनी आपल्या पत्नीला, लुईसला, आपल्या एकनिष्ठ व निस्सीम प्रेमाचं प्रतीक म्हणून एक अनोखी भेट द्यायचं ठरवलं. न्यूयॉर्क राज्यामध्ये जो हजार छोट्या छोट्या बेटांचा 'थाऊजंड आयलंड' परिसर आहे, तेथील 'हार्ट आयलंड' वर एक भव्य किल्लेवजा महाल बांधून तिच्या जन्मदिनी– व्हेलेंटाईन डे ला तिला भेट म्हणून हा भव्य प्रासाद अर्पण करायचं त्यानं ठरवलं आणि एक अपूर्व प्रेमगाथा ताजमहल प्रमाणे शिल्पातून घडली जाऊ लागली!

अमेरिकन माणसांना बोल्ट कॅसल बद्दल काय वाटलं हे एका रोमँटिक कवितेद्वारे थॉमस व्ही. स्पेनो यानं शब्दबद्ध

केलं आहे, ते असं आहे.

'It was a dream of glory that never came true / A dream of a castle for all to view / It sits on an island a symbol of love / unfinished and beaten by storms from above / we look it with romantic eyes / we see the turrets reach for the skies / Boldt castle is the name of the place / These 'Thousand Island' it will forever grace.

जॉर्ज बोल्ट हा बख्खळ पैसेवाला होता, त्यामुळे त्यानं आख्खं 'हार्ट आयलंड' विकत घेऊन तेथे लुईससाठी सहा मजली, १२० खोल्या असलेला अतीभव्य किल्लेवजा प्रासाद बांधायचं ठरवलं. सर्वोत्तम वास्तूशास्त्रज्ञाकडून त्याचं डिझाईन केलं. ते १६ व्या शतकातील क्लासिकल स्टाईलचं होतं. पण अठराव्या शतकातील आधुनिक बाबी- उदाहरणार्थ कांचेच्या रंगीत खिडक्या, भव्य पोर्च व टेराकोटाचा वापर त्यानं करायचा ठरवला. इ. स. १९०० सालात बांधकामास प्रारंभ झाला, पण १९०४ मध्ये बोल्ट कॅसल पूर्ण होण्यापूर्वीच त्याची प्रिय रूपसुंदर पत्नी लुईस हृदयविकारानं निधन पावली. जॉर्ज बोल्ट त्यामुळे मनस्वी खचून गेला. त्यानं तडकाफडकी जवळपास पूर्णत्वास पोचलेलं काम करायचं थांबवलं आणि त्या हार्ट आयलंडवर पुन्हा तो कधी गेला नाही. १९१६ मध्ये पत्नीविरहातच त्यानं प्राण सोडला. सुमारे सत्तर वर्षे अपूर्ण बोल्ट कॅसल तसंच थंडी, बर्फ, वारा व उन्हाला तोंड देत अज्ञात व दुर्लक्षित राहिलं. पण 'दि थाऊजंड आयलंड ब्रीज ॲथॉरिटी' नं ते ताब्यात घेऊन त्याचं पुनरुज्जीवन केलं. मूळ आराखडा व सौंदर्य अबाधित ठेवून ते पर्यटन स्थळ म्हणून विकसित केलं. आणि जगभरच्या, खास करून अमेरिकन प्रवाशांना, हे प्रेमाचं प्रतीक पाश्चात्त्यांचा ताजमहल– भुरळ घालू लागला. आज ते एक पर्यटनाचं आकर्षण केंद्र आहे.

आमची सफर मोठ्या आल्हाददायक वातावरणात झाली. आज तेथे चक्क उबदार लोभस ऊनही पडलं होतं. सेंट लॉरेन्स या प्रचंड नदीच्या पात्रात हार्ट आयलंड व तेथे बांधलेला हा पाश्चात्त्य ताजमहल पाहाण्यासाठी ॲलेक्सझांड्रिया बे मधून बोटीनं आम्ही गेलो. 'आर्च ऑफ हॉनर' या अतिभव्य कमानीतून हार्ट आयलंडला प्रवेश करता येतो. ही १८९९ साली ग्रेनाईट मध्ये बांधली गेली. कमानीवर तीन अमेरिकन हरणांच्या शिल्पकृती आहेत, त्या बोटीतून कमानीकडे पाहाताना नजरेस पडतात आणि खूणगाठ मिळते की, आता एक रोमँटिक सफर सुरू झाली आहे.

बोल्ट कॅसल सहा मजली आहे, त्याच्या पहिल्या मजल्यावर पायऱ्या

चढून व्हरांड्यातून आम्ही प्रवेश केला. या मजल्यावर प्रशस्त हॉल आहे. तेथे बोल्टला डायनिंग, बॉल डान्स रूम व जलतरण तलाव बांधायचा होता, पण हे काम पूर्ण झालं नाही. तरीही या मजल्याची भव्यता व विस्तीर्णता नजर बांधून ठेवते. दुसरा मजला बोल्ट फॅमिलीच्या राहाण्यासाठी म्हणून डिझाईन केला होता. येथील बाल्कनी वैशिष्टपूर्ण आहेत, तेथून सेंट लॉरेन्स नदीचं चारही बाजूने वाहाणारं शुभ्र- नितळ पाणी दिसतं व आल्हाददायक थंडीचा आस्वाद घेता येतो. पहिल्या मजल्यावरून दुसऱ्या मजल्यावर जाण्याचा जिना स्तिमित करणारा आहे. नंतरचे मजले पण या दोन मजल्यांच्या प्रतिकृती आहेत. पण या आयलंड कॅसलचं अवकाशातून छायाचित्र घेतलं तर ते हृदयाच्या आकाराचं दिसतं हे निर्विवाद. दुरूनच पूर्ण बोल्ट कॅसल पाहिलं तर एक गोथिक शैलीत बांधलेला विशाल प्रासाद नजरेत भरतो. भव्यतेचं, विशालतेचं सौंदर्य पण काही वेगळंच असतं. जुन्या राजे-रजवाड्यांना व अमेरिकन्स-ब्रिटिशांना त्याचा प्रचंड सोस असावा. तसंच कलात्कमतेच्या ध्यासाविना अशा भव्य कालजयी कलाकृती निर्माण होत नाहीत. बोल्ट कॅसल परिसरात 'अल्स्टर टॉवर' आहे. बोल्ट कॅसलचं काम चालू असताना जॉर्ज व लुईस इथं राहायचे. त्या काळात त्यांनी आपल्या प्रेमाचं प्रतीक नजरेसमोर उभे राहात असताना काय काय कल्पना केल्या असतील, कसा हृदय संवाद झाला असेल व कल्पनेतलं साकार होणारं प्रेमनगर - प्रेम मंदिर पाहताना त्याचं मनमानस कसं रोमांचित झालं असेल, याची कल्पना करतानाही मन उचंबळून येत होतं. हा नव्वद फूट उंचीचा टॉवर त्यांनी पाहुण्यांच्या स्वागतासाठी व निवासासाठी बांधला होता. पहिल्या मजल्यावर बॉल डान्ससाठी त्यांनी 'शेल रूम' बांधली होती. कांचेच्या सिलींगमधून परावर्तित होणाऱ्या प्रकाशकिरणांनी रंगीबेरंगी रूपं धारण केली की, आपण 'सी शेल' मध्ये असल्याचा भास होतो. येथेही बोल्ट दांपत्यांने कमालीची रोमँटिकता व काव्यात्मकता दाखवली आहे.

हेनेरी द डोव्ह कोट नावाचा दुसरा साठ फूट उंचीचा टॉवर आहे. त्याच्या सर्वांत वर 'कबूतरखाना' आहे. ह्या जुन्या टॉवरचे बोल्टने नूतनीकरण करून सुशोभित केला.

आम्ही सारा परिसर पहात होतो- आतून पाहिल्यावर बाहेरून नदीकिनारा व त्याच्या उचंबळणाऱ्या लाटा पाहात बोल्टने बांधलेल्या सायकल पथावरून आम्ही पायी हिंडत, डोळ्यात तो नजारा साठवून घेत होतो.

खरोखरच एक भव्योत्कट प्रेम स्वप्न जॉर्ज बोल्टनं पाहिलं होतं, पण लुईसच्या निधनानं ते पूर्णत्वास पोहोचलं नाही. पण अपूर्णततेही गोडी असते, याचा प्रत्यय बोल्ट कॅसल पाहाताना येत होता. मनात आग्रा येथील ताजमहल होता, म्हणून एका धुंद रोमँटिक नजरेतून बोल्ट कॅसलचा आस्वाद घेताना मन तृप्त होत होतं!

पण काही वेळानं ही धुंदी ओसरली आणि शायरे आझम साहिर लुधियान्वीची ताजमहलवरची एक जळजळीत, धारदार व मन सुन्न करणारी नज्म आठवली. 'कही और मिला कर मुझसे.' कवी आपल्या प्रेयसीला म्हणत आहे, मला तू ताजमहलला भेटू नकोस. दुसरीकडे कुठेतरी भेट. कारण 'अपने दौलत का सहारा लेकर बादशहाने हम गरीबों की मोहोबत का मजाक है उडाया' साहिर पुढे सवाल टाकतो, "क्या सादिक (सच्चे) न थे उनके (गरीब प्रेमिकांचे) जज्बे?" केवळ त्यांच्या जवळ आपल्या प्रेमाची जाहिरात करून असं काही करण्यासाठी पैसा नव्हता, म्हणून शहाजहानने ताजमहल बांधून गरिबांच्या खऱ्या प्रेमाची क्रूर थट्टा केली आहे, असं म्हणत साहिर आपल्या प्रेयसीला म्हणतो, "कही और मिला कर मुझसे!"

मनात दोन भिन्न विचारलहरींचं नर्तन चालू होतं. पैसेवाला होता म्हणून शहाजहाननं काय किंवा जॉर्ज बोल्टनं काय ताजमहल व बोल्ट कॅसल ही प्रेममंदिरं उभारली, हे खरं. पण त्यांचं प्रेमही तेवढेच सच्चं होतं, नाही का? पण हेही खरं की, फाटक्या खिशाचा प्रेमिक आपल्या प्रेयसीची साधी हौसही पुरवू शकत नसेल तर त्याला ताजमहल खुपू शकतो व त्याचा रागही येऊ शकतो!

पण खरं प्रेम हे बाह्य बाबींवर थोडंच अवलंबून असतं? ते दोन मनं, दोन आत्मे व दोन हृदयांचा संवाद जुळला की होतं व अक्षय्य टिकून राहातं. मग व. पु. काळेंनी 'तूच माझी वहिदा' या अप्रतिम कथेत म्हणल्याप्रमाणे खरी प्रेयसी- अगदी लावण्यवती वहिदा रहेमान असली तरी, गरीब फाटक्या प्रियकराच्या फाटलेल्या, भोकं पडलेल्या बनियनची तमा न बाळगता त्याच्या कुशीत प्रेमानं शिरते. तेव्हा त्याची प्रेयसी रूपानं कशीही असली तरी त्याच्यासाठी वहिदाच असते, माधुरी वा श्रीदेवीच असते. त्या भावनेनं ताजमहल वा बोल्ट कॅसल पाहिलं तर अंतरीच्या प्रेमाची खूणगांठ पटते व 'हमारे उनके (म्हणजेच शहाजहान व जॉर्ज बोल्ट यांचे) प्यार के जज्बे कितने मिलते जुलते थे' असा विचार येऊन तिच्यासह हातात हात घालून ही दोन प्रेममंदिरं पाहाताना साहीर प्रमाणे म्हणावसं मुळीच वाटणार नाही की, 'कही और मिला कर मुझसे.' उलट इथं प्रेमिकांना येऊन परस्परांच्या आयुष्यभराच्या बंधनात बद्ध व्हावं वाटेल!

जॉर्ज– लुईस आणि शहाजहान- मुमताज महल, तुम्ही दोन भिन्न कालखंडातील व भिन्न अशी पाश्चात्त्य व पौर्वात्य जोडपी. पण 'बेपनाह मोहबत' तुम्ही केली आणि अलम दुनियेतील प्रेमीजनांना संदेश दिला– 'प्यारही सबकुछ है, प्यार बिना जग सुना!'

हॅटस ऑफ टु यू!

❑❑

७. हे स्वतंत्रते भगवती !

हे स्वतंत्रते भगवती!

तू अमेरिकेची स्वातंत्र्यदेवता. तुला प्रत्यक्ष याची देहा याची डोळा पाहिलं आणि ओठांवर स्वातंत्र्यवीर सावरकरांचं स्तोत्र आले, म्हणून तुला 'हे स्वतंत्रते भगवती' असं संबोधतोय!

प्रत्यक्ष पाहण्यापूर्वी तुझ्याबद्दल खूप ऐकलं होतं, वाचलं होतं! व्हिडीओ व छायाचित्रं इंटरनेटवर पाहिली होती. पण कवि साहिर म्हणतो ते अगदी खरंय. 'जो बात तुझमे है, तेरी तस्वीरमे नहीं!'

न्यूयॉर्क शहराच्या हडसन नदीमधील 'लिबर्टी' बेटावर तुझा वास आहे. बॅटरी पार्कवरून बोटीनं तुझ्या भेटीला यावं लागतं. स्वातंत्र्य हे मानवी जीवनाचं सर्वोत्तम मूल्य आहे, ते म्हणूनच सहजासहजी लाभत नाही म्हणतात. तसंच तुझं दर्शनही मला पहिल्या दिवशी उशीर झाल्यामुळे व लिबर्टी बेटावर मर्यादित प्रवेश असल्यामुळे झालं नाही. पण जवळच्या उपनगराला मोफत बोट सेवा होती, तिच्यातून फिरून तुला दुरून प्रथम पाहिलं. आमच्या घराण्यात दुरून मंदिराच्या कळस दिसला की देवाची धूळभेट झाली असं म्हणतात. तशी तुझी धूळभेट झाली. खरं तर धुकं व अंधारलेलं आभाळ यामुळे तुझी तेज:पुंज हरित प्रतिमा काहीशी काजळलेली वाटली. तो २००४ चा जॉर्ज बुशचा राष्ट्राध्यक्षपदाच्या दुसऱ्या टर्मच्या निवडणुकीचा काळ होता. आजचा बराक ओबामा तेव्हा जगाला अज्ञात होता. पण तुझे काजळलेलं रूप मनात दाटून राहिलं हे मात्र खरं!

दुसऱ्या दिवशी प्रसन्न होऊन आम्हास तू भगवती दर्शन दिलंस. स्वच्छ उन्ह व निळं- नितळ आभाळ होतं

आणि त्या दीप्तीमय वातावरणात तू नुसती झळाळत होतीस. तुला पाहताना नजर स्तिमित होत होती. मन उचंबळून येत होतं! एका विशाल लोकशाही देशाचा मी नागरिक, दुसरा एका मोठ्या लोकशाहीवादी देशाच्या स्वातंत्र्याचं प्रतीक असलेली तुझी १५१ फूट शुद्ध तांब्यात घडवलेली सुबक व प्रतीकात्मक मूर्ती पाहताना आम्हा हिंदूंच्या कोणत्याही पूजनीय देवतेपेक्षा अधिक पवित्र व आश्वासक वाटत होतीस.

ज्या फ्रेडरिक ऑगस्ट बॉर्थोल्डी या शिल्पकारानं तुझी मूर्ती घडवली, त्याला दमनाच्या शृंखलेतून मुक्त झालेली मानवता स्त्री प्रतिमेतून दाखवायची होती, जी त्यानं तुझ्या पायाशी असलेल्या मुक्त साखळ्यातून शिल्पबद्ध केली. तुझ्या उंचावलेल्या उजव्या हातातली जळती मशाल स्वातंत्र्याचं अखंड तेवणारं प्रतीक आहे. तुझ्या मुकुटातील सात किरणे हे सप्तसमुद्र आणि सप्तखंड अधोरेखित करून तू केवळ अमेरिकेची नव्हे तर जगाची स्वातंत्रदेवता आहेस, हेच शिल्पकाराला समस्त नागरिकांच्या मनावर बिंबवायचं होतं!

हे स्वतंत्रते भगवती! तुझी अमेरिका हा जगाचा 'मेल्टींग पॉट' आहे, जिथं पृथ्वीतलावरील कुठल्याही रंग, धर्म व संस्कृतीचा माणूस गुणवत्ता व परिश्रमाच्या जोरावर मोठा प्रतिष्ठित होतो. जगातील अनेक रोगट देशांना आपल्या रक्तशुद्धतेचा व निर्भेळतेचा विकृत अभिमान आहे, पण तुझ्यामुळे अमेरिका त्यापासून कोसो दूर आहे. उलट तिला संकरतेचा व अभिसरणाचा अभिमान आहे. 'म्युटेशन' व 'इव्होल्युशन' या दोन क्रियांमधून भिन्न तत्त्वे एकरूप होतात, एकमेकात मिसळून जातात आणि इतरांना कमी वा वेगळी लेखणारी वृत्ती गळून पडते, हाच मानवी स्वातंत्र्याचा सारांश व निष्कर्ष आहे. तो तुझा कृपाप्रसाद आहे.

पण तरीही हे स्वातंत्र्यदेवते, मला तुझी पहिल्या दिवशीची धूसर काजळलेली प्रतिमा अबोध मनाला कुठेतरी भिडली होती त्याचा उलगडा मला नंतरच्या अमेरिकन प्रवासात झाला, जेव्हा मी अनेक काळी- कुपोषित- दरिद्री- निग्रो माणसं व त्यांचं भारतीय दलितांशी समांतर असं बहिष्कृत जीवन पाहिलं. एक वर्णभेदामुळे तर दुसरं रंगभेदामुळे समाजरचनेची बळी. त्या भेदाची काजळी तुझ्या रूपावर, तुझ्या मूर्तीवर, तुझ्या अहंकारी श्वेतवर्णीय अमेरिकन बालकांनी चढवली होती. तुझ्या तेजाला कुठेतरी ग्रहण लागलं होतं!

वास्ताविक स्वातंत्र्य, समता व बंधुभावाचा उद्घोष करणाऱ्या फ्रेंच जनतेची गुलामीची जुलमी प्रथा संपवणाऱ्या व नव्याने स्वतंत्र झालेल्या अमेरिकेला तुझा अप्रतिम पुतळा घडवून दिलेली अजोड व अनमोल भेट होती. त्यामुळेच तू जगाची स्वातंत्र्यदेवता बनली होतीस. पण भारतात जशी कायद्यानं अस्पृश्यता व जात

जात नाही, अद्याप गेली नाही, तशीच तुझ्या देशात, हे भगवते, निग्रोंची मानहानी व गुलामी श्वेत अमेरिकन्सच्या मनातून- विचारातून कुठे गेली होती? म्हणून माझ्या संवेदनक्षम अबोध मनात तुझी काजळलेली प्रतिमा घर करून राहिली असावी.

पण २००९ साली नवी पहाट झाली आहे. हे स्वातंत्र्य देवते, मला खात्री आहे, आज पुन्हा मी तुला दाट धुक्यात व काजळलेल्या आभाळात पाहिलं तरी तुझं मूळ तेजस्वी रूपच दिसेल. ते आता कधीच काजळी धरणार नाही. कारण आता तुझा एक पुत्र तुझी जी मूल्यं आहेत, तुला घडविताना शिल्पकारानं जी स्वप्ने पाहिली होती, ती आता सत्यात साकारत आहे. कारण आज बराक हुसेन ओबामा हा तुझा तेजस्वी व 'अशक्य ते शक्य' करून दाखवणारा व तसा अमेरिकेतीलच नव्हे तर जगातील सर्वच पीडित, वंचित समाजाला आशावाद देणारा पुत्र अमेरिकेचा ४४ वा राष्ट्राध्यक्ष बनला आहे.

मला त्याच्यात व त्या माध्यमातून तुझ्या प्रतिमेत थोडा येशू ख्रिस्त दिसतो, थोडा पैगंबर भेटतो व खूप काही गौतम सापडतो. अब्राहम लिंकन, महात्मा गांधी, नेल्सन मंडेला आणि मार्टीन ल्युथर किंगचा थोडा थोडा भास होतो. नाही भगवते, नाही, हा माझ्या मनाचा खेळ नाही. ज्याचे वडील केनियाचे मुस्लीम आहेत, माता अमेरिकेची श्वेतवर्णीय ख्रिश्चन आहे व जो इंडोनेशियात वाढला, तो केवळ अमेरिकेतच सर्वोच्च पदावर पोहोचू शकतो. कारण त्या देशावर तुझी कृपादृष्टी आहे. एक भारतीय म्हणून हेवा वाटावा, पण वाटत नाही. कारण आमची कल्पना चावला, आमची सुनिता विल्यम्सला तुम्हीच आपलं करीत अंतराळी विहार करण्याची प्रेरणा दिलीत की. उद्याच्या पुढच्या निवडणुकीत भारतवंशीय बॉबी जिंदाल रिपब्लिक पक्षाकडून राष्ट्राध्यक्ष पदाचा उमेदवार असेल, अशी आतापासूनच तुझ्या देशात चर्चा सुरू झाली आहे ना. हा तुझा व तुझ्या देशाचा मोठेपणा आहे. कारण सारं जग तुझ्या देशात सामावलेलं आहे.

पण एक कळकळीचं मागणं आहे हे अमेरिकेचे स्वातंत्र्य देवते, तुझ्या पायी. आजही तुझी अमेरिका जगात हुकूमशाहीला का साथ देते? का प्रचंड प्रमाणात शस्त्र, दारूगोळा व भयंकर विध्वंसकारी शस्त्राची जगभर निर्यात करते? का विकृत उपभोगवाद व अतिरिक्त हाव आणि स्वार्थाची जगभरातील माणसांना दीक्षा श्रेष्ठ अमेरिकेन संस्कृतीच्या नावानं देते? हे– हे तुला पसंद आहे?

नाही ना? मग तुझ्या अमेरिकन बालकांना सुबुद्धी दे. आज एक ओबामा आहे, उद्या हजार होऊ देत. तरच जगात शांतता नांदेल व समृद्धी, सुखशांती येईल!

हे - हे तुझंही स्वप्न आहे ना?

तुझ्यावर शेकडो कवींनी गीतं रचली आहेत, गाणी गायली आहेत. तुझ्या उभारणीच्या वेळी चौथऱ्याच्या कामासाठी निधी संकलित करण्यासाठी इमा लाझारस हिनं तुझ्याबद्दल किती ठामपणे म्हटलं होतं की, तू मूकपणे गात आहेस-

"Give me your tired, your poor
Your Huddled masses yearning to breathe free
I lift my lamp beside the golden door."

तुझ्या आणखी एका लेकराचं हे कवन पहा–

"It is a women you see God has put in this place
To stamp out despair------- with love and hope to replace."

तुझ्या राष्ट्राध्यक्ष पुत्राला- बराक ओबामाला तमाम मानवजातीला जे प्रेम व आशा वाटते, ते सार्थक करण्याचं सामर्थ्य तू दे.

हे स्वतंत्रते भगवती, ज्यांना आमच्या मराठी भाषेत महाकाव्य न लिहिणारे महाकवी म्हटलं जातं, त्या स्वातंत्र्यवीर सावरकरांनी देशाच्या स्वतंत्रतेच्या देवतेचं हे सूक्त रचलं. त्यांच्या मनात भारतमाता होती, पण व्यापक अर्थानं ते कोणत्याही स्वातंत्र्यकांक्षी देशाचं मुक्तिगीत होऊ शकतं. जशी तूही केवळ अमेरिकेची Statue Of Liberty न राहता सर्व मानवजातीची झालीस. म्हणून माझ्यासाठी तू– त्यांच्या शब्दातली व अर्थातली– 'स्वतंत्रते भगवती' आहेस.

मी तुला पुन्हा एकवार वंदन करतो. जय हो. जय हो!

❑❑

८. "मै फरिश्ता हूँ - सच बताता हूँ।"

प्रत्येक कवी– शायरची अशी इच्छा असते की, त्याची एक तरी कविता, एकतरी गझल वा गीतपंक्ती - शेर– हा लोकांचा व्हावा. त्याला लोकगीताचा मान प्राप्त होत जनतेच्या ओठी व मनात ते रूजावं, तरंच त्याची काव्य प्रतिभा सफल व संपन्न होते!

ज्ञानेश्वर-तुकारामासारखे सामान्यांच्या ओठी सतत खेळणारे व जगताना ज्यांचं काव्य प्रेरणा, दिलासा आणि धीर देतं ते लोकोत्तरच. कबीर, मीरा, सूर,. रामदासापासून बहिणाबाईंपर्यंत ती सशक्त परंपरा आहे.

पण आधुनिक कवींच्या काही कविता, काही ओळींना सार्वत्रिक सत्याचं व सुभाषिताचं रूप मिळालं आहे. 'थांब उद्याचे माऊली, तीर्थ तव पायाचे घेतो' ही मर्ढेकरांची कविता किंवा 'देणाऱ्याने देत जावे' ही विंदाची कविता आपल्या जगण्याचा भाग होऊन बसली आहे. ग. दि. मांची अनेक गीतंही याचा जातकुळीची. 'दोन ओंडक्याची होती सागरात भेट. एक लाट तोडी दोघा पुन्हा नाही भेट' घ्या किंवा 'एक धागा सुखाचा. शंभर धागे दु:खाचे. जरतारी हे वस्त्र मानवा, तुझिया आयुष्याचे!'

असाच एक भारतीय भावजीवनाचा भाग होऊन बसलेला हिंदी कवी आहे- दुष्यंत कुमार. तो माझ्या जीवनात, माझ्या भावविश्वात मोठ्या गंमतीनं आला. माझे कवि मित्र विश्वास वसेकर दुष्यंत कुमारांच्या ठार प्रेमात. एवढे की, त्यांनी आपल्या मुलाचं नाव 'दुष्यंत' ठेवलं. हे त्यांनीच मला सांगितलं, हा कवीचा– माझा पहिला परिचय. मग हाती आला 'साये में धूप' हा त्यांचा संकलित हिंदी गझल संग्रह. ज्या अर्थानं हिंदी सिनेमात

गाणी लिहिणारा शैलेंद्र जनकवि होता, तसाच तो वाटला व दुष्यंत कुमार सामान्यजनांच्या भावना प्रकट करणारा सच्चा मानवतावादी व प्रगतीशील कवी आहे, हे जाणवलं आणि मीही तेव्हापासून त्यांच्या प्रेमात आहे.

कारण मला जगताना त्यांच्या अनेक काव्यपंक्ती प्रेरणा देतात, दिलासा देतात. कबीर म्हणतात, ''तू कहता कागद की लिखी, मै कहता आँखन की देखी.'' म्हणजेच जीवनानुभव हाच साक्षात काव्यानुभव आहे- असतो. दुष्यंतकुमार याच कुळपरंपरेचे सच्चे पाईक आहेत. ''मेरे लिए कविता यातनासे पैदा होती है।'' असं म्हणत दुष्यंतकुमार आपली कवितेची भूमिका उलगडून दाखवताना लिहितात.

''मैने अपने आपको सारे अनुभवों के लिए खुला रखा है. इसलिए मैं भीडका एक हिस्सा हूँ और मेरी पीडा इसलिए केवल मेरी नही रह जाती. मैं आपका और आप मेरे सुख-दुख का समभोगी बन जाते है।''

''मैं ऐसे हवाईपाठक की कल्पना नहीं करता, जिसके बौद्धिक आयाम मेरे सोंचसे मेल खाते हो. मैं तो खुद पाठक के रूपमे, उस कविता की खोज में हूँ, जो हर व्यक्ती की कविता हो और हर कंठसे फुटे।''

किती सार्थ कथन आहे दुष्यंत कुमारांचं हे. त्यांच्या एक-एक गझल व त्यातला एक एक शेर हा श्रोत्यांचा- वाचकांचा झाला आहे व तो जगताना प्रसंगोप्रसंगी तुमच्या आमच्या ओठावर येत असतो.

जेव्हा तुम्ही ठार निराशेत चाचपडत असता आणि ध्येय अशक्यप्राय वाटतं, तेव्हा दुष्यंतकुमारांचा हा शेर म्हणा, तुमची निराशा पळून जाईल.

''कैसे आकाश में सुराख नही हो सकता
एक पत्थर तो तबियतसे उछालों यारो।''

आज देशात अराजकतेचं वातावरण आहे. हिंसा, भय, स्वार्थ आणि पाशविकता सर्वत्र ठासून भरली आहे. असं वाटतं, हे सारं बदललं पाहिजे, त्यासाठी आवाज उठवला पाहिजे. त्यासाठी दुष्यंतकुमारांचे शब्द आपणासाठी प्रेरणा होऊन येतात.

''आज यह दीवार परदों की तरह हिलने लगी
शर्त लेकिन थी कि ये बुनियाद हिलनी चाहिऐ।
सिर्फ हंगामा खडा करना मेरा मक्सद नही,
मेरी कोशिश है की, ये सूरत बदलनी चाहिए।''

उर्दू शायर मीर म्हणायचा, ''जो मेरा शेर है खवास पसंद। पर मेरा वास्ता

अवाम से है.'' दुष्यंतची कविताही 'खवास पसंदी' पासून दूर होत आम आदमीची–अवामची झाली आहे. परंतु सामान्य माणसांच्या दु:ख-कष्ट-हतबलतेचं चित्रण करतानाच त्यांच्यात बंडखोरी पेरण्याचं, त्यांना कृतिप्रवण करण्याचं कामही करण्यासाठी दुष्यंत लिहून जातात.

''मेरे सीनेमे नही, तेरे सीने में सही
हो कही भी आग, लेकिन आग जलनी चाहिए''

जीवनातील विसंगती टिपताना व व्यर्थता दाखवताना त्यांच्या शब्दांना शस्त्रांची धार चढते.

''दुकानदार तो मेले में लूट गये यारो
तमाशबीन दुकाने लगा के बैठ गये।''
''यहाँ तो सिर्फ गुंगे और बहरे लोग बसते है
खुदा जाने यहा पर किस तरह जलसा हुआ होगा।''

कवि दुष्यंत कुमारांनी तथाकथित गंभीर (अति बौद्धिक) कविता लेखनाची वाट चोखळली नाही की, की त्यांना हिंदीमधील लोकप्रिय पण बदनाम झालेल्या 'मंचीय कविते'चा, ज्यांच्यात गांभीर्य व अर्थपूर्णतेचा अभाव आहे, मोह वाटला. त्यांची कविता दोन्हींच्या सीमारेषेवरची सुवर्णमध्य साधणारी आहे. त्यांच्या कवितेत बुद्धी आणि भावनांचा असा अद्भुत प्रमाणशीर संगम आहे, की त्यांची कविता गंभीर प्रकृतीची असूनही लोकप्रिय झाली आणि लोकप्रिय असतानाही तिची गंभीर जीवनदृष्टी कमी झाली नाही. ती जशी व जितकी वाचनीय आहे, तशी व तेवढीच ऐकण्याजोगी पण आहे.

आपल्या 'जलते हुए वन का वसंत' काव्यसंग्रहात कवी म्हणून भूमिका विषद करताना दुष्यंतकुमार म्हणतात,

"मैं जानता हूँ की एहसास के अनेक स्तरोंकी चीरती हुई, व्यक्ती के भीतर दूरतक उतर जानेवाली चीज कविता होती है. वह राजनैतिक, सामाजिक और वैयक्तिक, हर स्तरपर, हर लडाईमें मेरे लिये एक भरोसे का हथियार है।''

"चल भाई गंगाराम भजन कर'' कवितेमध्ये उपहासाचा वापर करीत जळत्या वास्तवाचा निखारा वाचकांच्या पदरी बांधताना ते म्हणतात,

''हर भूखेको मिले निवाले,
बीत गये वे दुर्दिन काले''
इन अफवाहो को अपना ले,
उन अफवाहो का खंडन कर

चल भाई गंगाराम भजन कर''

हा एक जातिवंत अस्सल कवी आहे. त्यानं जे तीव्रतेनं मनोमन अनुभवलं, भोगलं आणि जाणलं तेच वाचकांना कवितेमधून देत तो वाचकांचा आवाज, शब्द व भावना झाला. या त्यांच्या एका प्रसिद्ध गझलच्या ओळी पाहा व स्वत:च ठरवा, हे खरं आहे की नाही?

''मैं जिसे ओढता-बिछाता हूँ
वो गझल आपको सुनाता हूँ ।
एक बाजू उखड गयी जब से
और जादा वजन उठाता हूँ ।
कौन ये फासला निभायेगा
मैं फरिश्ता हूँ, सच बताता हूँ ।

दुष्यंतकुमारांचा आशावाद प्रखर होता. कारण त्यांचा 'बुनियाद बदलणे' व 'सूरत बदलणे' यावर विश्वास होता. त्यामुळेच ते आम आदमीचे— अवामचे खरेखुरे जनकवी झाले. त्यांच्या 'नई पिढी का गीत' मधील या प्रेरणादायी व कालजयी विश्वासानं या लेखाचा शेवट मला करायला आवडेल.

''तुम न मानो शब्द को है न नामुमकिन
कल उगेंगे चाँद तारे, कल उगेगा दिन
कल फसल देंगे समय को, यही 'बंजर खेत!' ''

□□

९. ॲडव्हेंचर इन रीडिंग

लेखन ही जशी कला आहे. तशीच वाचनही आहे. लेखन जर ही नवनिर्मिती असेल, तर वाचन ही पण पुनर्निर्मिती आहे.

सध्या मराठी काय, हिंदी वा इंग्रजी काय, भारतात लेखनजगतामध्ये नवेनवे प्रयोगशील धुमारे फुटलेले दिसतात. कधी नव्हे ते लेखन क्षेत्राला ग्लॅमर प्राप्त झालं आहे व चांगल्या अर्थानं लेखकही 'पेज थ्री' चे सेलिब्रेटीज झाले आहेत.

पण वाचनाचं काय? वाचकांचं काय?

लेखक जे लिहितो, जी नवनिर्मिती करतो, ती तेवढ्याच ताकदीने, तेवढ्याच तरलतेनं पकडण्याची वाचकांची ताकद आहे का? किंबहुना कसं वाचावं हे त्याला शिकवलं जातं का? किंवा असे शिकवता येणं शक्य आहे का?

किती वाचकांना अर्थपूर्ण व निर्मितीक्षम वाचनाची गुरुकिल्ली सापडली आहे? वाचताना जो आनंद असतो, त्याची प्रतवारी इतर कलानंदापेक्षा म्हणजेच नाटक– चित्रपट पहाणे, संगीत ऐकणे, चित्र-शिल्पकलांचा आस्वाद घेणे यातून मिळणाऱ्या आनंदापेक्षाही वेगळी, उच्चतर आहे. जर लेखन ही प्रतिभेसोबत कष्टसाध्य कला असेल, तर वाचनासाठीही संवेदनक्षमते सोबत सजग आस्वादकताही लागते. ती प्रयत्नपूर्वक आत्मसात करावी लागते आणि ती शालेय जीवनात भाषा विषय अभ्यासताना शिकवता येऊ शकते.

पण आपल्या देशात भाषा शिकविताना वाचनकला शिकवणे व वाचनाची अभिरुची वृद्धिंगत करीत उच्चप्रतीचा आस्वादक आनंद अनुभवायला शिकणे याचं शिक्षण द्यावं

लागतं याचं साधं भान पण नाही. परदेशात मात्र इंग्रजी भाषा कथा, कविता, नाटक व कादंबरी कशी वाचावी, आस्वादावी व चिकित्सा करावी याचं शिक्षण दिलं जातं आणि ते किती रंजक व आनंददायी असतं हे मला 'ॲडव्हेंचर इन रीडिंग' या पुस्तकमालेचे खंड वाचताना जाणवलं, अनुभवास आलं. ते वाचकांना आज मला वाटायचं आहे.

माध्यमिक शाळेत इंग्रजी वाङ्मय कसे वाचावे व त्याचा चिकित्सक अभ्यास कसा करावा हे निवडक कथा, संक्षिप्त स्वरूपातील कादंबरी व नाटक- एकांकिका द्वारे या दोन खंडात विशद केलं आहे. ते वाचकांसाठी Self help स्वरूपाचे आहे, तर शिक्षकांसाठी आपल्या विद्यार्थ्यांना वाङ्मयीन आस्वाद कसा घ्यावा हे सोदाहरणाने शिकवण्यासाठी मार्गदर्शक आहेत.

या दोन्ही खंडात लघुकथा विभाग असून, त्यात दहा निवडक कथा संकलित आहेत. 'ओ हेन्री', 'एडगर ॲलन पो' सारख्या जगप्रसिद्ध लेखकांच्या लघुकथा त्यात आहेत. त्याचा आस्वाद कसा घ्यावा याचे नेटके टिपण व आस्वादप्रक्रिया विशद करणारे दिशादिग्दर्शन आहे.

'Close Reading of a short story' या शीर्षकाखाली जे टिपण आहे त्यामध्ये कथेबाबतचे नेमके विवेचन आहे. कथा हा जीवनाचा एक छोटा प्रसंग, क्षण वा विचारधागा पकडणारा वाङ्मय प्रकार आहे. कथा हा जरी लवचीक वाङ्मय प्रकार असला तरी त्यात कथानक (Plot), पात्रे (Characters) लेखकाची भूमिका (Point of view), स्थळ काळ (Setting) आणि 'थीम' आशय हे घटक असतात. असे विवेचन करून दोन्ही खंडात एकेक कथा कशी वाचावी हे दर्शविले आहे. कथेच्या मार्जिनमध्ये एका सजग वाचकाच्या टिपण्या (नोटस्) दिल्या आहेत. 'The Gift' या कथेच्या मार्जिनमध्ये दिलेल्या व खाली उद्धृत केलेल्या या नोटस् बोलक्या आहेत.

'How is the Author going to make use of this problem in the story?'

'The climax, the most exciting part of the story, resolves the problems in a logical and satisfying way.'

यानंतर 'Analysis of Story' आणि 'Guide lines for Reading a short story' येतात. त्यात नवे अपरिचित शब्दांचे अर्थ समजून लेखकाने कथेमध्ये कसे समर्पकपणे वापरले आहेत, कथेची मध्यवर्ती कल्पना कोणती याचा मनाशी पडताळा वाचकाने घ्यावा. अशा स्वरूपाचे दिशा दिग्दर्शन वाचन प्रक्रिया समृद्ध

करणारे आहे. प्रत्येक कथेनंतर 'Reading Check', 'Analysing & interpreting the story', 'Literary elements', 'Language and vocabulary' आणि 'Creative writing' अशा विभागातून कथेचा विविध अंगाने कसा रसास्वाद घ्यावा हे अत्यंत मार्मिकपणे दाखवले आहे. या सर्व आयुधांचा वापर करून वाङ्मयप्रेमी शिक्षक जर विद्यार्थ्यांना कथा-कविता शिकवू लागले व चिकित्सकपणे आस्वाद घ्यायला प्रवृत्त केले, तर विद्यार्थ्यांना वाङ्मयाची व वाचनाची गोडी लागेल. आणि एकूणच वाङ्मय व्यवहार समृद्ध होईल !

आज मोठ्या प्रमाणावर वाचकांचीही संख्या वाढली आहे. पण पुस्तक वाचून नुसतंच 'छान', 'भंकस', 'कंटाळवाणे' वा 'भिक्कार' म्हणण्याऐवजी त्याचा अधिक अर्थपूर्ण आस्वाद घेण्यासाठी 'ॲडव्हेंचर फॉर रीडर्स' सारखी पुस्तके उपयोगी पडतात.

वाचन ही एक आनंददायी क्रीडा आहे, जग व माणसं जाणण्याची कला आहे व जगण्याचा तो एक अर्थपूर्ण व्यवहार आहे. पण त्यापासून मोठा मानवी समूह ज्या देशात अलग असतो त्या देशाचे भवितव्य फारसे उज्ज्वल नसते असे मला मनापासून वाटते.

'ॲडव्हेंचर फॉर रीडर्स' या पुस्तकानं वाचन का व कसं करायचं, याचा वस्तुपाठ प्रस्तुत केला आहे तो माझ्यासाठी, माझ्या वाचनानंदाच्या कक्षा वाढवणारा आहे.

असे प्रयोग मराठी व भारतीय भाषेत होतील तो सुदिन.

❑❑

१०. ज्याचा त्याचा गांधी

'मुन्नाभाई' मुळे पुन्हा एकवार 'गांधीगिरी' लोकप्रिय झाली असून तरुण पिढीला गांधीजीचे तत्त्वज्ञान आकर्षित करून घेणारे ठरले आहे. खरं तर ऐंशीच्या दशकात ॲटेनबरोबरच्या 'गांधी' मुळे या महात्म्याचे कार्य, सत्य-अहिंसेचे तत्त्वज्ञान, त्याचा परिणामकारक वापर व कृती जगभर पोहोचवली गेली होती.

साठच्या दशकात मार्टिन ल्युथर किंग व नंतर द. अफ्रिकेच्या नेल्सन मंडेलांमुळे गांधी विचार हा केव्हाच विश्वविचार झाला असून वंचित, दलित निशस्त्र-दुर्बल घटकांसाठी तो परिणामकारक आयुध ठरला आहे.

खरं तर गांधी हा विचार आहे आणि भारतात तरी परमेश्वरा खालोखाल तो सर्वत्र व्यापून आहे.

अगदी भ्रष्ट व स्वार्थी जनही जेव्हा सत्याग्रह, उपोषणे वा कायदा मोडण्याचे मार्ग अवलंबतात, त्यामागे क्षीण स्वरूपात का होईना गांधी विचार व तत्त्वज्ञान असते. सामान्य जनांच्या मनाला जिंकायचे असेल तर गांधी मार्गच अनुसरावा लागतो. अगदी राजघराण्याशी संबंधित असलेल्या व्ही. पी. सिंग यांनीही हा मार्ग स्वीकारला होता. 'राजा नाही फकिर है, भारत की तकदीर है' ही त्यांच्याबाबतची घोषणा आजही स्मरणात आहे. त्यातला 'फकिरी'पणा महत्त्वाचा. तो भारतीय साधूपरंपरेत फिट बसतो. त्याला नवा आयाम बापूजींनी तर दिला आहे.

ज्या भारताची ओळख गंगा नदी आहे, हिमालय आहे, रामकृष्ण आणि बुद्ध आहे, तद्वतच गांधी हे नाव व विचार आहे. प्रत्येक माणसाच्या वागण्या- बोलण्यात कधी

ना कधी सहजतेनं गांधी साकारत असतो, त्याच्या नकळत. कारण गांधी विचार हा इथल्या मातीचा विचार आहे, अवकाशाचा हुंकार आहे.

ज्या व्यक्तीच्या मनात करुणा व सहवेदना आहे, दरिद्री नारायणाबद्दल तळमळ आहे आणि साधेपणा हा सद्‌गुण मानण्याची भावना आहे, त्या सर्वांना कधी ना कधी, कुठे ना कुठे प्रसंगपरत्वे गांधी भेटत असतो.

आजचा प्रयत्न ज्याचा त्याचा गांधी शोधण्याचा, न्याहाळून पाहाण्याचा आहे. मलाही माझ्यापुरता गांधी अनेकवार भेटला आहे. तो सांगण्यापूर्वी, ते साक्षात्कारी क्षण उलगडून दाखवण्यापूर्वी, काही महत्त्वाच्या माणसांना गांधी कसा भेटला, ते गांधीवाद उर्फ गांधी विचार कसे जगले हे पाहाणंही मोठं मनोरम ठरेल!

नारायण मूर्ती इन्फोसिसचे संस्थापक अध्यक्ष. पण मला ते कार्पोरेट जगताचे अनभिषिक्त 'फिलॉसॉफर' व 'गाईड' वाटतात. त्यांचे व्यवसायिक जीवन हे गांधीच्या 'विश्वस्त' भावनेचं- ट्रस्टीशिपचं आदर्श उदाहरण आहे. त्यांनी भरपूर संपत्ती निर्माण केली, पण ती शेअर होल्डरसाठी. लोकांसाठी. त्यातला फारच थोडा भाग त्यांनी स्वत:साठी स्वीकारला. त्यांची सहचरी सुधा मूर्ती ही 'फिलाँथ्रोपी '- 'चॅरिटीची' मुकुटमणी शोभावी, अशी आदर्श आहे. या उभयतांनी प्राथमिक शिक्षणाचा व तोही गुणवत्तापूर्ण शिक्षणाचा ध्यास, ती भारताच्या विकासाची- मानवी विकासाची गुरुकिल्ली आहे, या श्रद्धेनं घेतला आहे. वंचिताला जेव्हा शिक्षण दिलं जातं, तेव्हा तो गांधी विचाराचा साक्षात्कार असतो. नारायण मूर्तींच्या विचार, कृती व साधेपणात सख्खे भाऊ शोभतात ते विप्रोचे अझीम प्रेमजी. त्यांनीही प्राथमिक शिक्षणासाठी ध्यास घेतला आहे. जे. आर. डी. टाटांपासून टाटा उद्योग समूहानं हीच विश्वस्ताची भावना प्रमाण मानून 'जोडोनीया धन उत्तम वेव्हारे, उदास विचारे खर्च करी' या तुकोबाच्या उक्तीप्रमाणे टाटा समाज विज्ञान संस्था, टाटा मूलभूत संशोधन संस्थासारख्या पथदर्शी संस्था स्थापल्या व आपलं भारतीय समाजजीवन समृद्ध केलं! या साऱ्यांच्या कृतीतून गांधी आपणास असे भेटतात.

गांधी प्रत्येकाला केव्हा ना केव्हा भेटतो. त्याचा साक्षात्कार होतोच. 'ग्रामीण बँकेचे' जनक युनुस मोहंमद यांना दारिद्र्य संपविण्याचा मार्ग बचत गटातून सापडला, तेव्हा त्यांना गांधी भेटला असणार. अमेरिकेचे राष्ट्राध्यक्ष बराक ओबामांनी काळ्यांवर अत्याचार करणाऱ्या गोऱ्यांचा राग न करता व इतिहासकालीन चुकांचे ओझं न घेता सर्वांना एकत्र पुढं नेण्यासाठी केलेलं आवाहन हे त्यांच्यावर प्रभाव टाकणाऱ्या गांधी विचारांचं द्योतक आहे. 'निर्भय साधक' अशी पदवी ज्यांना खुद्द बापूंनी दिली, त्या

बाबा आमट्यांचं अवघं जीवनकार्य म्हणजे गांधी विचाराचं दीप्तीमान दर्शन होय. बाबांनी केलेली कुष्ठरोग्यांची सेवा, त्यांचे 'आनंदवन' व 'हेमलकसा' सारखे प्रकल्प ही खरी गांधी विचारांची कृतिशील स्मारके आहेत.

मलाही माझ्या साध्यासीध्या जीवनात गांधी प्रसंगाप्रसंगानं भेटत गेले. मी सांगलीला जिल्हा परिषदेत असताना हागणदारी मुक्ती अर्थात घरोघरी शौचालय बांधून गाव निर्मल करण्याच्या कामात स्वत:ला झोकून दिलं होतं. मला काहींनी 'हागणदारी वाले सी. ई. ओ' अशी उपाधी दिली होती, ती मी भूषण म्हणून मिरवली. जेव्हा पलूस पंचायत समिती पूर्णपणे निर्मल झाली व ज्यांनी संत गाडगेबाबा स्वच्छता अभियानाची मुहूर्तमेढ रोवली, त्या आर. आर. पाटलांचं जन्मगावही निर्मल झालं, त्यात माझाही सहभाग होता, तेव्हा हा कार्यक्रम सामान्यजनांचं जगणं गुणवत्तापूर्ण करणारा आहे, अशी मनात प्रांजळ भावना होती. स्वच्छतेचं हे काम करताना मला गांधी पदोपदी भेटत होते.

अकोल्यामध्ये बो. ओ. टी. तत्वावर शहर बस वाहातूक मी सुरू केली, तेव्हा त्याला ऑटो रिक्शावाल्यांनी त्यांचं उत्पन्न कमी होईल म्हणून प्रखर विरोध केला. एका ऑटो रिक्षावाल्यानं खाजगी कौटुंबिक कारणास्तव आत्महत्या केली, त्याचा काही तथाकथित नेत्यांनी सिटीबस सेवेशी बादरायणी संबंध जोडून त्यात मला गोवायचा प्रयत्न केला. त्यावेळी गांधीचे अप्रत्यक्ष गुरु तुकोबारायांच्या 'सत्य असत्याशी मन केलं ग्वाही. नाही विचारले जनमता' या वचनाप्रमाणे मी जर सामान्य प्रवाशांसाठी हे काम केलं असेल तर ते योग्यच होतं, या विश्वासानं शांत राहिलो व त्यातून काही आंच न लागता बाहेर आलो. मी शांत होतो, कारण मला गांधीचा 'तलिस्मान'– जादूचा तावीज मिळाला होता. तो होता प्रश्नरूपात– ''तुमची कृती योग्य का अयोग्य असा प्रश्न निर्माण झाला तर डोळ्यासमोर गोरगरिबांचे चेहरे आणा. तुमच्या कामानं त्या गरिबांचे अश्रू पुसले जात आहेत का? हा प्रश्न स्वत:ला विचारा. उत्तर होकारार्थी असेल तर तुम्ही योग्य रस्त्यावर आहात असं समजा'' मी या जादूच्या तावीजानं त्या प्रसंगाला धीरानं तोंड दिलं!

असा गांधी केवळ मलाच भेटतो असं नाही. आपणापैकी प्रत्येकला तो भेटत असतो. कदाचित ते उमगत नसेल एवढंच. पण जेव्हा तुम्ही काटकसर करता, गरिबांच्या डोळ्यातले अश्रू पुसण्याचे काम करता, साध्याप्रमाणे साधनशुचिताही मानता, सुखभोगाला संयमाच्या कोंदणात बसवता, स्त्रियांचा सन्मान करता, आपला धर्म पाळताना इतर धर्मांचा आदर करता, तेव्हा तुम्हाला तुमच्या नकळत गांधीच

तर भेटत असतो.

असा गांधी या नववर्षात तुम्हाला भेटो, जसा तो मला मधून मधून भेटला किंवा अन्य ज्ञात-अज्ञात माणसांना भेटतो. जेव्हा तुम्हाला असा गांधी भेटेल, तो तुमच्यासाठी आत्मसाक्षात्काराचा क्षण असेल व भारत देशासाठी भाग्योदयाचा!

भारताच्या कानाकोपऱ्यात, दऱ्याखोऱ्यात, मनमानसात आणि मस्तक-हृदयात गांधी विचार भरून राहो, हे माझं मागणं.

फार लई मागणं नाही ना माझं?

❑❑

११. हत्तींचा अनाथ आश्रम

जंगल म्हटलं की 'जंगल का कानून' प्रमाणे तिथं दुबळ्या, जखमी व स्वत:च अन्न-पाणी मिळवू न शकणाऱ्या जनावरांना स्थान नसतं. हे निसर्गाचं अमानुष असलं तरी रोकडं सत्य आहे.

पण कल्पना करा, एक हत्ती शिकाऱ्याच्या गोळीनं दोन्ही डोळ्यांनी अंध झाला आहे. दुसरी एक हत्तीण जंगलात पेरलेल्या सुरुंगामुळे जखमी होऊन तिच्या चार पायांपैकी एक पाय चक्क फूट-दीड फूट कमी झाला आहे व तिला तीन पायावर प्रचंड शरीराचा भार वाहावा लागतो आहे. आणखी एक हत्ती आहे, दहा वर्षाचा झाला तरी त्याच्या घशात विकार झाल्यामुळे हत्तीचं अन्न-विविध झाडांची पाने व खाद्य– त्याला खाता येत नाही. दूध व पाण्याखेरीज काही गिळता येत नाही. 'जंगलचा कानून' जर खरा असेल तर हे तिन्ही हत्ती काही दिवसही जंगलात जगू शकणार नाहीत. पण आज हे तिन्ही हत्ती सहीसलामत असून छानपैकी जगत आहेत.

कारण त्यांना लाभलं आहे जगातला एकमेव असलेला अनाथ आश्रम. हत्तींचा अनाथ आश्रम. श्रीलंका देशात हे 'पिनावाल एलफंट ऑर्फनेज' आहे. ते मला श्रीलंका भेटीत पाहायला मिळालं आणि एक वेगळा अनुभव मला मिळाला. कोलंबो शहरापासून ऐंशी किलोमीटर अंतरावर रामबुख्व्याना हे रेल्वे स्टेशन आहे. तेथून दोन किलोमीटर अंतरावर हा पिनावालचा हत्तींचा अनाथ आश्रम 'माओया' या नदी किनारी आहे. तो सुमारे पंचवीस एकर जमिनीवर वसला आहे. तेथे सध्या त्र्याहत्तर हत्ती आहेत. १९७५ साली अनाथ आश्रमाची सुरुवात झाली. जंगलात ज्या हत्तींना त्यांच्या माता नाहीत,

अशा अनाथ हत्तींची रक्षा व्हावी व त्यांना नीट, शक्यतो नैसर्गिक वातावरणात, जगता यावं म्हणून तो वसवला गेला. आणि अनाथ हत्तींना आपलं एक हक्काचं, माणसांनी बनवलेलं घर मिळालं!

हत्तींना अनाथ रूप कसं येतं? एक कारण म्हणजे हत्तीच्या आईचा नैसर्गिक मृत्यू. दुसरं म्हणजे माणूसरूपी शिकाऱ्याचं होणारं आक्रमण. तिसरं कारण श्रीलंकेमध्ये जो लिटेचा स्वतंत्र होण्यासाठी सशस्त्र झगडा चालू होता, त्याचाही परिणाम आहे.

आज हा हत्तींचा अनाथ आश्रम जगभरच्या पर्यटकांच्या आकर्षणाचं केंद्र बनला आहे. जो पर्यटक श्रीलंकेला येतो, तो सहसा हा पिनावालाचा अनाथ आश्रम चुकवत नाही.

मी श्रीलंकेला पाऊल ठेवल्यापासून कँडीचं बुद्धाचा दात असलेलं 'दंत मंदिर' व 'पिनावाल हत्ती अनाथ आश्रमा' बाबत प्रत्येकाकडून ऐकलं होतं. त्यामुळे भल्या पहाटे टॅक्सीनं कोलंबोतून निघालो व सकाळी आठला पोहोचलो. सुट्टीचा दिवस नसूनही सुमारे पाच-सहा हजार पर्यटक जमा झाले होते.

ही सकाळची वेळ त्यांच्या खाण्याची होती. हत्तींपुढे नारळ, जॅकफ्रूट, कुंबक आदी झाडांची पाने व विशेष पशुखाद्य ठेवलं होतं. तर छोट्या एक ते तीन वर्षाच्या हत्तींना बाटलीतून दूध पाजवलं जात होतं. आश्रमाचे प्रशिक्षित कर्मचारी दोन तीन लिटर दूधाच्या मोठ्या बाटल्या सोंड वर केलेल्या हत्तीच्या घशात उपडी करत होते व गटागटा आवाज करीत बाल हत्ती मजेत पीत होते. मीही मग एका हत्तीला जवळ जाऊन दूध पाजलं. त्यावेळची त्याच्या खोल मोठ्या डोळ्यातली तृप्ती पाहून आईनं बाळाला दूध पाजल्यावर कशी वात्सल्याची अनुभूती होते, त्याचा प्रत्यय आला.

सकाळच्या खाण्यानंतर दहा ते बारा ही वेळ हत्तींच्या शाही स्नानाची. बांधलेले हत्ती मोकळे केले जातात व एका ओळीत साठ सत्तर हत्ती मिरवणुकीने, जथ्था करून जावे तसे, नदी किनारी निघतात. हेही दृश्य अनोखं व दुर्मीळ. आम्ही सारे पर्यटक त्यांच्या बाजू बाजूने त्यांना साथ देत नदी किनारी अर्ध्या तासाच्या वाटचालीने गेलो. सारे हत्ती शिस्तीत व रांगेत जात होते. ते नदीच्या पाण्यात शिरले व एकमेकांवर पाणी उडवत मनसोक्त खेळू लागले. दोन-तीनशे मीटरच्या क्षेत्रात नारळ व कुंबक अशा ट्रॉपीकल रेन फॉरेस्टच्या हिरव्याकंच वृक्षराजीच्या पार्श्वभूमीवर, चमकत्या सूर्य प्रकाशात, खळाळणाऱ्या लाटेत एका वेळी साठ सत्तर हत्ती जलक्रीडा करताना पाहून डोळ्याचं पारणं फिटलं होतं!

त्यांची मस्ती, एकमेकांच्या अंगचटीला जाणं, सोंडेतून पाण्याची भली मोठी लाट सोडणं, पाण्यात लोळत अंग घासणं किंवा शांत पडून राहणं... सुमारे दोन तास ही जलक्रीडा आम्ही अनुभवली व परत हत्तींच्या निवासस्थानी आलो.

आता गाईडसह फिरून एक एक हत्तीची जन्मकहाणी ऐकू लागलो. त्यातून हा अनाथ आश्रम कसा आकारला आला याचं चित्र नजरेसमोर साकारलं. पर्यावरण संवर्धनाचं यापेक्षा अधिक चांगलं उदाहरण शोधूनही सापणार नाही.

आम्हाला गाईडनं 'राजा' नावाचा दोन्ही डोळ्यांनी अंध असलेला हत्ती दाखवला. तो जन्मांध नव्हता, तर शिकाराच्या गोळीनं अंध झाल्याचं कर्मचाऱ्यांचं अनुमान आहे. सुदैवानं 'राजा' त्यांना जंगलात जखमी अवस्थेत मरायला टेकलेला असताना सापडला व तो इथं आणला गेला. आज तो स्वस्थ आहे, पण तो पूर्णत: माणसांवर जगण्यासाठी अवलंबून आहे. मुख्य म्हणजे माणसाप्रती कृतज्ञ आहे. गाईड मला म्हणाला, "सर, हा आमच्याशी बोलतो. त्याची गर्जना, त्याचा आवाज आम्हाला समजतो. जेव्हा भोजनानंतर त्याचं पोट भरते, तो आम्हाला 'थॅंक्यू' म्हणतो असं वाटतं."

मी हेलावून गेलो तो 'सामा' ही हत्तीण तीन पायावर चालताना पाहून. ती स्नानासाठी आली होती व अवजड वजन पेलत चालताना होणारी तिची अवस्था पाहून मन कळवळत होतं. बहुधा ती जमिनीत पेरलेल्या सुरुंगामुळे आपल्या एका पायाचा काही भाग गमावून बसली असावी. तिला कृत्रिम पाय बसवायचा प्रयत्न झाला, पण तो सूट झाला नाही. पण आज ती सुरक्षित जगते आहे.

दुपार चढत होती. हत्तींच्या विश्रांतीची वेळ झाली होती. त्यामुळे आश्रम बंद करण्यात आला. आम्ही मधल्या काळात डोळे भरून चारपाच डझन हत्तींचे कळप मनसोक्त पाहून घेतले होते. आणि मन भरल्या अवस्थेत अनाथ आश्रमाचा निरोप घेतला.

मानवी प्रज्ञा वादातीत आहे. पण हत्तींच्या अनाथ आश्रमाची कल्पना सुचणं, असाहाय्य, जखमी व माता विरहित एक-दोन वर्षांच्या हत्तींना सुरक्षित जगण्यासाठी आधार देण्याचं सुचणं हे प्रज्ञेबरोबर करुणेचं व मानवी भूतदयेचं काम आहे. पिनावालाचा हा हत्तींचा अनाथ आश्रम याचं साक्षात दर्शन आहे.

आज जगावर दहशतवादाची दाट छाया पसरली आहे. माणसं माणसाला धर्म-भाषेच्या नावाखाली मारत आहेत. भारत त्याचा गेले दोन दशके सामना करीत आहे. श्रीलंकेलाही इलम लढ्याच्या निमित्तानं त्याचा अनुभव आला आहे. माणसाला सुरक्षित वाटेनासं झालं आहे. अशावेळी वनखात्याची माणसे, खरीखुरी

भूतदयावादी माणसं, अनाथ हत्तींना घर देत आहेत, सुरक्षितता आणि प्रेम, माया देत आहेत. जगण्यावर आणि माणसाच्या माणुसकीवर श्रद्धा बळकट करणारी ही मानवी कृती विलक्षण बोलकी आहे.

जाताना मी प्रथम 'सामा' च्या आखूड पायावरून गाईडच्या परवानगीनं हात फिरवून मनोमन तिच्या त्या अवस्थेबद्दल ज्यानं ते दुष्कृत्य केलं, त्याच्या वतीनं माफी मागितली. मग 'राजा' च्या अंध पण पाणीदार डोळ्यात डोकावून पाहिलं. त्यातली निर्मळता पाहून त्यानं मानवी क्रौर्याला केव्हाच माफ केलं आहे असं वाटलं. असं मन मोठं करून प्रत्येक माणसाला माफ करता आलं तर हे जग अधिक सुंदर होईल, असं मनात आलं.

❐❐

१२. ''हर जानकी किंमत जानते है -''

२६ नोव्हेंबर २००८. ९/११ प्रमाणे हा दिवस भारतवासी कधी विसरू शकणार नाहीत. या २६ जानेवारीला त्या घटनेला दोन महिने होतात, तरी भारतीय समाजमनावर झालेली दहशतवादाची जखम अजूनही ओली आहे.

आज महाराष्ट्रात प्रत्येक गावात, शहरात हमरस्त्यावर मोठमोठाले फलक लावलेले. त्यात २६ नोव्हेंबरला पाकिस्तानच्या अतिरेक्याशी सामना करताना शहीद झालेले तीन पोलिस अधिकारी हेमंत करकरे, अशोक कामटे व विजय साळसकर आणि एनएसजीचे मेजर उन्नीकृष्णन यांचे फोटो व त्यांना वाहिलेली भावपूर्ण श्रद्धांजली

''शहीदो तुमको सलाम!'',''जो शहीद हुए है उनकी जरा याद करो कुर्बानी.'' हे चार वरिष्ठ अधिकारी साऱ्या देशाच्या मनात शहीद म्हणून कायम कोरले गेले आहेत.

प्रवास करताना जेव्हा जेव्हा मी त्यांना श्रद्धांजली वाहाणारे फलक पहायचो, माझ्या मनात विचारांचा कल्लोळ दाटायचा. ज्यासाठी या चार शहीदांनी व अन्य पोलीस अधिकारी कर्मचाऱ्यांनी बलिदान दिलं, तो सीमापार पुरस्कृत आतंकवाद केव्हा संपेल? केव्हा भारत दहशतवादापासून मुक्त होईल?

आज साऱ्या जगाला दहशतवादाच्या समस्येनं ग्रासलं आहे. तो अत्याधुनिक शस्त्र-अस्त्रानं अधिकच संहारक व रक्तरंजित झाला आहे. आत्मघातकी पथकामुळे त्याचा सामना कसा करावा हा मोठा यक्ष प्रश्न आहे. खऱ्या-खोट्या विचार, कडव्या धर्मवादासाठी अनेकांना मारून मरून जाण्याची तयारी असलेल्यांना कसं रोखायचं? कसं पकडायचं?

जे अतिरेकी आजवर पकडण्यात आले आहेत त्यांना

कठोर शिक्षा व्हावी असा एक जोरकस मतप्रवाह आहे. मुंबईवरील अतिरेकी हल्ल्यात जिवंत सापडलेल्या कसाबला जाहीरपणे फाशी द्यावी अशीही मागणी होत आहे.

पण शहीद झालेल्या पोलीस अधिकारी हेमंत करकरेच्या कन्येस तसं वाटत नाही. कसाबचं वय अवघं २१ वर्षाचं आहे. त्याला सुधारण्याची संधी द्यावी आणि त्याच्या मनातील दहशतवाद संपवावा, असं तिचं मत आहे. कारण कसाबला कंडिशनिंग केलं गेलं आहे. त्याला धर्मांध बनवलं गेलं आहे. धर्माचा खरा अर्थ त्याला सांगायला हवा.

हेमंत करकरे स्वत:ला 'अँटी टेररिस्ट स्क्वॉड' ऐवजी 'अँटी टेररिझम स्क्वॉड' चा प्रमुख म्हणवून घेत. ते असंही म्हणायचे की, मला दहशतवादाची विचारसरणीच मान्य नाहीय. मी माणसाला निश्चित समजून घेतो. त्यामुळे माणूस बंदूक का उचलतो, याचा आपण विचार करायला हवा.

ही मुलाखत ऐकताना व वृत्तपत्रातील तिचा प्रसिद्ध झालेला संपादित भाग वाचताना प्रथमत: मला हे अविश्वसनीय वाटलं. जिच्या पतीला अतिरेक्याच्या गोळीला बळी पडावं लागलं, त्या पत्नीला आणि जिच्यावरील सर्वार्थानं ग्रेट व आदर्श असलेल्या पित्याचं छत्र गोळीनं नाहीसं झालं, त्या कन्येच्या मनात क्रोधाऐवजी करुणा आणि संतापाऐवजी नितळ समंजसता निर्माण होणं काय दर्शवितं? गोळीला गोळीनं उत्तर देणं हा जंगलचा कायदा झाला. त्यानं हिंसा व हिंस्रपणा कधीच संमत नाही. इस्रालयनं साठ वर्षे याच न्यायानं प्रतिकार व आक्रमण करूनही त्यांच्या भागातला दहशतवाद कुठे संपला? कविता करकरे व त्यांची कन्या धर्माचा विकृत अर्थ लावून दहशतवादी कृत्य करणाऱ्यांना धर्मांचा खरा अर्थ समजावून सांगत, मनातला दहशतवाद संपवला पाहिजे असं जे सांगत आहेत, त्या मार्गानंच तर दहशतवाद संपू शकतो.

काल ३० जानेवारी होती. महात्मा गांधी याच दिवशी हिंसेच्या गोळीला बळी पडले. पण नंतर अनेक गांधीवाद्यांनी त्यांच्या मारेकऱ्याला फाशी न देता त्याला सुधारण्याची संधी द्यावी असं मत व्यक्त केलं होतं. आज कविता करकरे तरी दुसरं काय करीत आहेत? मागच्या एका लेखात म्हणल्याप्रमाणे गांधीविचार या मातीचा विचार आहे, इथल्या अवकाशाचा हुंकार आहे आणि तो दया, क्षमा, शांती सांगतो.

पण आज जग किती हिंसेनं भरलं आहे! मनाला कंडशनिंग करीत धर्मांध बनवणं आणि त्यासाठी शस्त्र उचलणं हाच एक मार्ग आहे, हे तरुण कोवळ्या मनावर बिंबवणं याचं शास्त्र एवढं परिपूर्ण झालं आहे की, जगाच्या पाठीवर

सर्वत्र असे मरणाला सिद्ध असणारे व शेकडो निष्पाप बायका, मुले व माणसांना मारताना काळजात क्षणमात्रही कळ न उमटू देणारे हजारो दहशतवादी सातत्याने निर्माण होत आहेत. अगदी बालकांना, कोवळ्या मुलांनाही 'बालसैनिक' म्हणून वेठीस धरलं जात आहे.

अशा हिंस्त्र व दहशतवादी दुनियेत माणूस सुधारण्याची व बदलण्याची भाषा करणारे गांधी विसंगत वाटत नाहीत? बॉलीवूडच्या हिंदी सिनेमांनी हाणामारी, हिंसा व डॉन-डाकूचे जीवन ग्लॅमरस करून त्यांना 'हीरोपदा' वर कळत नकळत स्थापित केलं आहे. एक गांधीगिरी करणारा मुन्नाभाई रुचीपालट म्हणून आवडला तरी 'हिंसा, अधिक हिंसा' हाच बॉलीवुडच्या बॉक्स ऑफिसचा नियम व मानदंड झाला आहे. अशा सिनेमांचे यश काय दर्शवितं? प्रेक्षकही 'हिंसे' बाबत भावनिक स्तरावर कंडशनिंग झाले आहेत आणि हा फार मोठा धोका आहे.

त्यामुळे कविता करकरे व तिच्या मुलीच्या मनात उठलेला करुणेचा व मानवतेचा स्वर मला मोलाचा वाटतो. तीव्रतम वैयक्तिक आघात झेलूनही तो उमटतो हे महत्त्वाचं आहे. तो गांधी विचार सांगतो. या देशात खोलवर ठसलेला सर्वधर्म समभाव सांगतो. हा स्वर प्रत्येकानं ऐकला पाहिजे व त्यावर विचार केला पाहिजे. त्यातूनच कदाचित आपणास दहशतवादावर कशी मात करता येईल याचं उत्तर सापडू शकेल.

हिंदी सिनमातील प्रसिद्ध कवि शैलेद्रनं हाच विचार किती सोप्या शब्दात, समर्थपणे सांगितला आहे. 'कुछ लोग जो जादा जानते है, इन्सान को कम पहचानते है. ये पूरब है, पूरबवाले हर जानकी किंमत जानते है. मिलजुलके रहो और प्यार करो. उस सीखहीसे जो रहते है. हम उस देशके वासी है, जिस देशमे गंगा बहती है."

माणसानं माणसासारखं एकमेकावर प्रेम करीत 'लिव्ह अँड लेट लिव्ह' या तत्त्वानं जगावं हेच तर दुसरा मोठा फिल्मी शायर साहिर किती समर्थपणे सांगून गेला.

"नफरत जो सिखाये तो धरम तेरा नही है
इन्सान को रोंदे वो करम तेरा नही है
तूं हिंदू बनेगा न मुसलमान बनेगा
इन्सान की औलाद है, इन्सान बनेगा"

पण कोण लक्षात घेतो?

ते घेतलं पाहिजे, हे आज कविता करकरे सांगत आहेत. त्यांचा मानवतावादी गांधी विचारात भिजलेला सच्चा स्वर विरून जाता कामा नये.

❑❑

१३. नवलाईची खेळगाडी - टॉय ट्रेन

मला 'मेरे सपनोकी रानी कब आयेगी तू' हे 'आराधना' चित्रपटातील गाणं जेवढं राजेश, शर्मिला आणि सचिनदेव बर्मनच्या तरुण चालीसाठी आवडतं, त्याहीपेक्षा जास्त मला दार्जिलिंगच्या हिमालयन टॉय ट्रेन नावानं ओळखल्या जाणाऱ्या खेळण्यासारख्या नॅरो गेज ट्रेनमुळे. त्यामुळे दार्जिलिंगचा चार दिवसाचा मुक्काम आटोपून जेव्हा सिलिगुडी मार्गे कलकत्त्याला परतायचा क्षण आला, तेव्हा मी या युनेस्कोनं 'वर्ल्ड हेरिटेज' म्हणून घोषित केलेल्या टॉय ट्रेन मधून जायचं ठरवलं.

हा माझ्या मित्रांच्या मते निव्वळ खुळेपणा होता. ऐंशी किलोमीटर प्रवासासाठी आख्खा दिवस, दहा-बारा तास (आता इतिहासजमा झालेल्या) बार्शी लाईट रेल्वेप्रमाणे संथ गतीनं जाणाऱ्या रेल्वे प्रवासात खर्च करणं हा तसा वेडेपणाच म्हणायला हवा, पण हा केवळ संथ गतीचा ट्रेन प्रवास नव्हता, तर तो एक अद्‌भुत असा सौंदर्य दर्शनाचा प्रवास होता. मी मित्रांना न जुमानता हा ट्रेन प्रवास केला आणि केवळ माझे डोळे, माझी नजरच धन्य झाली नाही तर माझा अंतरात्माही हिमालयाच्या विविध रंगी सौंदर्यदर्शनानं कायमचा तृप्त झाला.

ही टॉय ट्रेन अवघ्या पाच डब्यांची. आमचा फर्स्टक्लासचा डबा नितांत देखणा व आरामदायी. जेव्हा दार्जिलिंग स्टेशन सोडलं व घूम या आशियातल्या सर्वात उंच ७,४०७ फूट उंचीवरील रेल्वे स्टेशनकडे ती धावू लागली- नव्हे माणसाप्रमाणे ताशी दहा ते बारा किलोमीटर वेगाने 'जॉगिंग' करू लागली, तेव्हा आमच्यापुढे दार्जिलिंग या पहाडी इलाक्याचं सारं सौंदर्य साकार झालं. एका बाजूला उंच डोंगर मालिका, आणि दुसऱ्या बाजूला खोल दरी,

फुललेले चहाचे मळे, सूर्यप्रकाशात चमकणारी हिमशिखरे आणि गजबजलेलं शहर, हॉटेल्स व दुकाने... ज्याप्रमाणे घाटामध्ये रस्ते अर्धवर्तुळाकार, प्रसंगी वर्तुळाकार, असतात, तसाच रेल्वे ट्रॅक होता. त्यामुळे खिडकीतून पाहाताना शहराच्या दोन्ही बाजू पाहाता येत होत्या.

ही दार्जिलिंग हिमालयन रेल्वे, तिला 'टॉय ट्रेन' म्हणतात. खरंच खेळण्यासारखी आकर्षक निळ्या रंगाची ही नॅरो गेजवर धावणारी छोटेखानी रेल्वे, बागेतल्या फुलराणी प्रमाणे, बालमनाला आनंद देणारी होती. आमच्या प्रौढ मनातलं बाल्य तिनं जागं केलं होतं आणि पाहाता पाहाता आम्हीही सहप्रवाशांच्या छोट्या मुलांसारखे केव्हा झालो ते कळलंच नाही.

घूम सुटलं तसा सेंचेतचा संरक्षित वनाचा भाग सुरू झाला. ओक, वॉलनट, चेस्टनट आदी वृक्षांची दाट झाडी पाहाताना मन प्रसन्न होत होतं. सुदैवानं हा बहराचा कालखंड होता, म्हणून त्याच्या रंगीबेरंगी फुलांची रंगपंचमी चालू होती. आणि मुख्य म्हणजे आता आमची टॉय ट्रेन ही 'टायगर हिल्स' मधून जात होती, जिचं अत्युच्च शिखर कांचनगंगा आम्ही कालच टायगर हिलच्या टॉप टॉवरवरून सूर्योदयाला पाहिलं होतं. त्या अविस्मरणीय स्मृती मनात पुन्हा तरळू लागल्या.

घूम हे या ट्रेन प्रवासातले अत्युच्च शिखर होते. तिथून सिलिगुडीचा प्रवास म्हणजे उतरणीचा प्रवास होता. पण तरीही आम्ही समुद्रसपाटीपासून चांगले चार-पाच हजार फूट उंचीवर होतो. आणि हिमालयाच्या कुशीतून जात होतो.

या ट्रेन रूटचं वैशिष्ट्य म्हणजे या ऐंशी कि. मी. प्रवासात कुठेही बोगदा लागत नाही. हा रेल्वे इंजिनिअरिंगचा चमत्कार म्हटला पाहिजे. त्यासाठी 'लूप' या तत्त्वाचा त्यांनी आधार घेऊन रेल्वे रूळ टाकले. सुमारे एकशे सतरा वर्षापूर्वी सुरू झालेली ही रेल्वे त्या काळातलं तंत्रविज्ञान व स्थापत्यशास्त्र या मधला मानवी प्रज्ञेचा साक्षात्कार होता. जगात अशा पद्धतीच्या केवळ दोनच रेल्वे आहेत. ब्रिटिशांनी भारताला केवळ रेल्वे ही दळणवळणाची यंत्रणाच दिली नाही, तर एक वेगळी रेल्वे संस्कृती दिली. ही दार्जिलिंग हिमालयन ट्रेन या रेल्वे संस्कृतीचा नितांत देखणा, कलात्मक, केवळ अद्‌भुत असा अविष्कार होता.

आमची ट्रेन संथ गतीनं धावत होती आणि खिडकीतून बाहेर पाहाताना किती न काय काय पाहू असं झालं होतं. मुळात हिमालय पर्वत हा निसर्गाचा सर्वांग सुंदर विलोभनीय आविष्कार. साऱ्या जगाचा आकर्षण बिंदू. त्याच्या कुशीतून बोगदा न पाडता रेल्वे रूळ टाकून ट्रेन सुरू करण्याची ज्याला कल्पना

सुचली, त्याला खरंच सलाम केला पाहिजे. तो केवळ कुशल रेल्वे इंजिनिअरच नव्हता, तर कविमनाचा, चित्रकार वृत्तीचा आणि आध्यात्मिक प्रकृतीचा असावा, असं मला वाटतं. कारण या रेल्वे ट्रॅक मुळे कुठेही हिमालयाच्या सौंदर्याला तडा गेला नाही, उलटपक्षी त्याच्या कुशीतून धावणारी ही खेळणी स्वरूप ट्रेन त्याच्या सौंदर्याला चार चांद लावीत होती.

आमची ट्रेन कुरसेंग या छोट्या टुमदार हिल स्टेशनच्या स्थानकावर थांबली, तेव्हा आम्ही उतरून चहा घेतला. तिबेटी वंशाच्या बौद्ध धर्मीय लोकांचा हा प्रदेश. त्यांची स्तूप वळणाची प्रार्थनास्थळं आणि भगव्या पताका प्रत्येक वळणावर दिसत होत्या. ट्रेन आता कुरसेंग बाजारामधून जात होती. त्यामुळे रस्त्यावर लोक ट्रेनला वाट देण्यासाठी थांबले होते. आम्हा ट्रेन प्रवाशांना हात हलवून हसतमुखानं अभिवादन करीत होते. आमच्या सोबतचे परदेशी पाहुणेही त्याला प्रतिसाद देत होते.

आमचा एक सहप्रवासी हा रेल्वे इंजिनिअर होता. तो आम्हाला मधूनमधून माहिती देत होता. त्यामुळे आमचा प्रवास अधिक वेधक होत होता. "या ट्रेन रूटचं वैशिष्ट्य सांगायचं झालं तर स्पेशल लूप, झेड क्रॉसिंग व स्विचबॅक होय. लूप व झेड क्रॉसिंगची रचना केल्यामुळे या हिमालयामध्ये कुठेही पोखरून बोगदा काढला नाही. आणि दार्जिलिंग ते सिलिगुडी हा उताराचा प्रवास असल्यामुळे ट्रेनची गती नियंत्रित करण्यासाठी मध्ये मध्ये गाडी उतारावर जाण्यापूर्वी थोडी वर डोंगरावर जाते व पुन्हा मागे येते व पुढे धावू लागते."

या ज्ञानामुळे काही मिनिटांनी स्विचबॅकचा थरार अनुभवताना विशेष मजा वाटली. उतारामुळे गाडीची गती वाढली होती, आणि डाव्या बाजूला खोल दरी पहाताना डोळे फिरत होते व मनात भीतीची सूक्ष्म लहर उठत होती. पण अचानक गाडी क्रॉसिंग करीत उजव्या बाजूला डोंगरावर चढली, थांबली व क्षणभरानं घरंगळल्यासारखी मागे आली व पुन्हा क्रॉसिंग करीत उताराकडे धावू लागली.

आता अधिक दाट जंगल सुरू झालं होतं. साल, टीक, टुन आदी वृक्षांची हिरवीकंच दाटी डोंगरावर झाली होती आणि पसरलेला तजेलदार हिरवा रंग डोळ्यांना शांतवत होता. या हिरव्या रंगावर बोगनवेलीया, पॉईनसेटीया आणि ऑर्किडच्या फुलांच्या लाल, जांभळ्या, पिवळ्या रंगाची नैसर्गिक नक्षी विणली गेली होती. वाटलं, ही गर्भ रेशमी, विविध रंगांच्या नक्षीनी सुशोभित केलेली हिरवी शाल हिमालयीन पर्वतदेवतेनं जणू पांघरली आहे व तिच्या देदीप्यमान सौंदर्यानं डोळे दिपून जात आहेत. तिच्या शुभ्र हिमकांतीवर ही हिरवी

नक्षीदार शाल शोभून दिसत आहे.

आता सिलीगुडी जवळ येत होतं आणि डोंगराचा प्रवास संपायच्या मार्गावर होता. पठारावर गाडीनं गती पकडली होती. महानदी पुलावरून जाताना खालून खळाळून वाहणारी शुभ्र पाण्याची महानदी डोळे तोषवीत होती. खरंच, डोंगर, बर्फ, खळाळणारं पाणी आणि हिरवळ हे निसर्गाचे अक्षय आनंद देणारे स्रोत आहेत.

सिलिगुडी स्टेशन आलं, आणि आमचा अद्‌भुत असा रोमांचकारी प्रवास संपला होता.

आजचा दिवस माझ्यासाठी केवळ अविस्मरणीय नव्हता, तर एक नवा साक्षात्कार देणारा होता. महान अद्‌भुत सौंदर्याचा हिमालय व त्याला आव्हान न देता त्याच्याशी सलगी करीत, त्याच्या कुशीतून पळणारी रेल्वे लाईन टाकून एक रोमांचकारी सफर घडवणारी उत्तुंग मानवी प्रतिभा, जी विज्ञान व कलेच्या संगमातूनच साकार होऊ शकते, याचं जे दर्शन घडलं होतं, ते बेमिसाल होतं. मी म्हणूनच नतमस्तक होतो त्या स्वयंभू उत्तुंग हिमालयापुढे आणि त्याच जोडीनं मानवी प्रतिभेपुढे, जिनं ही निर्मिती केली होती!

हा केवळ रेल्वे प्रवास नव्हता, एक अद्‌भुतरम्य सौंदर्य दर्शनाची मन व नजर तृप्त करणारी सफारी होती. ती आम्ही दहा तास अनुभवली आणि धन्य धन्य झालो.

□□

१४. 'इस प्रेम ग्रंथ के पन्नो पर---'

'घायल की गती घायल ही जाने' असं कृष्णविव्हळ मीरानं म्हणलंय. तसंच प्रेमाचं असतं. योग पाहा, मागील एका लेखामध्ये आपण अमेरिकेतला प्रेमाचा उत्तुंग ताजमहाल बोल्ट कॅसलच्या रूपानं पाहिला. त्यानं तुमच्या मनात प्रेमाचे रोमांच नक्कीच उठले असतील. कारण प्रत्येकजण सहचरीवर प्रेम करतोच. फक्त त्याचा आविष्कार त्याला कधी करता येत नसेल. संगीत, शिल्प, सिनेमा व फोटोग्राफी ही कलामाध्यमे प्रेमभाव प्रगट करण्यासाठी महत्त्वाची आहेत, पण शब्दकला या सर्व ललित कला आपल्या कवेत घेऊन जेव्हा प्रेमग्रंथ रचते, तेव्हा साहित्यातले दिलकश ताजमहल उभे राहतात व ते पुस्तक रूपाने सदैव जवळ बाळगता येतात. मन चाहेल तेव्हा त्याचं दर्शन घेता येतं, अनुभव घेता येतो आणि आपल्या प्रेमाचं रूपही त्या दर्पणात पाहाता येतं!

एके काळी मराठी साहित्यात तारुण्यसुलभ प्रेमाचे ताज ना. सी. फडक्यांनी कादंबऱ्यातून रचले होते. विदग्ध व त्यागमूलक प्रेमाचे उत्तुंग मनोरे शरदबाबूंनी त्यांच्या बंगाली कादंबरीतून रेखाटून भारतीयांना त्यागमय प्रेम कसं करावं त्याचा वस्तुपाठच दिला होता. कवी अनिल व कुसुमावती देशपांडे यांचा 'कुसुमानिल' हा असाच एक अस्सल प्रेमग्रंथ!

पण अलीकडे मराठीत एक अजोड, माझ्या मते एकमेवाद्वितीय असा प्रेमग्रंथ प्रसिद्ध झाला आहे, तो एवढा अपूर्व आहे की त्याची सर्वदूर चर्चा व पारायणे व्हायला हवी होती. पण माझ्याही वाचनात तो अलीकडेच आला आणि हळहळ वाटली. एवढी सुरेख काव्यमय भाषाशैली, सुबोध पण मन रोमांचित करणारी शब्दकळा आणि उत्कट खोल

तरी संयमी प्रेमाचं दर्शन मराठीत तरी दुर्मीळ आहे. आ. ह. साळुंके यांचं 'तुझ्यासह आणि तुझ्याविना' हा प्रेमग्रंथ केवळ वाचनीय नाही, तर प्रत्येकाच्या मनातली प्रेमाची तार छेडणारा आहे. तरुण-तरुणींसाठी प्रेम ही भावना केवढी प्रगाढ व मनोरम असते आणि ती साहित्य व कलेच्या साथीनं केली तर अवघं जीवन कसं काव्यमय, रसीलं व सुरेल होऊन जातं याचा साक्षात वस्तुपाठ आहे. मी हे पुस्तक एकदा नव्हे अनेकदा वाचलंय आणि यापुढे ते सदैव माझ्याजवळ राहाणार आहे. कारण केव्हाही, कुठलंही पान उलगडावं आणि प्रेम व पती-पत्नीच्या रम्य सहजीवनाचा एक नवा वेगळा पैलू अनुभवावा. मग पुस्तक मिटून आठवणीत रमून जावं. आपलंही सहजीवन व त्यातले खट्टे-मीठे प्रसंगी आठवावेत आणि चिंब होऊन जावं!

खरं तर आ. ह. साळुंकेंची मराठी जगताला ओळख आहे ती एक प्रखर बुद्धिमंत वैचारिक लेखक म्हणून. चार्वाक, तुकाराम आणि गौतम बुद्धावरील त्यांचे ग्रंथ मराठी भाषेचे अजोड ग्रंथ. पण ते संस्कृत साहित्याचे विद्यार्थी आहेत आणि कालिदास, भवभूती आणि भासाचे संदर्भ त्यांना पदोपदी पत्नीच्या वियोगानं दु:ख प्रकट करताना आठवतात आणि त्याचं सहजीवन त्या संस्कृत ग्रंथातील प्रकट होणाऱ्या प्रेम व इतर उत्कट मानवी भावभावनांच्या साथीनं फुललं व बहरत गेलं, हे वाचताना साळुंके सरांचं जे रूप समोर येतं ते लाजबाब.

प्रस्तुत पुस्तक जरी मी मराठीतला एक अपूर्व असा प्रेमग्रंथ म्हणत असलो तरी तो पहिल्या पृष्ठापासून अंतिम पृष्ठापर्यंत पत्नीवियोगाच्या कायमस्वरूपी शोकरसात बुडून निघालेला आहे. सुमारे तीस-बत्तीस वर्षांच्या सहजीवनानंतर साळुंकेच्या पत्नीचं कर्करोगाशी सामना करताना निधन झालं आणि त्यानंतर वर्षभरानं न राहवून साळुंकेनी हे सलग लेखन केलं. त्यांच्या जीवनाला ऊर्जा पुरविणारा एक अत्यंत महत्त्वाचा स्रोतच आटून गेल्यामुळे ते अनेकांगी निराधार झाले व आपलं मन मोकळं करण्यासाठी लेखनाचा मार्ग स्वीकारला. इतका व्यक्तिगत संवाद लेखनातून प्रकट करण्याबाबत काही काळ साळुंके साशंक होते, पण मराठी वाचकाचं अहोभाग्य की, त्यांनी ते केलं व आपल्याला एक अपूर्व ग्रंथ लाभला!

आ. ह. साळुंकेंनी पुस्तकाची सुरुवातच मुळी पत्नी विरही यक्षाच्या कालिदास प्रणीत 'मेघदूता' च्या संदर्भात करीत पत्नी वियोगाच्या दु:खाचे प्रकटीकरण केलंय. मेघदूताच्या यक्षाला पत्नीपासूनच्या एका वर्षाच्या विरहाची कुबेरानं शिक्षा दिलीय, पण साळुंकेना नियतीनं कायमच्या विरहाची चिरवेदना दिलीय. तात्पुरत्या

वियोगात सावरणं शक्य असतं कारण पुर्नमीलनाची खात्री असते, पण प्रिय व्यक्तीच्या मृत्यूनं होणाऱ्या वियोगाची गोष्ट वेगळी. तिथं सारं काही संपलेलं असतं. फक्त उरतात त्या आठवणी. त्या जाणवतात, पण अमूर्त असतात. त्या विसरायचा प्रयत्न केला तर एका भयाण निर्जीव पोकळीमध्ये निर्जीव जगावं लागतं. उलट सतत आठव केला तर अंत:करण पिळवटून निघालं, तरी एकाकीपणाचं दु:ख काहीसं हलकं होतं. साळुंकेनी हा दुसरा मार्ग स्वीकारून आपल्या पत्नीबरोबरच्या आठवणींना जो काव्यमय उजाळा दिला आहे व त्यात जागोजागी आलेले संस्कृत काव्यांचे जे मनोरम संदर्भ आहेत, ते वाचताना वाचक त्यात पार आकंठ बुडून जातो.

साळुंके सर व त्यांच्या पत्नीच्या सहजीवनात वेगळं, अघटित असं काही नव्हतं. पण परस्परांवर उत्कट प्रेम करणं हेच मुळी आजच्या काळात अघटित नाही का? या प्रेमग्रंथाच्या पानापानावर संस्कृत काव्याच्या संदर्भात रत्नजडित कोंदणात साळुंके दांपत्याच्या जीवनातले काही नाजूक मनोरम क्षण व भावविश्व नजाकतीनं उलगडलं जातं. त्यांची काही उदाहरणे देण्याचा मोह मला आवरत नाही.

उदयन वीणा शिकवत असताना त्याच्या प्रेमात बुडालेली वासवदत्ता त्याच्याकडे पाहात रहायची. वाद्यावरचा तिचा हात अलग व्हायचा आणि अवकाशाच्या पोकळीत वाद्यवादन व्हायचं. अशा आशयाचा श्लोक उद्धृत करून साळुंके विवाहापूर्वी तिच्या भावाशी एकदा गप्पा मारताना ती कशी एकाग्रतेनं वाचत होती, हे सांगितलंय. पण खरं तर ती काही वाचत नव्हती. तिचं सारं लक्ष साळुंकेंकडे होतं. या बाबत वासवदत्तेच्या वीणावादनाचा संदर्भ देत ते लिहीतात. "वासवदत्तेच्या मनाचं बोटावरचं नियंत्रण गेलं होतं व ते मन तिच्या डोळ्यांमध्ये केंद्रित झालं होतं. याउलट तुझ्या मनाचं डोळ्यावरचं नियंत्रण गेलं होतं व ते तुझ्या कानांमध्ये केंद्रित झालं होतं. वासवदत्ता आपल्या डोळ्यांनी उदयनाचं रूप पिऊन घेत होती व तू तुझ्या कानांनी माझे शब्द पिऊन घेत होतीस."

कालिदासानं मेघदूतामध्ये 'विभ्रम हा स्त्रियांचा आपल्या प्रेमिका विषयीच्या प्रणयाचा आद्य उद्‌गार असतो' असं म्हणलं आहे. साळुंके पत्नीला अर्थात विवाहापूर्वी संस्कृत शिकवत होते, तेव्हा एके रात्री तिनं त्यांच्या हाती गुलाबाचं एक फूल ठेवलं. तेव्हा साळुंके म्हणतात, "तुझं माझ्याशी पुष्प विभ्रमाच्या रूपानं झालेलं सुस्पष्ट असं कालिदासाच्या भाषेतलं 'आद्य प्रणय वचन' त्या रात्री त्या गुलाब पुष्पाच्या रूपानं उच्चारलं गेलं!" त्या गुलाबाच्या माध्यमातून त्यांना रूप-रस-गंध-स्पर्शाची अनुभूती झाली आणि ध्वनीची पण. कारण त्यांनी ते गुलाबपुष्प हळुवारपणे आपल्या कानांच्या शेजारून गालावर फिरवलं, तेव्हा निर्माण झालेला

एक सूक्ष्म ध्वनी- तो प्रेमस्वर तर होता- त्यांनी जरूर कानांनी अनुभवला. त्या गुलाबाच्या पाकळ्यांच्या स्पर्शानं देहाबरोबर मन रोमांचित झालं व अवघ्या अस्तित्वावर प्रसन्नतेचा शिडकावा त्यांना वासनेचा पलीकडे रमणीय प्रणय प्रदेशात घेऊन गेला. हे वाचताना 'मुघल ए आजम' मधला तो गाजलेला सीन आठवतो ना, जेव्हा दिलीपकुमार मधुबालेच्या गालावरून हळुवारपणे मोरपीस फिरवीत आहे व तानसेनाची प्रणयोत्सुक तोडी पार्श्वसंगीतासारखी बरसत आहे...

विवाहापूर्वी एकदा दोघांनी नागपंचमीच्या आदल्या रात्री एकमेकांना मेंदी काढली, तेव्हा त्यांच्या हातावरील मेंदी जास्त रंगली होती. कारण तिचं तर्कशास्त्र होतं, "ज्यानं काढलेली मेंदी जास्त रंगते, त्याचं प्रेम अधिक असतं." तिच्या प्रेमाला तर तोड नव्हतीच, पण चळवळ व वैचारिक लेखनात रमणारे साळुंकेंचंही पत्नीप्रेम तेवढंच उत्कट होतं. पुढे विवाहानंतर त्यांचा मेंदी काढायचा हा सिलसिला कायम राहिला. जणू काही मेंदी हा दोघांना एकत्र आणणारा मजबूत दुवा होता त्यांच्या पत्नीच्या लेखी. हा मेंदी काढण्याचा सोहळा म्हणजे त्या दोघांचा हृदयोत्सव होता, रोमांचित करणारा प्रयणोत्सव होता. काळाच्या ओघात आपलं प्रेम आटलेलं नाही, मन विटलेलं नाही, याची ग्वाही देणारा रतीमदनोत्सव होता. आज तिच्या माघारी त्यांना वाटतं की, पत्नीच्या हातानं मेंदी कायमची गोंदवून घ्यायला हवी होती- सर, तुम्ही केवळ प्रेमच केलं नाही तर प्रेम जगलात!

या प्रेमग्रंथाच्या प्रत्येक पानावर अशा मनोरम आठवणी आहेत. पत्नी गेल्यानंतर साळुंकेनी न राहवून आपलं माणूसपण टिकवण्यासाठी दूर गेलेल्या सहचरीशी केलेला हा शब्दसंवाद आहे. त्यामुळे हृद्य भावनिक सुगंध घेऊन आलेल्या आठवणींना चिरवेदनेची काळी महिरप आहे. त्यामुळे त्यांच्या प्रेमाची उत्कटता अधिक जाणवते, मन एकाच वेळी पुलकीत करते व उदासही.

साळुंकेची पत्नी बालपणी आग्रा येथे काही काळ होती. पण विवाहानंतर त्यांना जोडीनं ताजमहल पाहायचा काही योग आला नाही. मात्र नंतर त्यांनी एकट्यानं, उदास मनानं ताजमहल पाहिला. त्यांना हिंडताना जिथं उघडी माती दिसली, तेथे चपला काढून त्यावर ते अनवाणी हिंडले. मनात वेडी भावना होती की, "सुमारे ४५ वर्षापूर्वी तू या मातीवरून चालली असशील. त्या मातीवर तुझी तेव्हाची चिमुकली पावलं पडली असतील. त्याच मातीवर आज मी पावलं ठेवत आहे." ते रोमांचित झाले होते. त्यांनी तेथली ओंजळभर माती सोबत घेतली व घरात पत्नीनं हयातीत फुलवलेल्या बागेत आणून पसरली. आता त्या

बागेतल्या त्या मातीवरून चालताना त्यांना सतत वाटतं की, त्यांच्या बाजूनं त्या मातीवर पत्नीचीही पावलं उमटत असतील. हा सारा मनाचा खेळ आहे, हे त्यांना माहीत आहे. पण त्यांच्या मदतीला मेघदूता मधला यक्ष होता. तोही हिमालयातून प्रियेच्या अंगावरून आलेल्या वाऱ्याच्या स्पर्शात पत्नीचा रेशमी स्पर्श व मीलन अनुभवत होता. साळुंकेंचं प्रेमविव्हल मन त्या दाखल्यानं सुखावत होतं व मातीचा स्पर्श पत्नीच्या स्पर्शाची आठवण देत मनावर सुखद फुंकर मारत होता!

असं हे उत्कट सहजीवनाचं काव्यमय पण खोल अनुभूतीचं संयत व प्रगल्भ दर्शन आ. ह. साळुंकेनी घडवलं आहे. ते मुळात वाचणं व पुन्हा पुन्हा वाचून आपल्या जीवनातले हळुवार प्रेमजीवनाचे सहजीवनाचे उत्कट क्षण आठवणं, यासाठी हा प्रेमग्रंथ एक अक्षय आनंदाचा ठेवा आहे. साळुंके सरांचं संस्कृत काव्यावरचं प्रेम आणि पत्नीच्या आठवणींना उजाळा देताना आठवणारे त्यातले संदर्भ त्यांच्या कवी व प्रेमी मनाची साक्ष देतात!

असं वैयक्तिक संदर्भाचं लेखन किती प्रस्तुत अप्रस्तुत हा एक प्रश्न कदाचित उद्‌भवू शकतो. पण मला वाटतं, आपलं म्हणून जे खाजगी जीवन असतं, ते तसं सार्वत्रिक असतं. कारण प्रेम, सहजीवन, हर्ष, रोमांच या साऱ्या भावभावना सार्वत्रिक व चिरनूतन आहेत. साळुंकेंनी लेखन करताना, आपल्या सहजीवनातील मानवी भावभावना प्रकट करताना त्याला सार्वत्रिक करीत स्वानुभूतीचा प्रत्यय दिला आहे. त्यांनी वैयक्तिक सहजीवनाच्या आठवणींना कलात्मक साहित्यिक रूप दिलं आहे व अवघ्या मानवी नाजूक भावभावनांचं प्रकटीकरण केलं आहे. When you write more and more personal, it becomes more & more universal — साळुंकेंचा हा प्रेमग्रंथ ही उक्ती सार्थ ठरवतो!

सर, तुम्ही केवळ प्रेम केलं नाहीत, तर प्रेम जगलात. आणि मुख्य म्हणजे काव्याच्या अंगानं जगलात, त्यामुळे तुमचं प्रेम, तुमचं सहजीवन आणि तुमच्या नाजूक मनोरम आठवणी यामुळे तुमची ही रचना एक क्लासिक प्रेमग्रंथ बनली आहे. 'इस प्रेमग्रंथ के पन्नो पर' प्रेम आणि प्रेमच ओतप्रोत भरून राहिलं आहे, त्यात मराठी वाचक न्हाऊन निघत आहे.

१५. एक जीवन-दोन कथा

एकोणिसाव्या शतकात भारताच्या स्वातंत्र्यासाठी विविध मार्गांने लढणारे एकापेक्षा एक लोकोत्तर पुरुष होऊन गेले. टिळक, गांधी, सावरकर, नेहरू, पटेल, भगतसिंग आणि सुभाषचंद्र... या साऱ्यांचे अलौकिक जीवन लेखकांसाठी साक्षात सोन्याची खाण. त्यांच्यावर चारित्रिक लेखन खूप झाले. पण का कोण जाणे ललित माध्यमातून त्याचं भावविश्व व अलौकिक कार्य रेखाटण्याचे काम फार तुरळकपणे भारतीय लेखकांनी केले आहे.

गांधीजींवर त्याच नावाचा एक सर्वांगसुंदर 'एपिक डायमेन्शन' असलेला सुरेख चित्रपट अॅटेनबरोने केला, तर गुजराथी लेखक जोशींनी 'प्रकाशाची सावली' ही कादंबरी लिहून महात्मा पिता व सामान्य पुत्राचा प्रभावी संघर्ष कलात्मक ताकदीने रेखाटला. याचं बीज घेऊन अजित दळवींनी मराठीत 'गांधी विरुद्ध गांधी' ही अजोड कलाकृती आणली. हे काही अपवाद वगळले तर ललित लेखनात गांधी फारसे नाहीत!

त्या मानाने सुभाषचंद्र बोस आणि भगतसिंगचं हौतात्म्य भारतीय मनाला विलक्षण भावलेलं असल्यामुळे त्यांच्यावर जसे अनेक सिनेमे झाले, तसेच ललित लेखनही. मराठीतही विश्वास पाटलांनी 'महानायक' लिहून सुभाष या अलौकिक व्यक्तिमत्त्वाचा समग्र शोध ललित अंगाने परिश्रमपूर्वक घेतला आहे.

पण मराठी मनाला सर्वांत मोह घालणारं - खास करून शहरी ब्राह्मणी मनावरचं व्यक्तिमत्त्व म्हणजे स्वातंत्र्यवीर सावरकर. त्यांचा त्याग, पराक्रम (आठवा मार्सोलिसची उडी) आणि ओजस्वी काव्य ('जयोस्तुते' व 'सागरा' ही दोन कवने

त्यांच्यातील श्रेष्ठ कवीची ओळख पटण्यास पुरेशी आहेत.) यामुळे हा प्रभाव जसा आहे; त्याहीपेक्षा थोडा जादा त्यांच्या हिंदुत्त्वनिष्ठ भूमिकेमुळे. पण ती समग्र न समजून घेता त्याचा आधुनिक राजकीय, पक्षीय संदर्भामुळे आहे- तो त्यांच्यावर खचितच अन्याय करणारा आहे.

स्वातंत्रवीर सावरकरांवर पहिलं महत्त्वाचं लेखन म्हणजे भा. द. खेर व शैलजा राजे यांनी लिहिलेली 'यज्ञ' ही कादंबरी. ती साठीच्या दशकात बरीच गाजली. पण ती चांगली व वाचनीय असली तरी श्रेष्ठ म्हणता येणार नाही.

पण कलात्मक लालित्याने त्यांच्या अलौकिक व वादग्रस्त जीवनावर 'महानायक' प्रमाणे श्रेष्ठ दर्जाचं लेखन झालं नाही. तरीही अलीकडेच योगायोगानं सावरकरांच्या जीवनाच्या दोन भिन्न अंगाने समग्र दर्शन घडविणाऱ्या दोन जुन्या दीर्घकथा वाचनात आल्या. एक रणजित देसाईंची 'कमोदिनी' संग्रहातील 'अखेर' ही कथा, तर दुसरी ना. सी. फडक्यांनी 'बीभत्स ओंगळ कृती' म्हणून खरपूस टीका केलेली व ज्यामुळे तथाकथित हिंदु संस्कृतीरक्षक व सावरकरवाद्यांपासून ज्यांना बराच त्रास सहन करावा लागला त्या विद्याधर पुंडलिकांची 'सती' आहे. या दोन कथांच्या संदर्भात सावरकरांच्या जीवनाकडे हे दोन श्रेष्ठ साहित्यिक कसे बघतात आणि वाचकांना या अलौकिक असामान्य जीवनाचे कोणते पैलू उलगडतात हे पाहाणे मनोरंजक ठरेल!

रणजित देसाई हे नाट्यपूर्ण कथानक फुलवण्यात माहीर आहेत. त्यांचे कथाविषय व पात्रं हे अशा संदर्भपूर्ण व नाट्यमय जीवन असणाऱ्या पात्र व घटनांमधूनच उचलतात. शिवाजी महाराज वा माधवराव पेशवे यांचे जीवनच मुळी नाट्यमय महानायकांचे होते. देसाईंच्या संगीत क्षेत्रातील कथाही अवलिया, अफलातून संगीतकारांच्या होत्या. देसाईची भाषा प्रवाही, सुभाषितमय व रसपूर्ण आहे. देसाईंचा पिंड हा विभूती पूजकांचा आहे. ते ऐतिहासिक, पौराणिक व कलाक्षेत्रात उंची गाठलेला कलावंतांच्या प्रेमात असतात व त्यांचं मोठंपण सांगताना त्यांना महामानवाच्या पलीकडे, दैवत्वाकडे पोचवतात. अशी विभूतीपूजा मराठी मनालाही आवडते. म्हणून आजही ते 'बेस्ट सेलर' लेखक आहेत.

सावरकरांवरची त्यांची 'अखेर' ही दीर्घकथा त्यांचं अवघं जीवन प्रभावीपणे रेखाटते. मृत्युशय्येवर पडलेल्या तात्या सावरकरांना त्यांचं गतजीवन आठवत असतं व स्वत:शीच ते संवाद करीत असतात. अशा कथनशैलीमधून रणजित देसाई तात्यांचे असामान्य जीवन रेखाटताना त्यांच्या जीवनातील वादग्रस्त मुद्द्यांना बगल देतात किंवा अलंकारिक भाषेत त्याचंही समर्थन करतात. सावरकर भक्तांना

अशी कथा न आवडली तर नवल नाही.

सावरकरांचं असामान्यत्त्व सांगताना देसाईच्या लेखणीला बहर येतो. या कथेमधील काही सुभाषितवजा ही वाक्ये वानगीदाखल पाहा.

"वेड्या स्वप्नांनी भारलेली आणि अजोड ध्येयाने प्रेरित झालेली माणसेच सूर्यमंडळ भेदून जाण्याचा ध्यास धरतात. ते समर्पणच त्यांच्या जीवनाचे साफल्य घडवते."

"तात्या, उडी चुकली हेच खरे!- नियतीचा क्रम का अशा उडीने चुकवता येतो? कदाचित तो क्रम साधण्यासाठीच ही उडी चुकली असावी."

"फासाच्या एका हिसक्याने त्या हुतात्म्यांची पुर्नजन्मासाठी सोडवणूक झाली. पण तात्या, तुझे भाग्य त्याहून थोर! तुला जिवंत हौतात्म्य या कनवाळू ब्रिटिश राज्यसत्तेने दिले होते."

"सखे, एक वेळ हत्तीचे पाय फूलमाळांनी बांधता येतील, पण हुतात्म्याचे पाय लंपट लोभाने आम्हा ललनास संसाराच्या दारात बांधून ठेवता येणार नाहीत."

सावरकर प्रखर बुद्धिवादी, विज्ञाननिष्ठ. पण देसाई कमालीचे संस्कारक्षम धर्म परंपरा मानणारे. त्यामुळे या कथेतही ते 'पुर्नजन्म' 'ईश्वरी न्याय' असे संदर्भ वापरतात, जो सावरकरांना कदापि रुचला नसता.

तरीही ही कथा अत्यंत प्रवाही, वाचनीय व सावरकरांचे विभूतीकरण बाजूस केले तर त्यांचं कर्तृत्व सार्थपणे मांडणारी कथा आहे.

विद्याधर पुंडलिकांची 'सती' ही कथा (नाव-गाव बदललं तरी ती त्यांच्या जीवनावरच आहे) सावरकरांची सामान्य व कुरूप पत्नी व वडिलांवर प्रेम व भक्ती करणाऱ्या पण तरीही आपल्या आईवर त्यांनी अन्याय केला असं मानणाऱ्या मुलीच्या नजरेतून त्यांचं बुद्धिनिष्ठ, तर्ककर्कश व प्रसंगी भावनाशून्य वाटावं असं कठोर मन असणारे व्यक्तिगत जीवन समर्थपणे पुंडलिकांनी रेखाटलं आहे, तसेच त्यांचं मोठेपण व असामान्यत्वही प्रत्ययकारी रीतीने समरसून मांडलं आहे. पुंडलिक सावरकरांकडे महामानव म्हणून पाहातात, पण त्यांना केवळ सफेत रंगात रेखाटत नाहीत, त्यातील करडे (ग्रे) रंगही दाखवून त्यांचं माणूसपण अधोरेखित करतात.

महापुरुषांच्या पत्नी व मुलांच्या वाट्यास त्याची झळ पोचते. त्यांचं मोठेपण व अलौकिकत्व इतरांच्या नजरेस भरतं, तर घरच्यांना त्यातले राग, लोभ, हट्टीपणा आणि अहंकाराचा पीळ सोसावा लागतो. तर कार्यकर्त्यांच्या

नजरेतली भक्ती व श्रद्धा महापुरुषांचा तोल जाण्यास प्रसंगी कारणीभूतही ठरू शकते.

पुंडलिकांनी हा सारा भाग सावरकांच्या संदर्भात या कथेत ज्या सामर्थ्यानं मांडला आहे, त्याला तोड नाही. मराठीतील कधी काळी 'टॉप टेन' कथा निवडायच्या झाल्या तर त्यात ही कथा बसेल, असं माझं मत आहे.

या कथेतील काही वाक्यं मी वानगीदाखल उद्धृत करतो, त्यातून सावरकांची कठोर तर्कनिष्ठा व ऐहिकता तसेच पत्नीबाबतचे संबंध व मत, जे भारतीय परंपरेला छेद देणारे आहेत, प्रकट होते.

"खरा हिंदू वेदातला अन महाभारतातला. ब्राह्मणांनी निर्माण केलेला हिंदू रखरखीत अन खरखरीत, भेदरलेला अन भादरलेला. शुष्क गाडग्या-मडक्यातला अन भुक्कड जानव्या-सुतातला! अनेक मधुर कल्पनांचे ब्राह्मणांनी अक्षरशः वपन केलं आहे!"

"माझ्या रक्तातल्या बिंदू बिंदूत, अस्थी अस्थीत मी हिंदूच आहे पण धारणेनं मात्र पाश्चिमात्य हं! एका वेगळ्या संदर्भात 'ज्यू'च आहे- 'पितृभू-पुण्यभू...' या माझ्याच कल्पना"

त्यांच्या पत्नीची व्यथा व त्यांचं तुटलेलं नातं पुंडलिक या एका वाक्यात किती सूचकतेनं मांडतात.

"सत्यभामाबाई गेल्यावर टिळकांसारख्या थोर पुरुषसुद्धा कोण हादरला होता. उद्या मी गेले तर हे हादरतील? अहं- त्या अंदमानच्या अंधारात यांची देवाची भीतीही गेली आणि माणसाची मायाही गेली!"

पत्नी मृत्यूशय्येवर असताना तिला न भेटता त्यांनी एक पत्र लिहिलं, त्यात तत्त्वज्ञानाचा सूर लावीत तात्यांनी लिहिलं, ते वाचलं की, माणूस आपल्या विवेकनिष्ठ भूमिकेमुळे किती निर्मम व कठोर होऊ शकतो हे जाणवतं.

"जिथे रागलोभ नाही, द्वेष-सूड नाही, प्रेम-असूया नाही, त्या मृत्यूला आता शेवटचे आलिंगन द्यावे आणि जगाचा निरोप घ्यावा. तो सुद्धा या श्रद्धेने की मृत्यू हे अंतिम सत्य नसतेच, ती असते फक्त विश्वातली एक अंतिम घटना!"

देसाई व पुंडलिकांच्या या दोन्ही कथेतले सावरकर खरेच, पण पुंडलिकांनी त्यांचं माणूसपणही अधोरेखित केलं. पण त्यामुळे त्यांच्या मोठेपणाला जराही बाधा येत नाही. तरीही त्या कथेवर संस्कृतीरक्षकांनी टीका केली व पुंडलिकांना काही काळ त्रास सहन करावाच लागला. आज ही असहिष्णू प्रवृत्ती फार झपाट्याने वाढत चालली आहे. असो.

या दोन कथा म्हणजे लेखकांची नजर कशी तीच घटना वेगळ्या रंगात रंगवते व दोन्हीत अनेक भिन्नता असूनही या कथानायकाच्या जीवनाचे वेगळे पैलू वेगळ्या रंगात कसे घडवते, याचा एक मनोज्ञ वस्तुपाठ ठरावा. थोडक्यात लेखकाला मानवी जीवन व त्यातलं सत्य संपूर्णपणे कधीच पकडता येत नाही, तो त्याचा एक पैलू पकडतो, तो खरा असतोच. पण असे असामान्य जीवन त्या पलीकडचे असते, सामान्य लेखकांच्या हातून पाऱ्यासारखे निसटून जाते. पण देसाई-पुंडलिकांनी पाऱ्याचे काही कण नीट पकडून त्यातून या अलौकिक जीवनाचे काही पैलू ताकदीनं उलगडून दाखवले आहेत. हे मराठी वाचकांना पुरेसे नाही का?

❑❑

१६. 'मेरे पास मां है -'

ऑस्कर पुरस्काराचा तो दिवस. आणि ए. आर. रहेमान यांना गीत व संगीतासाठी मिळालेले दोन पुरस्कार. हा क्षण भारतीय माणसं कधी विसरू शकणार नाहीत. कितीही म्हटलं तरी ज्या पुरस्कारानं भारताला अगदी थेट 'मदर इंडिया'च्या जमान्यापासून व अलीकडच्या काळात 'लगान' च्या वेळी हुलकावणी दिली होती, तो पुरस्कार मिळवण्याची किमया घडवून आणली, ती अल्लारखा रहेमान यानं. त्याची सांगीतिक प्रतिभा अव्वल दर्जाची होती, म्हणूनच हा बहुमान त्याला मिळाला हे निर्विवाद!

पण माझं मन भरून आलं ते त्याच्या भावपूर्ण भाषणानं. त्यानं ऑस्करची बाहुली हातात घेऊन आभारचं भाषण करताना म्हणलं, "मेरे पास मां है. ती इथं उपस्थित आहे, याचा मनस्वी आनंद आहे." मला खात्री आहे, तमाम भारतीयांच्या मनाची तार या एका वाक्यानं पुन्हा एकवार अधिक आत्मीयतेनं रहेमानशी जुळली गेली असणार.

पु. ल. म्हणायचे, "त्यांची (पाश्चात्त्यांची) द्राक्ष संस्कृती. आपली भारतीयांची रूद्राक्ष संस्कृती!" पण त्याहीपेक्षा हे खरं की, आपली मातृपूजक संस्कृती तर पाश्चात्त्यांची पितृपूजक. आपण देशाला भारतमाता म्हणतो, मातृभूमी म्हणतो. ते पितृभू म्हणतात.

ऑस्कर पुरस्काराच्या निमित्तानं ए. आर. रहेमानच्या जीवन आणि संगीताबाबत अनेक लेख वृत्तपत्रात प्रसिद्ध झाले, टी. व्ही. वर ऐकायला मिळाले आणि त्यातून जाणवलं की, रहेमान हा त्याच्या आईबाबत एवढा कृतज्ञ व भावूक का आहे. पतीनिधनानंतर खस्ता खाऊन त्या माऊलीनं त्याला

वाढवलं व आज तो जो कुणी आहे तो तिच्या माया ममतेसोबत तिनं खाल्लेल्या खस्तांमुळे. हे कुटुंब मूळचं हिंदू तामिळ, तेथे मातृपूजेची व भक्तीची परंपरा. त्यामुळे रहेमान आईवेडा, मातृपूजक झाला नसेल तर नवल नाही.

आपल्या देशात भारतीयांनी स्त्रीला विविध रूपात पाहिलं आहे. तिला देवी मानलं आहे, तिला सखी व रतीरूप मानलं आहे. पण त्याहून जादा तिला आई मानलं आहे. आचार्य अत्रे त्यांच्या नाटकात जेव्हा 'स्त्री ही क्षणाची पत्नी व अनंत काळाची माता असते' असं लिहून जातात, तेव्हा त्याला सुभाषिताचा दर्जा प्राप्त होतो. हे वाक्य सदैव विविध प्रसंगी आपण मराठी माणसं वापरतो, कारण आपली मातृसंस्कृती व आईचं मानलेलं जीवनातलं स्थान!

अगदी आजही बारा तास बाहेर काम करणारी स्त्री अंर्तबाह्य आई असते. ती कामाचा व्याप सांभाळूनही मुलावर घारीसारखं लक्ष ठेवून त्याचं संगोपन करते, वाढवते. अनादी काळापासून मुलाचं संगोपन प्राकृतिक कारणामुळे- अपत्यास स्त्री जन्म देत असल्यानं- स्त्री करीत आली आहे. तिच्या उदरात वाढलेला तिच्या रक्तामासांचा गोळा हा तिची निर्मिती असते, म्हणून जात्याच स्त्रीचं मुलांवर प्रेम, माया व लक्ष असतेच. भारतीय संस्कृतीनं समाजचौकट व कुटुंबव्यवस्था विकसित करताना स्त्रीचं मातृत्व गौरवत आई-मुलाच्या नात्याला सर्वश्रेष्ठ मानलं. जो आईशी नीट वागत नाही, तिला त्रास देतो, त्याला अधम मानलं आहे.

हिंदी किंवा एकूण भारतीय सिनेमा घ्या, ते भारताचं एका अर्थानं अभिजात कल्चर झालं आहे. आपल्या सिनेमात आई हे पात्र व कथानकात तिला मिळालेलं महत्त्व पाहा. आपले नायक हे नेहमीचं मातृभक्त असतात. आपण स्वप्नातही खलनायिका आई सहन करू शकत नाहीत. अलीकडच्या अनिल कपूर-माधुरी दीक्षितचा 'बेटा' त्याला अपवाद ठरावा. तेथे सावत्र आई मुलाला विष पाजायचा प्रयत्न करते, पण तिला नंतर पश्चात्ताप होतो. पण येथे एक वेगळीच गंमत झाली आहे. ती लेखक-दिग्दर्शकानं जाणीवपूर्वक केली आहे किंवा कसे हे माहीत नाही. पण येथे पत्नी भोळ्या व आईवेड्या नवऱ्यासाठी संरक्षक देवता होते. ती त्याला जपते व सुरक्षित ठेवते. संरक्षक देवता हे मातृरूपच आहे.

आपल्या देवता या मातृरूपच आहेत. तुळजापूरची भवानी आई किंवा करवीर निवासिनी अंबाबाई या भक्तांचं रक्षण करणाऱ्या मातृदेवता. मुलाचं संगोपन जसं महत्त्वाचं तसं त्याचं संरक्षणही. हाही आपल्या मातृपूजक संस्कृतीचा अविष्कार. छत्रपती शिवाजी महाराजांना भवानीमातेनं तलवार दिली होती, या

मागचं सत्य काही पण असू दे, एक लेखक व मातृभक्त म्हणून मला ही कल्पना मोठी हृद्य वाटते. शिवाजी व जिजामाता हे एक सर्वश्रेष्ठ माता-पुत्राचं भारतीय प्रतीक.

म्हणूनच आपण जी तीन ऋण मानतो, त्यातलं सर्वात पहिलं व आद्य ऋण म्हणजे मातृऋण. स्वातंत्र्य लढ्यात देशभक्तांनी भारतमातेचं ऋण आद्य मानून प्राणाहुती दिली. कारण त्यांच्या केवळ ओठांत नव्हे, तर मनातही व त्याहूनही जादा रक्तात मातृपूजन भिनलेलं होतं. त्याचं साकार रूप होतं भारतमाता. त्यांनी आपली माता व देश अभिन्न करून टाकलं होतं! देशाला स्त्रीरूप, खास करून मातृरूप देणं ही आपली खासियत आहे. प्रेमधवन 'ए मेरे प्यारे वतन' लिहिताना देशाला पहा कसं मातृरूप देतात. 'मा का आंचल बनके कभी याद आता है तूं. और कभी नन्हीसी बेटी बनके याद आता है तू.'' पुरुष माणूस मुलीवर वात्सल्य व प्रेम करीत एका अर्थानं मातेला वंदन करीत असतो.

या मातृभक्तीची कोणती कारणं असतील? एक तर माता-मुलाचं नातं जैविक नातं आहे. पण केवळ त्यानं मातृपूजक संस्कृतीचा उलगडा होत नाही. आदिम काळात अविकसित मानव हा निसर्गाजवळ होता. त्यानं पाहिलं की, ही धरतीमाता सुफला आहे. एक दाणा पेरला तर शंभर दाणे देते. त्यातून धरती व बीज हा संस्कार निर्माण झाला. जमीन ही मग काळी आई, काळी माय झाली. तिला आपण धरतीमाता मानू लागलो. देशाला मातृभूमी मानू लागतो. जेव्हा मानवी मन एवढं विशाल होतं की, निर्जीव मातीला, नद्यांनाही आई म्हणतं, तेव्हा जिच्या उदरातून आपण जन्मलो ती किती जवळची असते. यालाच भारतीय संस्कृतीनं महत्त्व देत धर्म, नीतीशास्त्र व ग्रंथातून जे उन्नत रूप दिलं, त्यामुळे भारतीय मनमानस हे मातृपूजक बनलं!

स्त्री एकवेळ पतीसाठी वाईट, व्यभिचारी असेल, पण मुलासाठी ती अंर्तबाह्य निखळ माताच असते, या धारणेतून आपण पुन्हा एकदा पॉप्युलर म्हणून इंडियन कल्चर झालेल्या बॉलीवुड परंपरेतल्या दोन सिनेमांचे उदाहरण घेऊ या.

'मदर इंडिया' हा भारताचा मातृत्वाचा जयघोष करणारा अल्टीमेट सिनेमा. मुलावर निखळ प्रेम करणारी, त्याच्यासाठी खस्ता खाणारी व मुलगा गैर वागतो म्हणून त्याच्यावर गोळी झाडणारी आणि तरीही त्याच्यावर नितांत प्रेम करणारी आई या चित्रपटाची नायिका. भारतीय मानस या प्रतिमेनं घडलं आहे. दुसरा सिनेमा राजेश खन्ना-शर्मिला टागोरचा 'अमर-प्रेम'. इथं शर्मिला एक गणिका, निपुत्रिक. पण अस्सल आई. शेजारच्या छोट्या मुलावर निखळ प्रेम करते व

तोही मोठेपणी तिला आई म्हणून स्वीकारतो. हे दोन्ही सिनेमा मी जेव्हा पाहातो, माझे डोळे पाणावतात. आणि 'दीवार' ला कसं विसरून चालेल? एकीकडे वाममार्गानं स्मगलिंग करून अमाप पैसा मिळवणारा अमिताभ, गरीब इन्स्पेक्टर शशी कपूरला जेव्हा विचारतो, "तेरे पास क्या है?" तेव्हा त्याचं चार शब्दांचं साधं वाक्य- "मेरे पास मां है." अवघ्या भारतभूमीच्या पुत्राची नेमकी नसं पकडतं!

बा. सी. मर्ढेकरांसारखा आधुनिक जाणिवांचा कवीही 'थांब उद्याचे माऊली, तीर्थ तव पायाचे घेतो' असं लिहून जातो, तेव्हा मातृपरंपराच नव्या जाणिवेनं प्रकट होत असते! फ. मु. शिंदे जेव्हा 'आई एक गजबजलेलं गावं असतं' असं लिहितात, तेव्हा आपण त्याच्याशी मातृप्रेमामुळे समरस होतो. इंद्रजित भालेराव आई व काळी आई दोन्ही थोर व त्यांना विसरू नये असं लिहितात, त्याला आपण प्रत्येकवेळी तेवढ्याच समरसतेनं दाद देतो. माधव ज्युलियन प्रौढ वयात पण "आई हवी म्हणोनी सोडी न जीव हेका" म्हणतात, याचाच अर्थ हा, की भारतीय माणसाचं जीवन मातेविना अपुरं आहे.

या मातृपूजनाच्या परंपरेला व इतिहासाला उजाळा मिळाला तो रहेमानच्या त्या भावुक उद्गारांनी. तो एक मुलगा आपल्या आईबाबत बोलला. त्याही पेक्षा एक भारतीय मातृपूजक आपल्या आईपासून भारतमातेपर्यंत मातृरूपं विस्तारत समग्र जाणिवेनं बोलला असं मी मानतो. अन्यथा रहेमान बंकिमचंद्राचं 'वंदे मातरम' एवढ्या उत्कटतेनं अवघ्या तरुणाईची नाळ छेडीत गाऊच शकला नसता.

शेवटी 'वंदे मातरम'– मातृशक्तीचं एवढं उत्कट गान दुसरं कोणतं असेल? या एका गीतासाठी बंकिमचंद्राला आज ज्ञानपीठ व नोबेल पारितोषिक दोन्ही मिळालं असतं. या भारत देशाला मातृरूप मानत 'शुभ्र ज्योत्स्ना पुलकित यामिनीम फुल्ल कुसुमित द्रुमदल योगिनीम' अशा वेचक अर्थवाही शब्दांनी वंदन करीत 'वंदे मातरम' म्हणतात, तेव्हा ते गीत केवळ त्यांचं राहात नाही. कारण त्यांनी भारतीयांच्या समूहमनाला उजागर केलं आहे; म्हणूनच ते आपल्या सर्वांचं राष्ट्रगान आहे, मातृगीत आहे.

अल्लारखा रहेमान, तुझ्या आईला वंदन. तू ज्या उत्कटतेनं 'वंदे मातरम' म्हटलंय, त्या गीतातल्या आपल्या भारत मातेला, वंदन आणि जागतिक व्यासपीठावर हिंदीमधून मातृवंदना केलीस म्हणून तुलाही वंदन! जय हो!

❑❑

१७. तेजोनिधी लोहगोल

कालचीच गोष्ट. पहाटे पुण्याहून कोल्हापूरला जाताना खंबाटकी घाटात कार आली आणि पूर्वेची प्राची उजळू लागली. क्षणार्धात सूर्याचा सौम्य तांबडा गोळा दिसू लागला. मी क्षणभर कार थांबवली. कारच्या टेपमध्ये नाट्यगीत वाजत होतं. 'तेजोनिधी लोहगोल.' ललत रागातलं हे वसंतराव देशपांड्यांच्या धीरगंभीर स्वरातलं नाट्यगीत वाजत होतं आणि समोर साक्षात लोभस, सौम्य सूर्याची वाटोळी आकृती आता सुवर्णकांती पांघरत होती. पूर्व दिशेला हा रंगांचा क्षणाक्षणाला बदलणारा अद्‌भुत नजारा पाहाताना मला पाहिलेले दोन सूर्योदय आठवले आणि मन नुसत्या आठवणींनं मोहरून आलं. नेत्रचक्षूंसमोर ते दोन श्रेष्ठ, न विसरता येणारे अफलातून सूर्योदय व पूर्व दिशेवर नभांगणात साकारलेली रंगांची विलक्षण पंचमी साकारली.

दिवे आगर हे अलीकडच्या काळात सुवर्ण गणपतीमुळे पर्यटन नकाशावर प्रसिद्ध झालेलं कोकणातलं एक टुमदार गाव. स्वच्छ, नितळ समुद्र किनारा, मऊ लुसलुशीत वाळू. तिथं आदल्या दिवशी आम्ही मुक्कामाला होतो. दुसऱ्या दिवशी पहाटे संधिप्रकाशात समुद्र किनाऱ्यावरचा सूर्योदय पाहाण्यासाठी आम्ही सागरकिनारी हजर झालो.

पूर्व दिशा फिकुटलेली. रात्रीचा गर्द अंधार विरळ होत होता. आणि दिशा उजळायला प्रारंभ झाला. त्या संधिप्रकाशात दूर क्षितिजापर्यंत पसरलेला अथांग अरबी समुद्र व त्याच्या लाटांचा खर्जातला अनाहत नाद. त्या पाण्यावरही संधिप्रकाश जादू पसरत होता. आणि प्राची तांबुसली. ही सूर्यदेवाच्या आगमनाची नांदी होती. काही क्षणातच कलाकलानं सूर्य

तांबूस रूपात प्रकटू लागला आणि अवघा आमसंत तसंच अफाट सागराची फेनिल पृष्ठभूमी त्या रंगात न्हाऊ लागली. जणू आकाश पाण्यात उतरलेलं. डोळ्याचं पारणं फिटत होतं. रंगांचं मनोहरी जाळं डोळे सुखावत होतं व मन तृप्तावत होतं.

आणखी काही क्षण हा नजारा आम्ही सारे प्राण डोळ्यात एकवटून पाहात होतो. आता तांबूस सूर्य पिवळं सुवर्णरूप धारण करू लागला. अंधार पूर्णपणे लयाला गेला. सौम्य प्रसन्न कोवळं ऊन पडलं. आणि समुद्राचं पाणी सुवर्णकांचनासम चमचमू लागलं.

असं म्हटलं जातं की, कुठेही सूर्योदय पाहा. तो नेत्रसुखद आणि लोभसच असतो. सातारा जवळच्या खंबाटकी घाटातला वसंतरावांच्या नाट्यसंगीताच्या सुरावटीसोबत डोंगराआडून उगवलेला सूर्य किंवा दिवेआगराच्या समुद्रातून उगवणारा सूर्य, तो तेवढाच मोहक असतो. पण सह्याद्री पर्वताच्या डोंगर-दरीचं सौंदर्य वेगळं आणि अरबी समुद्राचा रुपेरी, मऊ वाळूचा किनारा वेगळा. त्या पार्श्वभूमीवर तेथल्या सूर्योदय व रंगांची उधळणही वेगळी. मन प्रफुल्लित करणारी.

मीच काय, पण ज्यानं दार्जिलिंग पासून अवघ्या तेरा किलोमीटर अंतरावरील टायगर हिलच्या कांचनगंगेच्या हिमराशीतून उगवलेला सूर्योदय पाहिला असेल व असे लाखो-करोडो आहोत, ते सारे हेच म्हणतील की, या सम हा. इथला सूर्योदय व माहौल खरोखरच एकमेवाद्वितीय.

मसुरीला आमचं दोन महिन्याचं प्रशिक्षण होते. त्यात दहा दिवस भारत दर्शनाचे. त्या अंतर्गत आम्ही पूर्वोत्तर भारताच्या दौरा कम सहलीवर. दार्जिलिंगला दोन दिवस मुक्काम. प्रचंड थंडी. चहाच्या मळ्यांनी गच्च दऱ्या व डोंगर पाहून व चहाच्या अफलातून चवीनं तबियत एकदम खूश झाली होती.

आमचा गाईड कम तिथल्या कलेक्टर ऑफिसचा अधिकारी सांगत होता, उद्या सकाळी चारला बरोबर टायगर हिलला पोहोचून तिथला सूर्योदय चुकवू नका. चुकवलात तर आयुष्यातील एक दुर्मीळ व मनात घर करून रहाणाऱ्या अनुभवाला मुकाल.

खूप काही ऐकलं होतं. वाचलं होतं. कांचनगंगा ही जगातली तिसरी सर्वाधिक उंच असलेली प्रचंड पण देखणी पर्वतराशी. तिला पर्वतराणी म्हणलं जातं. तिचं सौंदर्य काही आगळंवेगळं.

टायगर हिलच्या उंच टॉवरवर आम्ही बरोबर पहाटे चारच्या ठोक्याला हजर झालो. अजून गर्द अंधार होता, पण समोर बर्फाळलेली कांचनगंगा होती.

गर्द अंधाराचा तो भाग तिच्या शुभ्रतेत काहीसा राखाडी वाटत होता.

आमचा गाईड माहिती देत होता. आठ हजार मीटर उंचीपेक्षा जास्त उंचीची चार पर्वत शिखरे लागून आहेत. त्यातंल एक एव्हरेस्ट, तर दुसरी पर्वतराणी कांचनगंगा. कांचनगंगा पुष्ट पद्मिनीसारखी भरलेली, तर एव्हरेस्ट चवळीच्या शेंगेसारखा उंच, सडपातळ. दोन्हीमधील दरी बर्फाळलेली.

गाईड असंही सांगत होता की, केवळ भाग्यवंतांनाच कांचनगंगेचा सूर्योदय पाहायला मिळतो. रविंद्रनाथ टागोर इथं तीन वेळा आले, पण त्यांना सूर्योदय पाहायला मिळाला नाही. यामुळे आम्ही साशंक, पण आज आम्ही सुदैवी ठरलो. आणि खरोखरच एक नयनरम्य, नव्हे डोळ्याचं पारणं फिटणारा दैवी-अफलातून नजारा पहायला मिळाला.

दोन्ही बाजूंनी मैल नं मैल पसरलेली– गर्द तमात हरवलेली– कांचनगंगेची पर्वतराशी. केवळ तिचा शिखरभाग राखाडी दिसत होता. आम्ही एकटक समोर पहात होतो. सूर्योदयाचा प्रत्येक क्षणाचा नजारा आम्हाला पाहायचा होता. मनात साठवून ठेवायचा होता.

आणि पर्वताचं शिखरं तांबूस होऊ लागलं आणि प्राची निळी सावळी, नारंगी व तांबडी छटा घेऊन नटू लागली. ही सुरुवात होती, पण किती चित्तवेधक.

काही क्षणातच पर्वतशिखर उजळलं आणि फिकट पिवळं रूप त्यानं धारण केलं. खालचा सर्व डोंगरभाग सौम्य निळा-नारंगी तर वर सौम्य पिवळ्या रंगानं लखडलेलं शिखर. पण तो अधिर झाला होता आपलं सुवर्णचंपक, दीप्तीमान रूप आम्हा पामरांना दाखवायला आणि त्यानं ते अप्रतिम सुवर्णदीप्तीमान रूप धारण केलं आणि आम्ही तोंडाप्रमाणे डोळेही आ करून वासले. आमचा आमच्या नजरेवर विश्वास बसत नव्हता.

आणि बसणार तरी कसा? असं काही दैवी, अपौरुषेय, लखलखतं, अवघं अस्तित्व सौंदर्यमय करून सोडणारं कधी पाहिलं नव्हतं. आणि वाटत होतं, पुन्हा असं काही वेगळं, अद्‌भुत या जन्मी तरी पाहायला मिळणार नाही.

अजूनही सूर्य उगवला नव्हता. पण त्याची चाहूल देणारी रंगाची पखरण आसमंत आणि या पर्वत शिखरावर मुक्तपणे चालली होती. रंगपंचमी दूर होती, पण इथं दररोज निसर्गच रंगपंचमी खेळत होता आणि तोही निर्हेतुक. आत्ममग्न अवस्थेत. पण आम्हा मर्त्य माणसांना त्यामुळे केवढा अननुभूत आनंद मिळत होता, याची त्याला काय कल्पना?

आता कांचनगंगेनं पूर्णपणे निळं रूप धारण केलं होतं आणि सूर्याची कडा दिसू लागली होती. त्यामुळे पर्वतशिखरांवर तांबडा पिवळा प्रकाश पडला होता. एक स्वर्गीय अनुभूती मन शांतवत होती. आणि वाटलं, हेच नाही का ईश्वरीय अस्तित्व?

आणि हळूहळू पूर्ण सूर्य आकाशात पूर्व दिशेला प्रकट झाला, ओहोहो! काय ते सौंदर्य, काय तो नजारा, आणि रंगाची बेछूट मनमुक्त उधळण- ती कशी वर्णायची? डोळ्याला जे दिसतं होतं, मनात जे उतरत होतं, त्याला व्यक्त करायला शब्द अपुरे पडत होते!

अजून काही क्षण गेले. रंगपंचमी थांबली. आता केवळ दीप्तीमान पिवळा सूर्य पूर्ण रूपात तेजोमय होत होता. धरतीला प्रकाश देत होता. दिवसभर तो प्रकाश व ऊर्जा देणार होता. स्वच्छ प्रकाश, थंडी असल्यामुळे लोभस वाटणारी सूर्य किरणं आणि निरभ्र निळं आकाश. कांचनगंगेवरील बर्फ. मधूनच चमकणारी हिरवळ, उंच वृक्ष दिसत होते. हेही नितांत सुंदर होतं. मन तृप्त करणारं होतं.

एक तास तो सौंदर्यसोहळा पाहून परतताना पुन्हा हात जोडले त्या तेजोनिधी लोहगोलास. आता मनात हेमंतकुमारचे भारदस्त, तत्त्वज्ञानी सूर प्रदीपच्या शब्दांच्या शिडीनं उतरू लागले.

''जगत भरकी रोशनी के लिए, करोडो की जिंदगी के लिए, सूरज रे जलते रहेनाऽ...''

□□

१८. ''की घेतले व्रत न हे अंधतेने-''

कुठल्याही पुस्तकाचा ब्लर्ब- पाठराखण करणारा मलपृष्ठावरचा मजकूर हा पुस्तकाचं अंतरंग सूचित करीत असतो. अनेकदा ब्लर्ब हा फसवणूक करतो वा कात्रजचा घाट दाखवतो. पण 'प्रकाशवाटा' या डॉ. प्रकाश आमटे यांच्या आत्मचरित्राचा ब्लर्ब हा पुस्तकाचे अंतरंग जसं सूचित करतो, तसंच या आत्मकथेतील प्रांजळता व सत्यनिष्ठाही समर्पकपणे दर्शवितो.

या पुस्तकाच्या ब्लर्ब मध्ये डॉ. प्रकाश आमटेंनी म्हटलं आहे.

''आदिवासींना मुख्य प्रवाहात आणावं, त्यांची पिळवणूक थांबावी आणि त्यांना माणूस म्हणून जगण्याची संधी मिळवून द्यावी, असं बाबांच्या मनात होतं. या कामाची जबाबदारी मी घेतली आणि सर्वांनी मिळून ती पार पाडली. बाबांनी दाखवलेला विश्वास, ताईची माया नि मंदाची भक्कम साथ यामुळेच हे काम इथवर येऊन पोहोचलं.

बाबांचं हे स्वप्न प्रत्यक्षात कसं उतरलंय त्याची ही गोष्ट. म्हटली तर माझ्याही जीवनाची गोष्ट.''

हेमलकशाला डॉ. प्रकाश आमटे व डॉ. मंदा आमटे यांनी गेले पंचवीस वर्ष तेथे सहकाऱ्यांसह झोकून देऊन गोंडमाडी या आदिवासी जमातीच्या जीवनात प्रकाश आणण्यासाठी जे भगीरथ प्रयत्न केले, त्याची ही कहाणी आहे. १९७३ मध्ये हेमलकसा परिसरात त्यांनी जेव्हा बाबा आमटेंच्या प्रेरणेने काम सुरू केलं, तेव्हा भूक, रोगराई व अंधश्रद्धेच्या कचाट्यामध्ये तिथले गोंड जमातीचे आदिवासी सापडले होते. पण डॉ. आमटे व त्यांच्या सहकाऱ्यांनी प्रथम

आरोग्यसेवेचा प्रकल्प उभारला. मग शिक्षणासाठी शाळा उभारली. शेतीसाठी काम केलं आणि त्यांच्याच शब्दात सांगायचं तर हेमलकसाचा प्रवास हा 'अंधाराकडून उजेडाकडे' सुरू झाला व आजही तो सुरू आहे.

'प्रकाशवाटा' हे मराठीतलं एक अपूर्व असं आत्मचरित्र आहे. ते या साठी नाही की, ती साहित्यिक मूल्य असलेली व समृद्ध भाषाशैली असलेली कलाकृती आहे. तिचं सामर्थ्य तिच्यातून उलगडणाऱ्या जीवनप्रवासात आहे- असा जीवनप्रवास— जो शहरी डॉक्टरांना सहज उपलब्ध होणारे सुखासीनतेचे जीवन सोडून जिथं आजही जाणं कठीण, राहाणं व जगणं त्याहून अधिक कठीण अशा दाट जंगल, वन्य जीव आणि आदिवासी भूमीपुत्रांच्या, जगापासून कोसो दूर असलेल्या भागात निष्ठेनं व सामाजिक बांधीलकीनं सुरू झाला आणि अखंड पंचवीस-तीस वर्षे चालू राहिला, त्या जीवनप्रवासाचं हे अत्यंत निर्लेप वृत्तीनं केलेलं प्रांजळ असं निवेदन आहे. पण हाती घेतलेलं काम एवढं प्रचंड व बहु-आयामी आहे व ते करताना त्यांना ज्या बाबींना सामोरं जावं लागलं ते सारं एवढं अद्भुत, रोमहर्षक आणि माणसांच्या मनोबलाची कसोटी घेणारं आहे की, त्यासाठी भाषेचा फुलोरा व अन्य साहित्यिक कलाकुसरीची गरज नाही. अत्यंत साध्या, सरळ व संयमी शैलीत डॉ. आमटेंनी डोंगराएवढं कार्य ज्या सहजतेनं सांगितलं आहे की, वाचक वाचताना थक्क होऊन जातो. आजच्या पराकोटीच्या उपभोगवादी जीवनशैलीमध्ये त्याकडे पाठ फिरवणारे व बाबा आमटेंच्या प्रेरणेने सहजपणे हेमलकसा प्रकल्पाचे काम हाती घेऊन ते जीवनकार्य मानणारे डॉ. प्रकाश आमटे व डॉ. मंदा आमटे व त्यांची जीवनप्रेरणा 'प्रकाशवाटा' वाचताना वाचकांना जाणवते व त्यात वाचक समरस होऊन जातात.

डॉ. आमटे दाम्पत्याला रॅमन मॅग्सेसे पुरस्कार 'कम्युनिटी लिडरशीप' साठी मिळाला, म्हणून केवळ ते व त्यांचे कार्य मोठे ठरत नाही. गेले तीस वर्षे ते हेमलकसा प्रकल्पाचे काम करीत आहेत व खरं तर पुरस्कार देऊन पुरस्काराचाच सन्मान झाला आहे, असं मला वाटतं. दुसरं वैशिष्ट्य म्हणजे, आमटेंसह सर्वांची भूमिका कार्यकर्त्यांची आहे. बाबा आमटेंची भावना होती- 'ए ट्रुरू लीडर इज वन हू टीचेस दि फॉलोअर्स टू लीड देमसेल्व्हज.'' त्याचाच त्यांनी आधार घेतला. तीच त्यांनी कामाची फिलॉसॉफी मानली. आणि एवढं मोठं काम उभं राहिलं.

डॉ. आमटेंनी असंही नमूद केलं आहे की, ''मी इथं काम करायचं ठरवलं, त्याचा आता विचार करता असं वाटतं की, मी बाबा आमटे व साधना

ताईंचा मुलगा होतो त्यामुळे हे सगळं माझ्यासाठी सहज झालं. मी वेगळं काही करेन असं नव्हतंच, मला ते बाळकडूच मिळालेलं.'' एवढ्या मोजक्या शब्दात त्यांनी आपल्या जीवनकार्याची प्रेरणा सहजतेनं सांगितली. बाबा आमटेंच्या घरी या पेक्षा वेगळं काही घडूही शकत नव्हतं. पित्याचं जीवनध्येय व दर्शन पुढील पिढी व तिसरी पिढी पण जगते आहे त्याच निष्ठेनं, त्याच बळानं. हेमलकशाला डॉ. प्रकाश आमटे व मंदा आमटे व आता त्यांचे दोन्ही पुत्र दिगंत व अनिकेत, तर आनंदवनात डॉ. विकास आमटे, भारती आमटे व त्यांची पुढची पिढी. समाजसेवेची ही कफल्लक घराणेशाही हवीहवीशी वाटणारी आहे. ही आमटेशाही महाराष्ट्राला भूषणावह आहे.

'प्रकाशवाटा' मध्ये हेमलकशाला आल्यापासून डॉक्टरांनी वैद्यकीय सेवा माडीया जमातीशी काया वाचा मने एकरूप होत, त्यांची भाषा शिकून घेऊन कशी दिली व त्यांचं जीवनमान कसं सुधारलं याची कहाणी मुळातूनच वाचण्यासारखी आहे. त्यासाठी त्यांनी आपला पोषाखही बदलला व आदिवासींशी एकरूप झाले. हेमलकशामध्ये आदिवासी पेशंटवर उपचार करताना त्यांना कोणत्या अडचणी आल्या व जनरल प्रॅक्टीशनर असताना सर्जरीही कशा केल्या व अनेकांना कसं जीवनदान दिलं, याचे काही प्रसंग या पुस्तकात त्यांनी वर्णिले आहेत, ते वाचताना वाचक भारावून जातो.

आदिवासींचा विकास करायचा असेल तर त्यांचे आत्मभान जागृत झालं पाहिजे व त्यासाठी शिक्षण हाच एकमेव मार्ग आहे. या श्रद्धेनं त्यांनी मुलांसाठी निवासी शाळा सुरू केली. त्यांची भाषा माडीया, जिचा मराठीशी फारसा संबंध नाही. त्यासाठी काय काय व्यापउपद्व्याप करावे लागले याचंही संयत दर्शन डॉक्टरांनी घडवलं आहे.

आपण सारे सो कॉल्ड सुशिक्षित, शहरी जीवन जगणारे व बऱ्याच प्रमाणात चंगळवादी जीवनशैली अंगीकारलेले. आदिवासीबद्दल केवळ रोमँटिक कल्पना बाळगून असतो. त्यांचं जीवन किती खडतर आणि अंधश्रद्धा, रोगराईनं भरलेलं आहे याची जाणीव पण नसते. अशा पार्श्वभूमीवर डॉक्टर प्रकाश आमटे व मंदा आमटे यांनी सहजतेनं, आपण कुठला त्याग करीत आहोत असा आविर्भाव न बाळगता आदिवासींसाठी अवघं जीवनदान दिलं व हे काम त्यांनी डोळसपणे स्वीकारलं. हे त्यांचे व्रत म्हणजे ''की घेतले व्रत न हे अंधतेने'' असं आहे! त्या जीवनव्रताचा सारांश म्हणजे प्रस्तुतचं 'प्रकाशवाटा' हे पुस्तक होय!

❑❑

१९. मधुबाला ते गांधी !

माझ्या एका रसिक मित्राच्या नव्या घरी मी नुकताच गेलो होतो. दिवाणखान्यातील दोन छायाचित्रांनी माझं लक्ष वेधून घेतलं. एक छायाचित्र होतं, जिला भारतात सौंदर्याचा शेवटचा शब्द मानला जातो, त्या सुहास्य वदनी मधुबालाचं आणि दुसरं चित्र होतं चार्ली चॅप्लीनचं. मित्राला त्या संदर्भात मी विचारलं, तेव्हा तो म्हणाला,

"मानवी जीवन कशामुळे समृद्ध होतं? जेव्हा त्या जीवनाला सौंदर्याचा स्पर्श होतो आणि जेव्हा खळखळून हास्य केवळ ओठातून नव्हे, पोटातून नव्हे तर हृदयातून फुटतं! त्यांचं प्रतीक म्हणजे ही दोन छायाचित्रं."

किती दिवस तरी माझ्या मनातून माझ्या त्या मित्राचं ते वाक्य जात नव्हतं. खरं तर मधुबाला व चार्ली चॅप्लीन ही माझ्याही मनात घर करून बसलेली दोन नावं केवळ नाहीत, तर दोन जीवनदर्शनं आहेत!

सौंदर्यासक्ती ही मानवी मनाची स्वाभाविक ओढ आहे. खास करून स्त्री सौंदर्याबद्दल खूप काही लिहिलं गेलंय. स्त्री सौंदर्याच्या आद्य भाष्यकारात कालिदासाचं नाव वरच्या दर्जाचं आहे. मेघदूत, कुमारसंभव आदी नाटकातून त्यानं ज्या रसिल्या, वेचक शब्दात स्त्री सौंदर्याच्या प्रतिमा रेखाटल्या आहेत, त्यातूनच भारतीय मनाची सौंदर्याबद्दलची धारणा घडत गेली. मराठी साहित्यात जादूगार ना. सी. फडक्यांनी ज्या रसाळ शब्दात त्यांच्या नायिकांची वर्णन केली आहेत, त्यामुळे ते तरुणांचे लाडके साहित्यकार झाले होते. त्यांच्या काही पुस्तकाची मुखपृष्ठे कलामहर्षी बाबूराव पेंटरांनी केल्याचं मी ऐकलं होतं. पण अलीकडेच पेंटरावरील ग. रं. भिडे व बाबा गजबारचं

'कला महर्षी बाबूराव पेंटर' हे जुनं दुर्मीळ पुस्तक पाहिलं, त्यात ना. सी. फडक्यांच्या 'काश्मिरी गुलाब' कादंबरीचं व 'गुजगोष्टीचं' बाबूराव पेंटरांनी काढलेलं रंगीत मुखपृष्ठ पाहिलं आणि फडक्यांनी त्यांच्या नायिकाचं जे शब्दरूप काढलं होतं, त्याला पुरता न्याय देत ते साक्षात पेंटरांनी वाचकांपुढे उभे केलं होतं. 'केवळ अप्रतिम' एवढंच वारंवार म्हणावं असं देखणं स्त्री सौंदर्य पेंटरांनी रेखाटलं होतं!

भारतीय रुपेरी पडद्यावर तर रूपसुंदर नायिकांची मालिकाच लागली आहे. देविकाराणी ते अलीकडची माधुरी दीक्षित, ऐश्वर्या राय पर्यंत. पण या सर्वात मधुबाला अग्रस्थानी आहे. किंबहुना भारतीय मनाला स्त्री सौंदर्याबद्दल जे काही वाटतं ते मधुबालाच्या रूपानं साकार झालं आहे, असंच मी म्हणेन! सत्यजीत रे नं जयाप्रदाबद्दल 'भारतीय स्त्री सौंदर्याचा अभिजात आविष्कार' असे उद्‌गार काढले होते, ते माझ्या मते मधुबालाला जास्त फिट्ट बसतात.

चित्रकार रवि परांजपेंच्या मते सौंदर्य म्हणजे रेखीवता. मग ती शरीराची असो, शहराची असो वा रस्त्याची. सौंदर्याची मानवी मनाला असलेली ओढ त्यामुळेच स्वाभाविक आहे. जे जे गलिच्छ आहे, कुरूप आहे, विकृत आहे, ते सारून त्या जागी स्वच्छता, निर्मलता, सुंदरता, रेखीवता, प्रमाणबद्धता आणणं म्हणजे सौंदर्यपूजन. त्याचं मग कधी चंदीगडसारखं आखीव रेखीव शहर प्रतीक होतं, तर कधी कोकणचा व्हर्जिन समुद्रकिनारा बनून पुढे येतं! पण भारतीय मन हे देवालाही मानवी रूप देण्याकडे कललेलं असल्यामुळे त्यानं मानवी सौंदर्याला मधुबालाचं रूप देत तो सौंदर्याचा 'अल्टिमेट वर्ड' म्हणून स्वीकारलं आहे असं मी म्हणेन!

आजच्या इंटरनेटच्या जमान्यात आर्कुट वर मधुबालाच्या साईटचे जे लाखो सदस्य आहेत, ते हेच दर्शवितात की- भारतीय स्त्री सौंदर्याचा सर्वोच्च साक्षात्कार म्हणजे मधुबाला! तिच्या या भारून टाकणाऱ्या प्रभावाचं रहस्य काय आहे? तिचा एकाच वेळी घरंदाज व सोज्वळ आणि त्याच वेळी अल्लड, चंचल व मादक वाटणारा चेहरा, तिचं प्रसन्न खळाळतं हसू आणि स्वाभाविक अभिनय यात आहे. एकीकडी 'आईये मेहरबा' या मादक गीतावरील तिची सेक्सी अदा आठवा तर दुसरीकडे 'महोबत की झूठी कहानी पे रोये' गीतावरील विरह व्याकुळ मुद्रा आठवा. तिच्या सौंदर्याचं गमक लक्षात येईल.

दुसरं प्रतीकरूप झालेलं व्यक्तिमत्त्व म्हणजे चार्ली चॅप्लीन होय. हसू आणि आसूचा अद्‌भुत संगम त्याच्या व्यक्तिमत्त्व व अभिनयात सामावला आहे.

भारतीय राजकपूर त्याच्या वळणाचा अभिनय करायचा, पण त्याचं देखणं रूप व हिरोगिरी मुळे तो आवडला तरी 'कॉमन मॅन' चा प्रतिनिधी होऊ शकला नाही. पण चार्लीचं सामान्य रंगरूप, त्याचे कपडे, ढगळ कोट व तोकडी पँट, त्याची मिशी आणि सदैव भांबावलेले डोळे यामुळे तो सामान्य माणसांचा प्रतिनिधी होऊन बसला यात नवल नाही.

सामान्य माणसाला जगताना जे अनुभव येतात, त्याला त्यानं आकार व रूप दिलं. मुख्य म्हणजे माणसाला खळखळून हसायला शिकवलं आणि हसता हसता डोळ्यात टचकन पाणी आणायलाही लावलं. मानवी जीवनात हास्य व करुणा यांचं स्थान महत्त्वाचं आहे. कारण त्या मूलभूत मानवी प्रवृत्ती आहेत. त्याचा उजागर चार्ली चॅप्लीननं केला. म्हणून त्याचं चित्र माझ्या रसिक मित्रानं लावलं ते सार्थ आहे.

पण मला सारखं वाटत होतं की, त्या मित्राच्या घरी आणखी काही प्रतीकं बनलेल्यांची चित्रं असायला हवी होती. त्यामुळे समग्र मानवी जीवनाचं प्रतीकात्मक दर्शन होऊ शकेल.

एक म्हणजे साने गुरुजी. प्रेम आणि करुणा यांचं मूर्तिमंत प्रतीक. ते जसे 'शाम' होते, तसेच किंबहूना त्याहुन जादा 'शामची आई' होते. अवघ्या मानवजातीवर आईच्या हृदय-मनानं प्रेमाची पांखर घालणारा तो पुण्यात्मा होता. साने गुरुजी व भगवान गौतम बुद्धात मला नेहमीच एक साम्य जाणवतं. ते म्हणजे बुद्धाप्रमाणे साने गुरुजी पण प्रज्ञा व करुणेचे निखळ आविष्कार होते.

दुसरं म्हणजे अमृता प्रीतम या पंजाबी कवयत्री-कादंबरीकाराचं. ती सुंदर, फोटोजेनिक तर आहेच, पण तिच्या चेहऱ्यावर जे बौद्धिक तेज आहे त्यामुळे ती अधिक सुंदर दिसते. भारतीय स्त्री मनाला आणि तिच्या प्रेम, विरह, दुःख, भोग या साऱ्यांना तिचं लेखन हे उजागर करतं. तिचं छायाचित्र भारतीय स्त्री एकाच वेळी कशी कल्पवृक्षाप्रमाणे मानवी जीवनावर छाया धरणारी आहे, तशीच ती कणखर व निर्भय पण आहे, याचं प्रतीक आहे.

बंगाली कादंबरीकार शरदचंद्र चॅटर्जी यांना सार्थपणे 'स्त्री जातीचा मसिहा' म्हणलं जातं. भारतीय स्त्रीची त्यांनी जी रूपं 'शेषप्रश्न' 'श्रीकांत' आदी कादंबऱ्यातून रेखाटली आहेत, ती अस्सल व खरीखुरी भारतीय तसेच प्रातिनिधिक जागतिक स्वरूपाची आहेत. पुन्हा त्यांना 'आवारा मसिहा' म्हटलं जातं. मानवी मनाला 'आवारा'गिरीची प्रतिमा मोह घालते, तसंच मसीहा-देवत्वाचं त्याला आकर्षण असतं. या साऱ्याचं प्रतीक शरदबाबू आहेत.

ध्वनी व संगीत हे अपौरुषेय आहेत. भाषा स्थानिक असते, पण संगीत जागतिक. भारतीय शास्त्रीय संगीताचं प्रतीक म्हणून मी किशोरी आमोणकर किंवा कुमार गंधर्वांचा फोटो माझ्या घरी लावेन. त्यांची गान मुद्रा, त्यांचं संगीताच्या अथांग सागरात विरून जाणं याची प्रचिती देणारी अनेक छायाचित्रं आहेत. मानवी मनाला निखळ आनंद देणारी कला म्हणजे संगीत. त्यामुळे मानवी जीवन समृद्ध होतं. म्हणून किशोरी किंवा कुमारांचं छायाचित्र घरी असणं म्हणजे नादब्रह्माची प्रचिती अनुभवणं होय!

माणूस हा मेंदू व बुद्धीमुळे इतर प्राण्यांपासून अलग आहे. मानवी बुद्धीची झेप केवढी आहे याचं साक्षात उदाहरण म्हणून आईनस्टाईन, रमन सारखे शास्त्रज्ञ, ग. वि. केतकरांसारखे ज्ञानकोशकार किंवा नरहर कुरुंदकरासारखे विचारवंत— यापैकी एकाचं छायाचित्र घरी हवंच, कारण मानवी प्रज्ञा व धारदार बुद्धिमत्तेचं ते प्रतीक राहील.

पण आज वन बेडरूम फ्लॅट मध्ये एवढी छायाचित्रं लावायची कशी? यावर माझं सोपं उत्तर आहे. तुम्ही घरी फक्त दोनच चित्रे लावा. महात्मा गांधी व डॉ. बाबासाहेब आंबेडकर. वर उल्लेखलेली प्रत्येक प्रतीकं या दोन महापुरुषांच्या जीवनात सामावली आहेत.

आणि धार्मिक वृत्तीनं नव्हे तर पूर्णत्वाचं प्रतीक म्हणून चौसष्ट कलेचा धनी, भगवद्‌गीतेचा जनक श्रीकृष्णाचं शामल मनोहर चित्र तर हवंच हवं.

ही चित्रे पाहून मानवी मनाची कक्षा कशी रुंदावते नाही? आणि मुख्य म्हणजे मानवी जीवनाचा प्रचंड आवाका ध्यानी येतो व त्याचा आशय अंगात मुरून तसे होण्यासाठी आपण प्रयत्न करतो.

माझा रसिक मित्र उगीच नाही सर्व वर्तुळात लोकप्रिय आहे!

❑❑

२०. 'संधिकाली या अशा, धुंदल्या दिशा दिशा!'

आणि वातावरण अचानक बदललं होतं.

मी माझ्या कारनं जिल्ह्याच्या गावी परत येत होतो. साधारण दीड तास लागणार होता. सायंकाळी साडेपाचची वेळ. आभाळ निरभ्र होतं. पावसाचा टिपूसही नव्हता. जुलै महिना सुरू झालेला. पूर्ण जून महिना कोरडा गेला होता. दुष्काळाचं सावट घोंघावू लागलं होतं. जिल्ह्यात दोन चार ठिकाणी बेडकी व गाढवाचं लग्न लावलं गेलं होतं. 'धोंडी धोंडी पाणी दे-'' चा पुकारा व परंपरागत विधी व उपचार चालू होते. मी कारमधून समोर व बाजूने पाहात होतो. हिरव्या छायेचं वरदान लाभलेला कोल्हापूर जिल्हाही काळवंडला होता. मग मराठवाडा- विदर्भाची काय अवस्था असेल हा विचार मनात येत उदास व्हायला होत होतं!

आणि वातावरण पाहाता पाहाता बदललं. निरभ्र आकाश साकाळलं. एक हलकी सर येऊन गेली. हल्ली पाऊसही मोठ्या प्रदेशावर एकदम बरसत नाही. दोन किलोमीटर अंतर पार करताच पाऊस थांबला होता. हायवेचा रस्ता पुन्हा कोरडा दिसत होता. पण त्यामुळे लोभस गारवा वाटत होता. कमी व सौम्य झालेलं सूर्यास्ताचं ऊन आणि पश्चिम दिशा असल्यामुळे समोरचं क्षितिज रंग बदलू लागलं होतं! आकाशातले वाहत जाणारे काळे ढग गंमतीदार आकार धारण करू लागले होते. त्याला छेद देणारे मावळतीचे रंग पाहाताना कुण्या जातिवंत प्रतिभाशाली कलाकारानं जणू आभाळाच्या कॅनव्हासवर विविध रंगांची 'ॲबस्ट्रॅक्ट' पद्धतीनं उधळण करीत चित्रकारी दाखवावी, तसं क्षितिजावर एक नजर बांधून ठेवणारं सुंदर निसर्ग पोर्ट्रेट तयार झालं होतं.

मी त्या अजब भुलावणीच्या रंगपंचमीत रमून गेलो. प्रवासात माझ्या कारमध्ये टेप व एल. सी. डी असतोच. तसंच वाचनासाठी उत्तम प्रकाशाची सोय मी करून घेतली आहे. कोल्हापूर-पुणे, पुणे-मुंबई व पुणे-औरंगाबाद असा माझा नित्य प्रवास होत असतो. हे तिन्ही रस्ते उत्तम गुळगुळीत. गाडी चांगली शॉक अबॅसॉर्ब करणारी आहे. त्यामुळे पोटातलं पाणीही हलत नाही. छान वाचन होतं. प्रवासात तासभर वाचन, मग तासभर नाटक वा सिनेमा पाहाणं आणि मग गाणं ऐकणं असा माझा क्रम असतो. गाणं ऐकत, मन स्वैर सोडीत विचार करणं हा प्रवासातला आवडता छंद.

आज दुष्काळ व पाणी टंचाईच्या बैठकीनंतर मन उदासलं होतं. पुढील काळात करावयाच्या कामानं मन भारी झालं होतं. एकाच वेळी दुष्काळी कामाचं नियोजन व त्याच वेळी कोल्हापूर जिल्ह्यात दरवर्षी महापूर येत असल्यानं पूर आपत्ती व्यवस्थापन या दोन्हीबाबत बैठक घेऊन दोन्हीवर पाळीपाळीनं बोललो होतो. त्याच्या नियोजनाबाबत चर्चा झाली होती. हा सारा 'ग्लोबल वॉर्मिंग' चा परिणाम होता. लांबणारा मान्सून आणि एकाच दिवशी तीव्रतेनं कोसळणारा पाऊस-दोन्हीही नकोसा वाटणारा. भारतीय मान्सून खरं तर हा मध्यम मार्गी होता मागील शतकात. बहुसंख्य जिल्ह्यात फार जास्त नाही, आणि फार कमी पण नाही असा तो बरसायचा. भारतीयांची मध्यममार्गी प्रवृत्ती त्याचीच तर द्योतक नसेल? पण अलीकडे जगभर वातावरणात जो अतिरेकीपणा भरला जात आहे, तो मान्सूनमध्येही का आला असावा?

अशा स्वैर विचारात मन भरकटत होतं. ते ताळ्यावर आलं ते या जाणिवेनं की, वातावरण बदलत आहे. माझं लक्ष समोर मावळतीच्या रंगात न्हाऊन निघालेल्या क्षितिजाकडे गेलं आणि मन व नजर सुखावली.

टेपवर रफीचं जे गीत योगायोगानं लागलं ते या प्रसंगाला साजेसं होतं. 'इस रंग बदलती दुनिया मे'– त्या गीताचा संदर्भ वेगळा, पण इथं खरंच क्षितिजावर क्षणाक्षणाला रंग बदलत होते. अक्षरश: रंगांची पंचमीच जणू निसर्गराजा खेळत होता.

अजूनही पिवळं फिकटलेलं उन होतं. त्यामुळे आकाशात ढगाच्या आड पिवळा रंग चमकत होता. पण तो हळूहळू तांबूसत गेला. एकाच वेळी सुवर्ण रंग आणि नारिंगी तांबूस रंगाची उधळण सुरू झाली होती. मोठं अद्‌भुत, रोमांचकारी दृश्य होतं ते!

निळ्या आकाशात पीतवर्णी व तांबूस रंगांना छेद देत चित्रविचित्र आकाराचे

काळे ढग फिरत होते. मला पावसाची चाहूल देणारे व मान्सूनचा संदेश देणारे हे काळे ढग विलक्षण मोह घालतात. कारण ते पर्जन्यगर्भ असतात, हे महत्त्वाचं कारण आहे. पण त्याचबरोबर त्यांचे आकार व त्यातून साकारणाऱ्या प्रतिमा पाहात मनात कुठेतरी त्याला मानवी रूप देणं हा माझा मनाचा प्रवासातला एक आवडीचा विरंगुळा म्हणा, छंद म्हणा- आहे. मुख्य म्हणजे अशा वेळी काहीतरी नवं चमकदार सुचतंय हे महत्त्वाचं!

आताही मला एक ढग चक्क गणेशप्रतिमा वाटत होता. खरं तर मी मुळीच भाविक नाही. त्यामुळे सहसा देवाच्या संदर्भात काही सुचत नाही. पण आज मला ढगातून गणेशप्रतिमा दिसत होती. खरं तर गणेशाकृती हा चित्रकारांसाठी एक आव्हान देणारा विषय. त्याची आकृती काढताना चित्रकारांना कमालीचं स्वातंत्र्य मिळतं. इथंही निसर्गानं त्याची छानपैकी ढगाच्या माध्यमातून प्रतिमा साकारली होती. ती ही कशी? हातात बंदूक असलेली; होय, प्रतिमेसमोर एक पाच सहा फुटाची ढगाची पट्टी चक्क बंदुकीसारखी दिसत होती. जणू गणपतीही मान्सूनचं आगमन लांबल्यामुळे संतप्त झाला होता. त्याच्या आकृतीच्या काळ्या ढगातून चमकणारा तांबूस प्रकाश त्याचा संतप्त लाल झालेला चेहरा दाखवत होता. त्याची रोखलेली बंदूक जणू समोरच्या ढगावर गोळ्या झाडून, त्याच्या काळ्या पोतडीतून शुभ्र पर्जन्यबिंदू बाहेर काढणार होती. माझं मलाच या कल्पनेचं हसू आलं. गणेशोत्सवात गणपतीला काय काय रूपं दिली जातात याची आठवण जागी झाली.

ढगांच्या वेगवेगळ्या आकारातून मी कल्पनेनं मानवी प्रतिमा हुडकत होतो. आणि मग बालसुलभ खोडकर वृत्तीनं हसत होतो.

आता ढग वाऱ्यानं पांगू लागले होते. आणि विविध रंगी प्रकाश क्षितिजावर सांडू लागले होते. एकाच वेळी आकाशात उठणारा, ज्वालामुखीची आठवण करून देणारा, तेजस्वी तांबूस रंगाचा लोळ, डाव्या बाजूला पिवळा सुवर्णकांतीचा प्रकाश पुंजका तर उजव्या बाजूला नारिंगी रंगाची पखरण. निळं आकाश केव्हाच सावळं झालं होतं. आता त्याच्यावर काळ्या रंगाची चादर हळूहळू पांघरली जात होती. पण त्यातून अस्तास जाणारे फिकट रंग डोकावत होते. एकाच वेळी जर फिल्मध्ये कृष्णधवल आणि इस्टमन कलरचे रंग मिसळले तर कसं रंगकाम दिसेल, तशी आकाशात रंगांची छानपैकी उधळण होत होती.

काही क्षणातच हे अद्‌भुत, स्वैर, निरुद्देश निसर्गाचं रंगकाम व त्यातून साकारणारी चित्रकला लयास जाणार होती. तो विलयाचा क्षण अगदी जवळ

आला होता. पण ही दहा पंधरा मिनिटं किती मनोरम, डोळ्याचं पारणं फेडणारी.

'संधिकाली या अशा. धुंदल्या दिशा दिशा.' आता माझ्या टेपवर अरुण दाते-अनुराधा पौडवाल जणू माझ्यासाठी, या क्षणीच्या माझ्या मन:स्थितीसाठी धुंद स्वरात गात होते. खरंच, या पंधरा-वीस मिनिटात मला निसर्गानं काय मनोरम रंगदर्शन घडवलं होतं.

हा माझा नितांत वैयक्तिक अनुभव. इतरांनाही तो तसाच येईल की नाही सांगता येत नाही. 'If you write more and more Personal, it becomes more and more Universal' हे जरी मानवी वृत्तीसाठी खरं असलं तरी निसर्गाच्या क्षणोक्षणी बदलत्या विभ्रमासाठी कितपत लागू पडेल? मला शंका आहे. कारण प्रत्येकाची भाववृत्ती व मनाचा चाळा करण्याची वृत्ती भिन्न. त्याची तीव्रता, संवेदनशीलता व प्रतिभाविलास वेगळा. मला आज या पंधरा मिनिटात जे निसर्गविभ्रम- कदाचित भासरूपात दिसले, ते तसेच इतरांना दिसणार नाहीत. कारण निसर्ग हाच मुळी एक कॉलिडिओस्कोप आहे. प्रत्येकाला वेगळा रंग, तोही तितकाच वेधक व मनोरम- दाखवतो.

म्हणूनच तर निसर्ग हा सर्वांना प्रिय असतो. कारण तो मानवी मनाशी खेळतो, त्याला रिझवतो व त्याच्या मनोविचाराप्रमाणे त्याला नाना रूप-रंग दाखवतो व मानवी रूप धारण करीत त्याचा मित्र, सखा बनतो.

खरंच, निसर्ग हा सर्वश्रेष्ठ जादूगार आहे. त्याची जादू न्यारीच आहे. आज मी तिची एक झलक पाहिली. ती तुमच्यासाठी शब्दातून पेश केली. गोड मानून घ्यावी!

□□

२१. 'इफ म्युझिक इज रिलिजन, रहेमान इज गॉड!'

वाचकहो, आजच्या 'लेखाचं' शीर्षक चक्क चोरलेलं आहे. विक्रमादित्य सचिन तेंडुलकरच्या क्रिकेट जीवनावरचं 'इफ क्रिकेट इज रिलीजन, सचिन इज गॉड!' या नावाचं पुस्तक नुकतंच प्रकाशित झालंय. ३१ मे रोजी ए. आर. रहेमान यांची 'लाईव्ह इन कॉन्सर्ट' पुण्यामध्ये झाली. त्यावेळी गीत, संगीत, ध्वनी आणि प्रकाश योजना आणि ए. आर. रहेमान यांची संगीतातली अद्‌भुत रेंज आणि क्रांतिकारी वेगळेपण अनुभवलं आणि वाटलं, हा तर संगीतामधला नवा देव आहे. (क्रिकेट मध्ये आज तर एकच देव आहे- सचिन, पण संगीतामध्ये आजच महाराष्ट्रात तीन 'लिव्हिंग गॉड' आहेत– लता मंगेशकर, भीमसेन जोशी आणि किशोरी आमोणकर.) पण रहेमान हा त्याच्या आधुनिक संगीतानं जागतिक स्तरावर पोचला आहे. म्हणूनच 'इफ म्युझिक इज रिलिजन, रहेमान इज इटस यंगेस्ट गॉड' म्हणावसं वाटतं! ती रहेमान नाईट मंत्रभारली होती. सुमारे पंचवीस हजारांचा श्रोता वर्ग मंत्रमुग्ध झाला होता. तरुणाई जोशात होती. एकेक गाण्याला ताल धरत होती, नाचत होती. भव्य तीन मजली सेट, ऐंशीच्या वर कलावंत, शिवमणी सारखा अफलातून तालवादक आणि हरीहरन, साधना सरगम व रूपकुमार राठोड सारखे बुजुर्ग गायक आणि रहेमानिया प्रॉडक्ट असलेले अनेक नवे गायक आणि गाण्यावर भन्नाट नाचणारे युवक युवती! ते मंतरलेले तीन तास कसे ओसरले ते समजलेच नाही. कवी बोरकरांनी म्हटल्याप्रमाणे 'इंद्रनीलाचा असर सरेना' तशी आजही माझी अवस्था आहे, पाच दिवस झाले तरी. हा 'शीअर रहेमानिया मॅजिक' आहे. पण त्या जादूमागे रहेमानची लोकविलक्षण

प्रतिभा आहे, ध्वनीचं अपूर्व ज्ञान व समज आहे. त्याला कोणताही संगीतप्रकार वर्ज्य नाही. त्याचं एक एक गाणं अनेक संगीत प्रकाराचं असं काही मिश्रण असतं व त्यातून साधलेली अपूर्व नवरचना असते, की तिच्यावर त्याची छाप असते. रहेमान नावाची सही व स्टँप असतो!

मी स्वत: जुन्या हिंदी सिनेसंगीताच्या प्रेमात वाढलेला. आजवर माझी आवड नौशाद- बर्मन ते आर. डी.- एल. पी. एवढीच होती. त्यानंतरचा एकही संगीतकार मनापासून भावला नाही. कान व मनात शिरला नाही. पण 'रोजा', 'बॉम्बे' आणि 'लगान', 'स्वदेश' आणि माझ्या मते रहेमानचा आजवरचा सर्वोत्कृष्ट 'ताल' आला आणि मी 'रहेमानियाला' सपशेल शरण गेलो. आणि त्याचा चाहता बनलो. त्यामुळे जेव्हा पुण्याला त्याची 'नाईट' होती, ती मला चुकविता येणे शक्य नव्हते! ए. आर. रहेमाननं व त्याच्या साथीदार कलावंतांनी तीसेक गाणी त्या वेळी पेश केली. त्यामध्ये निवेदनाचा अडसर नव्हता. सब कुछ रहेमान असा सारा प्रकार होता. ते साहजिक नाही का? माध्यानीचा (संगीत) सूर्य तळपत असताना किंवा पौर्णिमेचा (संगीत) चंद्र चंदेरी जादू पसरवीत असताना इतर तारे व चांदण्या आपसूकच बाजूला वा पडद्याआड होतात. रहेमाननंच अँकरची भूमिका, तीही अत्यंत कमी शब्दात, अदा करीत, प्रेक्षकांशी संवाद साधत आपली सारी संगीत कला व त्यातली अद्‌भुत रेंज पेश केली. 'अर्थात काही माणिक-रत्नं राहून गेली खरी. पण ती पुन्हा पुण्यास येऊन सादर करू' हे त्याचं आश्वासन मनाला धीर देणारं व सुखावणारे होतं! या रहेमानिया संगीताचे त्या सायंकाळी भावलेले काही मॅजिक मोमेंटस मी वाचकापर्यंत संगीताच्या सुरापुढे नेहमीच तोकड्या पडणाऱ्या शब्दांच्या साह्याने, पोहोचवायचा प्रयत्न करणार आहे. तो अर्थातच खूप कमी पडणार आहे. हे मॅजिक मोमेंटस वाचा आणि कानात रहेमानची गाणी आठवा. तुम्हालाही त्या मॅजिकची त्या क्षणाची जादू जाणवेल!

जेव्हा हरीहरन आणि साधना सरगमनं 'रोजा जाने मन' म्हणत प्रवेश केला, त्यापूर्वीचं जोशपूर्ण संगीताचं हळुवार हृदयस्पर्शी ट्यून मध्ये रूपांतर झालं. हरीहरनचा स्वर आणि साधना सरगमच्या गोड आलापी यानं वातावरण मंत्रमुग्ध झालं!

रहेमान लहान वयातच इलाई राजाकडे पियानो वाजवत होता. त्या सायंकाळी तो स्वत: पियानो वर बसला. त्याच्या एकीकडे हरीहरन व रूपकुमार राठोड व दुसरीकडे रशीद अली. रहेमानच्या कलावंत बोटांच्या नर्तनातून साकारलेलं पियानोचे काळजात घुसणारे स्वर आणि या तीन गायकांचे भावभिनले स्वर... हा या कन्सर्टचा एक जादुई क्षण होता. हरीहरन 'तू ही रे', रूपकुमारनं 'खामोश

रात' आणि रशीद अलीनी 'कही तो' ही गाणी पियानोच्या सुरांना साथ देत भावपूर्ण रीतीने म्हणाली, तेव्हा सारा प्रेक्षकवर्ग अवघा जीव कानात एकवटून ऐकत होता. आणि मग हरीहरननं 'भारत हम को जानसे प्यारा है' व 'सरफरोशी की तमन्ना अब हमारे दिल मे है' ही दोन देशभक्तीपर गीतं अत्यंत तन्मयतेनं साकारली. 'भारत हमको जानसे प्यारा' च्या वेळी अवघी तरुणाई त्याला साथ देत गुणगुणत होती. सारा माहौल देशप्रेमानं भारून गेला होता. वा, क्या बात है!

रहेमाननं तरुणाईला साद घालत 'दिलसे' 'दिल्ली ६' (सर्वच गाणी) 'गजनी' 'जाने तू या जाने ना' सारख्या लोकप्रिय सिनेमातली तरुणांच्या ओठी असणारी गाणी साथीदारांसह पेश केली, तेव्हा अक्षरश: कहर होत होता. सारा प्रेक्षकवर्ग ताल धरून नाचत होता, डोलत होता. सारं वातावरण तरुण-टवटवीत झालं होतं!

आणि मग चक्क भारतीय संगीताच्या प्रथेप्रमाणे जमिनीवर बसत रहेमाननं दोन सुफी कव्वाल्या पेश केल्या. एक 'जोधा अकबर' ची 'ख्वाजा मेरे ख्वाजा' आणि 'दिल्ली ६' ची. नादब्रह्माच्या समाधीचा अनुभव त्याने दिला. त्यावेळी पुन्हा एकवार वाटलं, 'इफ म्युझिक इज रिलिजन, रहेमान इज इट्स यंगेस्ट गॉड!'

सर्वात महत्त्वाचा, कधीही विसरता येणार नाही असा, 'मॅजिक मोमेंट' म्हणजे लता मंगेशकरांचं स्टेजवर झालेलं आगमन व त्यांच्या रहेमानला शुभेच्छा आणि त्याचा त्याने केलेला विनम्र स्वीकार. एका शो मध्ये दोन 'लिव्हींग लिजंड' किंवा 'दोन गॉड' प्रेक्षकांना याची देही याची डोळा पाहायला मिळाले. आणि मनात रहेमानसाठी लतानं गायलेलं 'जिया जले-जान जले' या अप्रतिम गीताचे बोल रुंजी घालू लागले. हाही एक मंत्रभारला क्षण. रहेमाननं शोच्या नावाप्रमाणे 'जय हो' नं कार्यक्रमाचा शेवट केला. आज हे सर्वांच्या अदम्य विश्वास व संघर्षावर मात करीत पुढे जाणाऱ्या वृत्तीनं 'इंटरनॅशनल साँग' बनलं आहे. आणि शेवटी त्यानं 'मां तुझे सलाम, वंदेमातरम' म्हटलं आणि पुन्हा एकवार सारेजण देशप्रेमानं भारून गेले. त्या भारल्या क्षणानंच त्यानं आमचा व आम्ही त्याचा निरोप घेतला!

पूर्ण तीन तास तसे 'मॅजिकल मोमेंटस' होते, पण त्यातले हे अधिक भावलेले व मनात उतरलेले जादूई क्षण. वाचकहो, हे वाचताना तुम्हीही रहेमानिया जादूची गाणी आठवा व गुणगुणा, तुम्ही जरी तो शो पाहिला नसला तरी ते जादूचे क्षण कल्पनेने व हृदयाने नक्कीच अनुभवू शकाल! मला त्याबाबत जरूर कळवा, म्हणजे मलाही तुमच्या प्रतिसादातून पुन्हा रहेमानिया अनुभवता येईल. आताही हा लेख लिहिताना मी तेच करीत आहे व पुन्हा पुन्हा रहेमानचा 'जय हो' करीत त्याच्या संगीतात डुबून जात आहे.

□□

२२. 'अकबर बिरबलांच्या कथा आणि व्यवस्थापन शास्त्र'

आज मी तुम्हाला बिरबलाच्या दोन-तीन चातुर्य कथा सांगणार आहे.

हे काय भलतंच? असा वाचकांना प्रश्न पडेल. बालपणी त्या कथा रंजक वाटायच्या हे ठीक, पण आता त्याचं काय?

ज्याप्रमाणे इसापनीती मधून किंवा वि. स. खांडेकरांच्या रूपक कथांमधून काही शाश्वत सत्ये व नीतिसूत्रे, जीवनाच्या नियमाचं दर्शन होतं, तसंच अकबर बिरबलांच्या आपण साऱ्यांनी बालपणी ज्या कथा वाचल्या, त्याचा व्यवस्थापन शास्त्राच्या अंगाने विचार केला तर बिरबल आधुनिक मॅनेजमेंट गुरूंचा बाप होता, हे पटू शकेल. त्यामुळे आज मला बिरबलाचा वेध मॅनेजमेंटच्या संदर्भात घ्यायचा आहे.

त्याचं निमित्त आहे एका इंग्रजी पुस्तकाचं, जे लुईस एस. आर. वास व अनिता एस. आर. वास या जोडीनं लिहिलं आहे. बिरबलाच्या एकूण पंच्याऐंशी चातुर्य कथांमधून आधुनिक व्यवस्थापन शास्त्रांच्या मूलभूत 'फंडा' वर कसा प्रकाशझोत पडतो हे त्यांनी मोठ्या रसाळपणे दाखवून दिलं आहे.

मी लहानपणापासून बिरबलच्या चातुर्यकथा ऐकत, वाचत आलो आहे. माझ्या मनात त्याच्या संदर्भातल्या काही प्रतिमा घर करून राहिल्या आहेत. वाक्चातुर्य, समयसूचकता, प्रसंगी कटू वेळ मारून नेणं, तर कधी परखड बोलून झणझणीत अंजन घालणं हे बिरबलाचं बुद्धी व व्यवहारचातुर्य होतं!

आज मला वाटतं की, या कथा कपोलकल्पित असाव्यात. कारण सत्ताधीशाला खरं ऐकण्याची इच्छा मुख्य म्हणजे तेवढी हिंमत व सामर्थ्य नसतं. कारण हातात एकवटलेली

अफाट सत्ता, सभोवती चमच्यांची व बाजारबुणग्यांची खोगीरभरती, कुणालाही मिंधं आणि उपकृत करण्याचं सामर्थ्य व साधनसंपत्ती आणि लोकांची नजरेला नजर न देण्याची लाचारी, ब्रही उच्चारण्याची भीती यामुळे सत्ताधीशांचे जमिनीवरील पाय केव्हाच निसटलेले असतात. त्यामुळं त्यांना आवडेल तेच सांगायचं, पटेल तेवढंच व तेव्हाच बोलायचं– ते व्यवहारचातुर्य की लाचारी म्हणायची? हा सवाल.

आजचा जमानाच मुळी लाचारांचा आहे. 'महापूरे झाडे जाती, तरी लव्हाळी वाचती' अशी एक म्हण आहे. पण जगात केवळ लव्हाळीच राहून कसं चालेलं? ताठ मानेचे, सरळसोट देवदार व सागवान वृक्ष नकोत?

पण अशी ताठ कण्याची माणसं प्रत्येक जमान्यात कमीच असतात. बिरबल त्यांचा प्रतिनिधी म्हणता येईल का? मला आज हे पुस्तक वाचल्यानंतर शंका वाटत आहे.

बिरबल स्वाभीमानी आहे, नि:स्पृह आहे, सत्य वचनी व जनकल्याणकारी विचार करणारा कृतिशील आहे. त्याचं व अकबराचं मैत्र आहे. अकबरासाठी तो 'Friend, philosopher & Guide' आहे. पण तरीही अकबर हा बादशहा आहे, आपला 'बॉस' आहे आणि लहरी आहे, हे तो कधी विसरत नसे. राज्यकारभार, वैयक्तिक संबंध, इतरांना त्याची बादशहाशी असलेली मैत्री खुपत असल्यामुळे त्यांचे काटशह, हेव्यादेव्याचे राजकारण व त्यावर जागरूक राहून मात करण्याचे व्यावहारिक कौशल्य या साऱ्यांचे दर्शन बिरबलाच्या कथांमधून होते. आज राजा- बादशहा नाही, पण वरिष्ठ अधिकारी व मंत्री हे आपले बॉस असतातच की. प्रत्येकाच्या कामाची व वागण्याची पद्धत निराळी, पण मानवी वर्तन हे कालातीत असते. वरिष्ठ व कनिष्ठांचे नाते पती-पत्नीसारखे. अधिक नेमकेकपणानं सांगायचं तर मालक-नोकराचं असते. वर्चस्व गाजवणे, भांडण, कधी खुशी-कधी नाराजी, एकमेकांचं पटत नाही, पण त्यावाचून करमत नाही, बॉस किंवा कर्मचारी बदलणं हाती नसताना त्यांच्याशी कामासाठी जुळवून घेण्याची अपरिहार्यता, हे सारे पेच-प्रसंग, समस्या सनातन व चिरनूतन आहेत. त्याचा कसा सामना करावा हे बिरबल शिकवतो. मानवी मन जाणून व्यवस्थापकीय तंत्र-मंत्राचा वापर करीत बादशहाच्या 'गुड बुक' मध्ये राहातो. त्याची उदाहरणे म्हणजे या कथा होत.

वास जोडीला बिरबल कथांचा अभ्यास करताना त्यामध्ये व्यवस्थापनाची विविध कौशल्ये व तंत्र आणि मंत्र जाणवले, हा त्यांच्या प्रतिभेचा आविष्कार

म्हणला पाहिजे. मग अभ्यासपूर्वक एकेक कथा व्यवस्थापनाच्या भिंगात न्याहाळून त्यातून प्रतीत होणारे व्यवस्थापन उर्फ मॅनेजमेंटचे मंत्र हुडकले. प्रथम अकबराचा प्रश्न, त्याचं बिरबलानं दिलेलं वा हुडकलेलं उत्तर आणि शेवटी त्याद्वारे अधोरेखित होणारे व्यवस्थापन शास्त्राचे सिद्धान्त अशी रचना या पुस्तकात वासनी केली आहे. अत्यंत सोप्या भाषेत व रंजक कथनपर शैलीत कथा सांगितल्यामुळे या पुस्तकाचं पान न पान वाचनीय असं झालं आहे.

ही कथा पहा. अकबरानं एकदा बिरबलाला विचारलं, "तू न्याय आणि सोन्याचं नाणं या मधून काय निवडशील?" बिरबल उत्तरला, "सोन्याचं नाणं. कारण आपल्या राज्यात मलाच काय पण सर्वांनाच न्याय मिळतो." यातून व्यवस्थापनाचा एक मंत्र लक्षात येतो, तो हा की, विश्वासू सेवक मालकाची स्तुती करायची एकही संधी सोडत नाही. अशा ट्रिकी प्रश्नाचं 'पोलिटिकली करेक्ट' उत्तर द्यायचं असतं.

दुसरी कथा. बादशहाच्या दरबारात त्यानं एका विख्यात पंडीतास बिरबलाची परीक्षा पहाण्यास फर्मावलं. पंडित म्हणाला, "मी तुम्हाला शंभर सोपे प्रश्न विचारू का एक कठीण प्रश्न?" बिरबल म्हणाला, "एकच कठीण प्रश्न. पण माझ्यासाठी तो सोपा असेल." पंडितानं डोकं खाजवून अखेरीस विचारलं, "आधी कोंबडी की अंडे?" बिरबल उत्तरला, "अर्थातच कोंबडी." पंडितानं विचारलं, "कशावरून तुम्ही ठामपणे हे सांगता?" बिरबल हजरजबाबी. त्यानं म्हणलं, "आपलं ठरलं होतं, एकच कठीण प्रश्न. हा दुसरा प्रश्न झाला." यातून व्यवस्थापनाचा कोणता बोध घ्यायचा? तुम्हाला कुणाला अडकवायचं असेल, तर त्याचा सुटकेचा एकही रस्ता मोकळा ठेवू नका. आणि इतरांना ट्रॅप करताना आपण ट्रॅप होणार नाही ना, हे पहा.

ही आणखी एक कथा. "तू एवढं शहाणपण कुणाकडून शिकलास?" बिरबलाचं चतुर उत्तर, "मूर्खाकडून. मी त्यांचा मूर्खपणा पाहातो व तसा माझ्या हातून होणार नाही याची दक्षता घेतो. त्यामुळे मी शहाणा झालो." इतरांच्या चुका व अनुभवातून सुजाण होणे हा शिकण्याचा सर्वात स्वस्त व जलद मार्ग आहे. पुढच्यास ठेच मागचा शहाणा- हेच खरं.

अकबरानं एकदा त्याचं जो सर्वात चांगलं चित्र जो कोणी काढेल त्याला मोठं बक्षीस देण्याचं जाहीर केलं. अनेकांनी त्याची उत्तम तैलचित्रे काढली, पण ती त्याला पसंत पडली नाहीत. बिरबलाचं चित्र त्याला आवडलं. पण ते चित्र नव्हतं, तर बादशहा समोर त्यानं आरसा धरून त्यातलं राजाचं प्रतिबिंब दाखवलं

होतं. यातलं व्यवस्थापनाचं तात्पर्य कोणतं? ते हे, की ग्राहकांच्या मनातलं ओळखून, त्याची ती खरी-खोटी गरज भागवणारा विक्रेता यशस्वी होतो. दुसरं तात्पर्य म्हणजे नम्रपणे व सूचकतेनं बिरबलानं बादशहाला हे लक्षात आणून दिलं की, जे जे हवं असतं ते तसंच कधी मिळत नसतं!

अस हे व्यवस्थापन दर्शन- बिरबल कथेतून घडणारं. वास जोडीनं पेश केलेलं. ते वाचनीय तसंच चिंतनीय आहे.

पण एक प्रश्न मला अस्वस्थ करतो. तो हा की, हे सारे व्यावहारिक व्यवस्थापनाचे मंत्र झाले. ते करण्यासाठी अभ्यासाची नाही तर लाचारी व 'सबॉर्डिनेशन' ची जरूरी आहे. संधी पाहून खोटी स्तुती करणं व बॉसला सदैव खूश ठेवण्याचा प्रयत्न करणं यासाठी 'मॅनेजमेंट स्टडीज' नाही तर 'सिकोफन्सी स्टडीज' ची गरज आहे.

खरं आज हा लेख लिहिताना आज 'बॉस' चा 'डे' आहे याचं स्मरण झालं व हसू आलं. 'बॉस' पेक्षा काम व समाज मोठा मानणं हे महत्त्वाचे नाही का? असं करूनही यशस्वी कसं होता येईल आजच्या या आपमतलबी जगात? यासाठी काही मॅनेजमेंट फंडा आहे का? तो आज तरी उपलब्ध नाही.

तोवर 'जय हो' बॉसगिरी उर्फ चमचेगिरी. जय हो बिरबल बादशहाच्या चातुर्य उर्फ चापलुसीच्या मॅनेजमेंट परिभाषेतल्या कथा!.

माझ्या मनातील बालपणापासून रुजलेल्या चतुर बिरबलाच्या लोभस प्रतिमेला तडे मात्र गेले आहेत. पुन्हा कधी मला बिरबल कथा वाचा- सांगाविशी वाटणार नाही हे मात्र नक्की!

❑❑

२३. कलरफुल

जेव्हा जेव्हा मी 'नवरंग' सिनेमाची सप्तरंगांची उधळण करणारी गाणी टि.व्ही वर पाहातो, तेव्हा तेव्हा मला व्ही. शांतारामनी या सिनेमाची त्यांना कशी प्रेरणा मिळाली याची सांगितलेली कहाणी आठवते. 'दो आँखे बाराह हाथ' या चित्रपटाच्या चित्रीकरणाच्या वेळी बैलाशी झुंज देण्याच्या शॉट चित्रित करताना त्यांच्या डोळ्याला इजा होऊन काही काळ अंधत्व आलं होतं व एकच रंग त्यांना कळत होता- अंधाराचा काळाकुट्ट रंग. त्यामुळे त्यांना नव्यानं रंगाचं अप्रूप जाणवत होतं. बरं होऊन पुन्हा दृष्टी येताच त्यांनी रंगांची विलोभनीय उधळण करणारा संगीतमय 'नवरंग' सिनेमा निर्माण केला. तो पाहाताना त्यातील गीत संगीत एवढीच रंगांची नजरेचं पारणं फेडणारी आतषबाजी आजही प्रेक्षकांना स्तिमित करते.

असाच निसर्गाचा मनोवेधक रंगपंचमीचा अनुभव मला अमेरिकेत असताना सिरॅक्यूस ते नायगारा या सुपरहायवेवरून प्रवास करताना काही वर्षापूवी ऑक्टोबर महिन्यात आला होता. हा तेथला पानगळीचा मोसम. विविध झाडांची पाने रंग बदलत गळून पडतात. हिरवी, लाल, पोपटी, निळी, राखाडी यासारख्या असंख्य रंगछटा हिमवर्षावाच्या त्या गोठलेल्या मोसमात धारण करून झाडांना, फिल्मी भाषेत सांगायचं झालं तर, 'इस्टमनकलर' करतात. मैल न मैल दुतर्फा रंगीबेरंगी पानांची वृक्षसंपदा, भुरभुरणारा कापसासारखा हिमशुभ्र बर्फाचा पाऊस आणि काळे कुळकुळीत पण गुळगुळीत रस्ते... भन्नाट वेगानं पळणाऱ्या मोटारी. आणि आ वासलेली नजर आणि त्यात न सामावणारी ती केवळ अप्रतिम अशी रंगसंगती.

ओठावर प्रश्न येतो, ही किमया करणारा 'ये कौन चित्रकार है?''

आपल्या सभोवती सर्वत्र रंगांची एक विलक्षण अशी दुनिया आहे. त्यामुळे मानवी जीवनही किती रंगतदार बनले आहे नाही? पशू, पक्षी, निसर्ग, वृक्ष-वेली, फुले, फळे, भाज्यांचे विविध रंग केवळ नजर तृप्त करीत नाहीत तर मनमानसही. आणि माणसाने विज्ञानाच्या साह्याने रंग, पेंटस निर्माण करून एकेका रंगांच्या असंख्य छटा निर्माण केल्या आहेत. आणि इंटिरिअर डिझाईनमध्ये रंगसंगती ठरवणे हा महत्त्वाचा घटक बनत आहे. विद्युत प्रकाशाची मानवी प्रज्ञेने रंग भरून विविध रंगाच्या दिव्यांची थक्क करणारी आतषबाजी केली आहे. जेव्हा आपण एखादा कारंजा पहातो उदा. वृंदावन, पैठण- तिथं रात्री विद्युतप्रकाशात पाण्याचे आकर्षक रूपे धारण करीत उडणारे फव्वारे क्षणाक्षणाला बदलणाऱ्या रंगछटा दाखवतात, तेव्हा नजर थक्क होते व मन प्रमुदिक होतं!

नुकताच अनिल अवचटांचा भाजी मंडईवरचा एक रंगीत आर्टपेपरवर मुद्रित केलेला रसभरीत लेख दिवाळी अंकात वाचला. गुलाबी गाजर, हिरवीकंच कोथिंबीर, लाल भोपळा, नारंगी बीटस, फ्राय केलेला तांबूस लसूण, कोल्हापूरचा पांढरा तांबडा रस्सा डोळ्यासमोर नाचू लागले आणि केवळ रसनाच नाही तर पंचद्रिये- नजरेसह मनोमन तृप्त झाली. औरंगाबाद-पुणे रस्त्यावर 'स्माईल स्टोन' या मोटेलमध्ये विविध खाद्यपदार्थांची रंगीत छायाचित्रे लावली आहेत, त्यात तांबूस भाजलेला डोसा, शुभ्र इडली, किंचित काळसर पिवळ्या रंगाचं सांबार, ब्राऊन फिल्टर कॉफी, सुवर्णरंगी चहाची चित्रे पाहून ते खाद्यपदार्थ खाण्याचा मोह होतो. ही किमया त्या पदार्थांच्या सदाबहार रंगांची आहे.

सकाळचा तेजोमय सूर्योदय, सायंकाळचा संधिप्रकाश, पौर्णिमेच्या चंद्रप्रकाशातलं निळं-सावळं आकाश, धुक्यानं वेढलेली हरित पर्वतराशी, ट्युलीपची टपोरी फुलं, (आठवा सिलसिला सिनेमातलं गाणं- देखा एक ख्वाब तो...) ग्रीनहाऊस मधील जरबेरा व गुलाबाच्या असंख्य रंगछटेची फुलं, श्रावणात ऊन-पावसाच्या बाललीलामय खेळात फुलून आलेलं इंद्रधनुष्य, शुक्राची चांदणी, नायगाराचा फेनिल शुभ्रप्रपात... किती किती रंगछटा आठवाव्यात?

झालंच तर जी. ए. कुलकर्णींच्या कथासंग्रहातून जाणवणाऱ्या व मनमानसात घर करणाऱ्या रंगछटा - हिरवे रावे, निळा सावळा, सांजशकुन इ. इ.; महानोरांच्या गीतातला कुसुंबी, ओला हिरवा रंग; साहिरच्या 'पर्वत के पेडो पर' या गीतातला 'सुरमई उजाला' व 'चंपई अंधेरा'; 'मंगेश पाडगावकरांच्या 'श्रावणात घन निळा बरसला' मधील हळदीचे उन सारख्या रंगप्रतिमांमधून हे सर्व भाषाप्रभू जो

शब्दांचा रंगमहाल उभा करतात, तो शांतपणे ऐकावा. वाचवा. त्यातील एक एक रंगप्रतिमा नजरेसमोर आणीत चित्तामध्ये ठसवीत तिचा आस्वाद घ्या... वाहवा! क्या बात है... जीवन कसं गुलजार होऊन जातं!

मानवी रूप-सौंदर्यालापण रंगाचं लोभस अस्तर असतंच. निळा सावळा कृष्ण, सस्यशामला द्रौपदी, तांबूस गोऱ्या रंगांच्या युरोपियन ललना, ग. दि. मा. ची 'पावसाळी मेघापरी' सावळा रंग असणारी प्रिया, राजकपूरचे हसू-आसूचे मिश्रण असणारे निळे डोळे, राखीचे खोल समुद्रासारखे घारे नेत्र, मीनाकुमारीचे नावाप्रमाणे असणारे काळेशार मीनाक्षी चक्षू, जयाप्रदाच्या सौंदर्याला दृष्ट लागू नये म्हणून उगवलेला ओठाखालचा काळा ब्युटी स्पॉट उर्फ चामखीळ, स्मिता पाटीलचे भावसंपन्न काळे डोळे व सतेज सावळी कांती, प्युअर ब्लॅक डायमंड म्हणता येतील अशा टेनिस सम्राज्ञी व्हीनस भगिनी, सोनेरी केसांची ब्लाँड स्टेफी ग्राफ, हृतिक रोशनची दाढी केल्यावर दिसणारी गालावरची हिरवट त्वचा, माधुरी दीक्षितचा संगमरवरी गौरवर्ण... साऱ्या रंगप्रतिमा सौंदर्याच्या. काही मंद, काही झगमगत्या. पण प्रत्येकाचे सौंदर्य वेगळे!

मानवी पोषाखाचं सौंदर्यही रंगासह नजरेत येतं. निळी गर्द रेशमी पैठणी, हिरवी काचोळी, 'चांदणी' फेम शुभ्रसतेज सलवार सूट, माधुरीच्या 'हम आपके है कौन' मधला हिरवा घागरा, यश चोप्राच्या सिनेमातल्या रूपसुंदर नायिकांच्या विविधरंगी शिफॉनच्या साड्या, पुरुषांची रफटफ जीन पँट, राजेंद्र कुमारची काळीगर्द शेरवानी, देवानंदच्या विविधरंगी टोप्या व स्कार्फ, ऋषी कपूरचे मस्त रंगीबेरंगी स्वेटर्स, निळू फुलेंचं स्टार्च केलेलं कडक पांढरं धोतर, 'तुघलग' मधील देखण्या अरुण सरनाईकच्या उघड्या मर्दानी देहावरील काळी निकर, सचिन तेंडुलकराचा सेंचुरी मारल्यानंतर घामाने भिजलेला निळा टी शर्ट, ओशोंची पायघोळ भगवी कफनी, इंदिरा गांधींच्या गर्भश्रीमंत, केवळ त्यांनाच शोभतील अशा साड्या, रेखाचा 'उमराव जान' मधील घागरा, भगतसिंग रोझमी व राजगुरूंचा बसंती चोला, पी. चिंदबरम व अँटनीची शुभ्र लुंगी, अशोककुमार आणि रेहमानचा गर्द निळा गाऊन, प्रियंका चोप्राची 'दोस्ताना' मधीली सुवर्ण रंगाची बिकिनी, 'जंजीर' मधला प्राणचा भडक तांबडा पठाणी ड्रेस... कितीतरी सौंदर्य प्रतिमा आठवतात. काहीचं सौंदर्य मादक, काहीचं भारदस्त घरंदाज, कुणाचं पुरुषी मर्दानी तर कुणाचं घायाळ करणारं— तेही साजेशा रंगाचं, शतपटीनं खुलणारं!

खरंच, रंगाची भुलावण काही अजब आहे. रंग हा मानवी जीवनावर

प्रभाव टाकणारा एक घटक आहे. माझी स्वत:ची रंगाबद्दलची काही खास मतं, निरीक्षणं आहेत, ती येथे नोंदतो.

माझा सर्वात आवडता रंग आहे निळा. सागराची गहराई व आकाशाची अनंतता दाखवणारा व श्रीकृष्णाची कांती असलेला. मला तो अथांग शांततेचं प्रतिक वाटतो. हिरव्या रंगाच्या सर्व छटा मला लोभस वाटतात. कारण हा सृजनाचं, तारुण्याचं आणि नवनिर्माणाचं प्रतीक आहे. पेरल्यावर जे उगवतं ते हिरव्या रंगाचं रूप घेऊन येतं. काळी जमीन व बोडका डोंगर हिरव्या शालीनं पाऊस पडताच निसर्ग शृंगारतो. पिवळा व सुवर्ण रंग हा उत्साह व उन्माद व आवेग प्रगट करतो. तो जीवनात नाही तर काय राम? तांबडा रंग हा लालसा व उग्र मंगतलतेचं भीषण सौंदर्य दाखवतो. त्यातली गुलाबी छटा प्रेम प्रगट करणारी म्हणून प्रिय! बालकांचे गोबरे गाल व तरुणींच्या ओठांवरचे गुलाबपुष्प सारखेच लाघवी व मोहक. आणि पांढरा रंग हा तर अभिजात सौंदर्य, असीम पावित्र्याचा रंग, सारे रंग या रंगात विलीन होणारे, म्हणून हा सर्वश्रेष्ठ

पांढऱ्या रंगाचं सौंदर्य, नजाकत व मन भारून टाकणारा देखणेपणा तुम्हाला मी कसा सांगू? 'चांदनी' मधील श्रीदेवीची शुभ्र शिफॉन साडी व तसाच स्लीवलेस ब्लाऊज किंवा पांढरा सलवार सूट पहा. यश चोप्रांनी तिचं अवखळ, बालसुलभ, संगमोत्सुक आणि समर्पणशील सौंदर्य शुभ वस्त्रात असं काही कॅमेऱ्याच्या साह्यानं खुलवलं आहे की, तो सिनेमा पाहाणं हे परम नेत्रसुख आहे. दुसरं उदाहरण 'मदर इंडिया' नर्गिस दत्तचं. तिनं सिनेमा सोडला त्यानंतर ती फक्त शुभ्र साड्या नेसायची व अत्यंत डिग्निटीनं वागायची. जणू जिवंत मदर इंडिया.

आणि अशोक चक्रांकिता, ध्वजा ही राष्ट्राची देवता' असं ज्या तिरंग्याचं ग. दि. मा. नी वर्णन केलंय, त्या राष्ट्रध्वजाच्या निळ्या अशोक स्तंभाभोवतीचा मधला शुभ्र रंगाचा पट्टा... तो तुम्ही रवींद्रनाथ टागोर किंवा महात्मा गांधीच्या नजरेनं पहा. तुम्हाला या महान भारत देशाचं पवित्र, शुभ्र धवल दर्शन घडेल. 'जे जे उत्तम उदात्त उन्नत महन्मधुर' आहे ते सारं या तिरंग्याच्या पांढऱ्या रंगात आहे, तीच भारताची खरी व अक्षय्य ओळख आहे. त्या तिरंग्याच्या चरणी शुभ्र कोमल पारिजातकाचीच फुलं अर्पण करून माझं रंगायन संपवतो!

❑❑

२४. 'प्रेम, सत्य आणि थोडी कटुता!''

(हा लेख खुशवंत सिंगांचं निधन होण्यापूर्वी लिहिला होता, याची वाचकांनी नोंद घ्यावी.)

आयुष्याच्या संध्याकाळी प्राण सोडण्यापूर्वी हाती स्कॉचचा प्याला असावा अशी तो इच्छा बाळगतो.

तो स्वत: अज्ञेयवादी आहे, पण जेव्हा त्याचा तरुण मुलगा त्याच्या धर्माची बाह्य लक्षणं दाढी व कडं सोडतो, तेव्हा तो विलक्षण खंतावतो.

ज्या पत्नीशी आपलं जमणार नाही असं लग्नापूर्वी त्याला वाटत असतं, तिच्याशी आयुष्यभर एकनिष्ठ राहातो व आपल्या आधी ती वर जाईल ही कल्पनाही त्याला करवत नाही, एवढा तो हळवा आहे.

आपल्या लेखनात लैंगिकता आणि स्त्रियांचे सौंदर्य यांचा तो सढळपणे वापर करतो, पण प्रत्यक्षात तसं आपल्याला कधी वागता आलं नाही, असं खुल्लमखुल्ला सांगत आपल्या लैंगिक फजितीचे तो बिनधास्त वर्णन करतो.

एक वेळ तो लग्नकार्यात जाणार नाही, पण अत्यंविधी तो कधी चुकवत नाही. स्मशानात, कब्रस्थानात त्याला जायला आवडतं!

आपल्या मित्रांबाबत जेव्हा तो बोलतो, तेव्हा त्याच्या मित्रांच्या यादीत सर्वात वर नाव असतं सिम्बाचं, जो त्यानं पाळलेला कुत्रा होता. त्याच्या निधनानंतर ह्यानं पुन्हा कधी दुसरा कुत्रा पाळला नाही.

तो स्वत:ला 'शब्दाचा शिल्पकार' म्हणून घेत नाही. पण दररोज ठरावीक वेळ लेखनासाठी देतो. स्फूर्ती व प्रतिभेपेक्षा परिश्रमावर जास्त भरवसा ठेवतो. आणि जोवर हातातून पेन गळून पडत नाही. तोवर आपल्याला लिहिता यावं, ही जीवनाची तो इतिकर्तव्यता मानतो.

असा एकच माणूस आहे- खुशवंत सिंग!

त्याचं आत्मचरित्र मी नुकतंच वाचलं. तो आणि शोभा डे- हे दोन इंग्रजीतून लिहिणारे भारतीय लेखक. दोघेही सेलेब्रिटीज. विलक्षण वाचकप्रिय. मला त्यांच्या लेखनापलीकडे जाऊन माणसं म्हणून ते जास्त आवडतात.

खुशवंत सिंग या अफलातून व्यक्तिमत्वाचे अनेक पैलू आहेत. वर दिलेल्या काही वाक्यातून त्याच्या अफाट जगण्याची रेंज लक्षात यावी.

मराठीत व एकूणच जागतिक वाङ्मयात आत्मचरित्राचं दालन समृद्ध आहे. पण जसं जगलो, तसं बिनधास्तपणे लिहिणं खूप कठीण असतं. त्यासाठी विलक्षण प्रामाणिकपणा व आंतरिक सामर्थ्य लागतं. नाही तर ना. सी. फडक्यांचं आत्मचरित्रही त्यांच्या कादंबऱ्याप्रमाणे वाचनीय होतं, पण सत्याचा बळी देऊन. (पण एका अर्थानं ते प्रामाणिक म्हणायला हवेत. कारण त्यांच्या आत्मचरित्राचं नाव होतं मुळी 'माझं जीवन- एक कादंबरी!')

आपण आत्मचरित्र लिहायला का घेतलं हे सांगताना खुशवंतसिंग बेंजामिन फ्रँकलिनच्या या शब्दाचा आधार घेतात- "तुम्ही मेल्यावर आणि पुढे कुजल्यावरही, जगाने तुम्हाला विसरू नये असं वाटत असेत तर असं काही लिहा की किंवा असं काही करा की ज्यावर सतत लिहिलं जाईल.'

खुशवंत सिंगाचं बालपण व कॉलेज जीवन सर्वसामान्य मुलाप्रमाणे गेलं. दिल्ली व लाहोर या दोन स्वातंत्र्यपूर्व काळातील मोठ्या शहरात ते चांदीचा पेला घेऊन जन्मास आले असल्यामुळे मजेत गेलं. पण बालवयापासून त्यांच्या लैंगिक जाणिवा तीव्र होत्या; पण प्रत्यक्षात कधीच त्यांना स्त्रीसंग करण्याचं धैर्य झालं नाही. ते अगदी खुल्लमखुल्ला आपल्या सेक्स विषयक फटफजितीचं वर्णन करतात. वयाची ऐंशी गाठल्यावर त्यांनी 'कंपनी ऑफ वुमन' ही सढळ लैंगिक वर्णन असणारी कादंबरी लिहिली, तेव्हा त्यांना खुद्द पत्नीनं 'घाणेरडा' अशी शिवी दिली. ते खुद्ध निर्लज्जपणे कबुली देतात की, पुस्तक चुरचुरीत करण्यासाठी असं लिहावं लागतं!

ते स्वत:च म्हणतात की, ते एक सामान्य विद्यार्थी होते. पण बालपणापासून उर्दू व इंग्रजी साहित्य त्यांना आवडायचं. त्यामुळे वकिलीची परीक्षा पास होऊनही त्यांनी वकिली फारशी केली नाही व लेखनावर अर्थाजन करीत जगायचं ठरवलं व तसे ते आयुष्यभर जगले. 'ए ट्रेन टु पाकिस्तान', 'दिल्ली' आणि वर उल्लेखलेली 'कंपनी ऑफ वुमन' या त्यांच्या तीन कादंबऱ्या. त्या गाजल्या खऱ्या, पण त्या केवळ वाचनीय होत्या इतकंच. फाळणीचा त्यांचा विदारक

अनुभव असूनही 'ए ट्रेन टु पाकिस्तान' त्याची भीषणता व हिंस्र मानवी भावनांचं दर्शन घडवू शकत नाही. त्यापेक्षा ज्यांनी आयुष्यभर टुकार सिनेमे दिले, त्या रामानंद सागरांची 'और इन्सान मर गया' ही एकमेव कादंबरी आज भारतीय साहित्यात एक आधुनिक क्लासिक गणली जाते. खुशवंसिंगांना आपल्या साहित्याचा दर्जा माहीत आहे, तसं ते स्पष्टपणे कबूलही करतात. पण त्याचं हे आत्मचरित्र मात्र अभिजाततेच्या कसोटीला उतरतं. विलक्षण प्रामाणिकपणा, सखोल जीवनदर्शन व ज्या काळाचे आपण 'प्रॉडक्ट' आहोत– त्याचं निर्लेप सत्य दर्शन या तीन बाबी आदर्श आत्मचरित्रासाठी लागतात. खुशवंतसिंग या तीनही कसोट्यांवर खरे उतरतात.

म्हणून त्यांची ही 'सत्य, प्रेम आणि कटुता' खुल्लमखुल्ला सांगणारी आत्मकथा विलक्षण प्रभावी व वाचनीय आहे. या माणसाची अफाट रेंज कळते. त्यांनी जीवनात आलेले प्रसंग, मित्र-मैत्रिणी आणि अनुभव प्रांजळपणे, कोणताही आडपडदा न ठेवता कथन केले आहेत, ते अत्यंत रोचक आहेत.

या पुस्तकात त्यांनी लेखन, धर्म आणि पाकिस्तानबद्दल जे अनुभवसिद्ध विवेचन केलं आहे ते अत्यंत प्रगल्भ आहे. त्यांचा विचार व चिंतनाचा आवाका दाखवणारं आहे.

एक शीख म्हणून त्यांना फाळणीच्या वेळी व्यक्तिगत रीत्या फारसे कटू अनुभव आले नाहीत, पण हिंदू-शिखांचं शिकारण झालेलं पाहूनही त्यांचं मुसलमानांवरचं प्रेम यत्किंचितही कमी झालं नाही. ते स्वत:ला पाकिस्तानचे मित्र समजतात व सर्वात जास्त वेळा तिथं गेलेले ते एकमेव लेखक आहेत. पाकिस्तानात जाऊन स्कॉच खुल्लमखुल्ला पीत मुस्लीम धर्मपंडितांना हा शेर बिनधास्तपणे ऐकवतात. 'मुल्ला गर असर है दुवा मे । तो मस्जिद हिला के दिखा ।। गर नाही तो दो घूंट पी । और मस्जिद को हिलता देख ।।'

त्यांच्या आत्मचरित्रात एक प्रकरण आहे— 'देवाशी दोन हात' ते अज्ञेयवादी आहेत. धर्मपालनावर त्यांचा विश्वास नाही. पण आयुष्यभर त्यांनी पगडी, दाढी व कडं मिरवलं व आपण शीख धर्मी- खालसापंथी– आहोत असं मानलं. ही आपली आयडेंटीटी आहे, असं मानलं. त्याचं धर्माबद्दलचं तत्त्वज्ञान आहे. "Work is worship, but worship is not work."

आणि लेखनावर जे त्यांनी लिहिलं, ते सर्वच लेखकांनी वाचावं असं आहे. ते म्हणतात, 'अभिजात व आधुनिक साहित्याचं उदंड वाचन, प्रचंड शब्दसंपदा, आणि हाती घेतललं लिखाण शेवटला नेण्याचा 'स्टॅमिना' या तीन

बाबींची गरज लेखक होण्यासाठी असते. थोडक्यात म्हणजे काम करण्याची प्रचंड क्षमता, तासन्‌तास विचार करीत, पांढऱ्या स्वच्छ कोऱ्या कागदाला तोंड देण्याचं धाडस आणि हा समोरचा कागद पूर्णपणे लिहून काढल्याखेरीज मेजापासून हलणार नाही हा निश्चय हवा. तरच लेखन होतं.''

"पैसा आणि प्रसिद्धीपेक्षाही लिखाणातून मिळणारा एक आत्मसंतोष मला खूप सुख देतो. जे वकिली करून वा अध्यापन करून मिळालं नाही ते मला कागदावर काही लिहून मिळालं. जणू समाधानाचा ठेवाच मला मिळाला. जोपर्यंत पेन माझ्या हातातून गळून पडत नाही तोपर्यंत मला लिहिता यावं अशी मी आशा करतो.''

तथास्तु. आमीन.

❏❏

२५. ‘वाहवा! क्या बात है!’

‘शायरी नुसतीच नाही, गायली तुमच्या पुढे
आरसा आहे जसा की, ठेविला तुमच्या पुढे
मोहून रूपास आपुल्या, वाहवा तुम्ही दिली
न आम्हा, ना शायरीला, तुमची तुम्हा, तुम्ही दिली.’

भाऊसाहेब पाटणकर हा मराठीतला एकमेव कलंदर पण जिंदादिल शायर. सुरेश भटांनी गझलेला नवे आयाम दिले, पण उर्दू शायरीचा, खास करून रुबयाचा- चार ओळींच्या लयबद्ध कवितेचा, ज्यात शेवटच्या ओळीत चमत्कृतीपूर्ण व अचंबित करणारा धक्कादायक शेवट असतो, जो पेश करताच ‘वाहवा! वा, क्या बात है’ अशी पसंती दर्शक दाद मिळणारी मराठी शेरोशायरी केवळ भाऊसाहेबांनी मराठी वाङ्मयाला दिली.

उर्दू शायरीचे खरे सौंदर्य जसे विस्मयकारी कल्पनावैभवात आहे, तसेच ते रचनातंत्रात आहे. भाऊसाहेबांना मराठी काव्यात दिसून येणारी नीरसता, रूक्षता, दुर्बोधता व कल्पनाशून्यता मनाला सारखी टोचत होती. या उलट उर्दू शायरीतील मोहिनी मनाला बेधुंद करीत होती. “मराठी काव्याला जर काही वेगळे रूप दिले नाही, त्यात जर जीवनाची धुंदी दिसली नाही आणि अत्यंत आकर्षक अशा सौंदर्याचा आविष्कार जर या काव्यात आढळला नाही तर उर्दू शायरीची ‘नखरेल नार’ आमचा काव्यरूप संसार उध्वस्त केल्यावाचून राहणार नाही अशी साधार भीती वाटत होती.” (‘जिंदा दिल’ चे भाऊसाहेबाचे निवेदन)

तसेच मराठी कविसंमेलन आणि उर्दू मुशायरा यातलं अंतर त्यांना दिसत होतं. उर्दू मुशायरामध्ये श्रोतृवृंद कशी

समरसून दाद देतो. तशी दाद मराठी कवितेला का मिळत नाही? या प्रश्नाचं उत्तर शोधताना भाऊसाहेबांना उर्दू वळणाची पण अस्सल मराठी बाण्याचा जीवनानुभव देणारी शायरी स्फुरू लागली. आणि 'मराठी शायरी' 'मराठी मुशायरा' व 'जिंदा दिल' हे त्यांचे काव्यसंग्रह आले. पण त्याहून जादा महत्त्वाचं म्हणजे त्यांनी कविसंमेलनाला उर्दूच्या धर्तीवर 'मराठी मुशायऱ्या' चे रूप दिले, जिथे (दाद देण्यास सदैव कंजूसी करणाऱ्या मराठी) श्रोत्यांनाही दाद देण्यास त्यांनी भाग पाडले. मी त्यांचा मुशायरा कधी ऐकला नाही. पण मधुकर टिल्लूंचा कार्यक्रम ऐकला आहे. तसंच व. पुं. नी त्यांच्या शायरीचा एक रसिक जाणकार वाचक व श्रोता म्हणून अत्यंत रसील्या भाषेत एका पुस्तकात वर्णन केलं आहे ते वाचलं आहे. आणि मुख्य म्हणजे त्यांची ही तिन्ही पुस्तके वाचली आहेत. ती मोठ्याने वाचण्यात एक वेगळीच मजा आहे हे मी सांगतो. वाचकांनी स्वत: त्याची प्रचिती घ्यावी. धुंद होत ते भाऊसाहेबांच्या शायरीला उत्स्फूर्तपणे दाद दिल्याखेरीज राहाणार नाहीत. कारण लेखाच्या सुरुवातीला दिलेल्या शायरीस दाद का मिळते हे सांगताना ते साहित्याचं एक फार मोठं मर्म सांगून गेले आहेत. 'मोहून रूपास आपुल्या, वाहवा तुम्ही दिली.' खरं आहे. साहित्य ही मानवी जीवन व भावभावना, संवेदनाचा लख्ख आरसा असतो. त्यात वाचक आपलं रूप हुडकतो व जिथं ते भेटतं, त्याला तो दाद देतो. भाऊसाहेबांची प्रत्येक रुबाई वा गझल अशी दाद घेते. कारण ते आपलं मन उलगडून, सुरेख कल्पनाविलासाच्या कोंदणात बसवून, उर्दू शायरीच्या तंत्रानं पेश करतात. आणि आपण त्यावर लुब्ध होत पुन्हा पुन्हा म्हणतो, 'वाहवा, क्या बात है!'

''शायरी ऐकून माझी, सांगेल जो आता पुरे
तो रतीच्या चुंबनाही, सांगेल की आता पुरे.''

भाऊसाहेबांचा हा अभिमान किती सार्थ आहे हे मी जाणतो. त्यांच्या कवितेला 'पुरे' म्हणवत नाही, हा माझा अनुभव आहे. तोच त्यांनी मिश्किलपणे वरील शेरात वर्णिला आहे.

भाऊसाहेबांच्या शायरीचं तंत्र जरी उर्दू होतं व त्यातली सारी वैशिष्ट्ये व बलस्थाने त्यांनी त्यांच्या मराठी शायरीत आणली, तरी तिचा स्वत:चा रोखठोक असा मराठी बाणा होता. त्याचा हा नमुना पहा,

''रडलो आम्ही इश्कात, जेव्हा आम्हा रडावे वाटले
तेव्हा नव्हे इश्कास, जेव्हा आम्ही रडावे वाटले
आसूंवरी अधिकार हाही इष्कात ज्याला साधला

नुसताच नाही इष्क, त्याला मोक्ष आहे साधला.''

भाऊसाहेबांच्या शायरीतला दर्द हा उर्दू संवेदनेपेक्षा फार वेगळा आहे. त्यात लाचारी व अती लीनता नाही. भारतीय संस्कृतीचा सुगंध घेऊन ती येते, त्याची प्रचिती या चार ओळी वाचून येते.

''अंतरीच्या यातनांना, अमरता द्याया इथे
शायरीचा ताज मीही, निर्मिला आहे इथे
स्पर्शूनी त्या शिल्पास तेथे, यमुनाच नुसती वाहते
यमुनासवे नयनातुनी, गंगाही येथे वाहते''

किंवा ही रुबाई पाहा.

''आसवे नयनात जर या, निर्मिली नसती कुणी
नावही या शायरीचे, ऐकिले नसते कुणी
ज्यांनी दिला हा दर्द, नयनी आसवेही निर्मिली
मी नव्हे, शायरी ही, त्यांनीच आहे निर्मिली.''

उर्दू शायरीचा प्राण आहे शृंगार - महेबुबाचं सौंदर्य आणि प्यार महोबत. भाऊसाहेबाच्या शायरीत ते सारं आहे. पण खास मराठी वळणाचं— हे विशेष म्हटलं पाहिजे.

''बेवफाईच्या तिच्या, आरक्त वदनी नीलिमा
ऐसा खुले की मोहुनी, मी तिला केली क्षमा''

''दोन्ही तुझ्या स्वाधीन, माझी अवस आणि पौर्णिमा
अवस तू जाताच होते, येताना होते पौर्णिमा.''

''बोललो नाही कधी, ना कधी बोलेनही
यातना मी काळजाच्या, साहिल्या, साहीनही.

माझे असो, या कुंतलाशी, माझ्यापरी वागू नको
आपल्या गालावरूनी, यांना तरी लोटू नको.''

पण भाऊसाहेब पाटणकरांच्या शायरीचं खास बलस्थान म्हणजे दार्शनिकता व तत्त्वज्ञान- जीवन आणि मृत्यू दोन्हीचे. त्याची ही काही उदाहरणे पाहा.

''आसवे इतुक्याच साठी, कधी नाही मी गाळीली
गाळावयाची होती अशी की, नसतील कोणी गाळिली

आसवांच्या या धनाला, जाणून मी सांभाळिले
आज या वृद्धापकाळी, यांनी मला सांभाळिले''

''मृत्यूची छाया जशी, ही स्पष्ट होऊ लागली
तेव्हा कुठे या जीवनाची, ओढ वाटू लागली.''

भाऊसाहेब हे कलंदर मस्त फकिरी कवी होते. प्रत्यक्ष देवासही त्यांनी रोकडे बोल सुनावले व आपल्या शायरीची मस्ती व श्रेष्ठता दाखवली. ते म्हणतात,

''नुसतेच ना दुनियेत तुमच्या, आलो आम्ही गेलो आम्ही
भगवान तुझ्या दुनियेस काही, देऊनी गेलो आम्ही
शायरी अर्पून गेलो, माझे जणू सर्वस्व ती
दुनिया तुला विसरेल, भगवन, ना आम्हा विसरेल ती''

''बर्बादीचा या आज आम्हा, ना खेदही ना खंतही
झालो उगा बर्बाद येथे, सत्यशील तैसे संतही
इतुका तरी संतोष आहे, आज हा अमुच्या मनी
झालो स्वये बर्बाद, आम्हा बर्बाद ना केले कुणी''

साहित्याचा खरा धर्म आहे सौंदर्यनिर्मिती. ती फक्त शायरच निर्माण करू शकतो, न की देव. हे भाऊसाहेब अशा रीतीने पेश करतात,

''भगवन, अरे नुसते कुठे तू काळीज अमुचे निर्मिले
आहे तुझ्या दुनियेत साऱ्या, सौंदर्य आम्ही निर्मिले''
''नुसतेच ना सौंदर्य तुमच्या, दुनियेत आम्ही ओतले
मानुनी सर्वस्व त्याला, प्राण येथे ओतले''

वृद्धत्व कुणास चुकले आहे, पण तेही भाऊसाहेबांची शायरी पाहा कशा सहजतेने स्वीकारत, तिला नवा आयाम देत म्हणते,

''समजू नका की व्यर्थ त्याने, वार्धक्य हे आम्हा दिले
आहे जसे वरदान काही, निवृत्त व्हायला दिले
इंद्रिये विषयास आपुल्या, भोगून मागे परतली
सेना जशी विजयोत्सवाला, मायदेशी परतली.''

''वेलही या वासनेची, जाईच आहे बहरली
आज ती निर्वासनेच्या, भगव्या फुलांनी बहरली.''

असे हे 'जिंदा दिल' भाऊसाहेब पाटणकर व त्यांची रसीली मराठी शायरी. आज ते आपल्यात नाहीत. पण स्वर्गलोकी कुठेतरी इंद्राच्या दरबारात मराठी मुशायरा रंगवताना प्रत्यक्ष देवासही ते या भूतलावर स्वर्गापेक्षा अधिक रसपूर्ण जीवन कसे जगले हे सांगताना म्हणत असतील.

''आम्हा कशाला स्वर्ग, आम्हा काहीच ना इथे कमी
आहे जरा जास्तीच इथे, स्वर्गात जे आहे कमी
आसवे आहेत येथे, दर्द ही आहे इथे
विषायातुनि उपजेल ऐसे, वैराग्यही आहे इथे
तुमच्या परी नुसतेच इंद्रा, विषयात ना वाहू आम्ही
भोगुनी विषयास अंती, मोक्षासही जाऊ आम्ही.
हे हवे आम्हास, आम्ही स्वर्ग याला मानतो
साफल्य साऱ्या जीवनाचे, आसूत आम्ही मानतो''

हे ऐकून इंद्र पुन्हा नक्कीच पृथ्वीवर, खास करून या मराठी भूमीत, पुन्हा एकवार भाऊसाहेबांना पाठवेल व ते येथे परत येऊन इंद्राला ते काय बजावून आले हे जिंदादिली रीतीने सांगत म्हणतील,

''कल्पवृक्षाची तुझ्या या, ना आम्हा मातबरी
आमुच्या अरे या कुंपणाची, त्याहुनी मेंदी बरी
त्यांनाच ने स्वर्गात, ज्यांनी त्रास येथे भोगला
राहून नुसत्या संयमाने, वनवास येथे भोगला.''

वाहवा, क्या बात है! बहोत खूब !!

❑❑

२६. माझा 'रोखठोक तुकाराम'

कार्तिकी एकादशीला नाही, पण त्यानंतर काही दिवसातच देहू भेटीचा योग आला. तुकारामाचं देहू. तिथलं विठ्ठल-रुक्माई मंदिर, इंद्रायणी नदी, भंडारा डोंगर आणि नवं भव्य आकारास येत असलेलं गाथा मंदिर- सर्वत्र तुकोबाची नाममुद्रा जाणवत होती. अगदी मला ज्यांनी फिरून देहू दाखवलं, त्यांच्या मोबाईलची कॉलर ट्यूनही तुकयाचा अभंग होता- 'आनंदाचे डोही आनंद तरंग.'

तसा मी नास्तिक. पण देहू व आळंदी माझं पांढऱ्यावर काळं करणारा एक लेखक म्हणून श्रद्धास्थान. ज्ञानेश्वर-तुकाराम हे आम्हा सारस्वतांचे आद्यगुरू-कुलगुरू आणि लाखो वारकरी ज्या पंढरीला दरवर्षी भक्तिरसात तल्लीन होऊन जातात तो विठोबा इरावती कर्वेप्रमाणे 'बॉयफ्रेंड' नाही, तरीही परम सखा व अंतरीचा नाद वाटतो.

त्यातही तुकाराम हा मराठी माणसाला जगताना हरघडी आठवतो, मार्गदर्शन करतो. मीही त्याला अपवाद नाही.

प्रत्येकाचा तुकाराम हा वेगळा. कुणाला भक्तीसाठी, कुणाला संतत्वासाठी प्रिय- जवळचा. मला तो खराखुरा मित्र वाटतो. तो प्रसंगी परखड बोलून फटकारतो, पण खरा नीतीचा मार्ग दाखवतो.

आज मला माझ्या तुकारामाचा शोध घ्यायचा आहे. तो प्रसंगाप्रसंगानं भेटत असतोच. पण आज मला तो अधिक समग्रपणे शोधायचा आहे. तशी त्याच्या कवित्व व विचारांची रेंज अफाट आहे. तो कुणाही एका माणसाला पूर्णपणे गवसणार नाही. थोर महात्म्यांची हीच तर किमया असते. म्हणून मला त्याचा खेद नाही. कारण मला जो तुकाराम 'माझा' म्हणून

सापडला आहे, तो माझ्या पूर्ण जीवनासाठी दशांगुळे पुरूनही उरणार आहे.

मी प्रशासकीय अधिकारी म्हणून गेली पंचवीस वर्षे काम करीत आहे. या कार्यकाळात अनेक छोटे मोठे संकटाचे प्रसंग आले. आपण जे करत आहोत ते चूक की बरोबर असा प्रश्नही पडला होता. कारण अवघं जनमत विरुद्ध असताना मी जे काही करीत आहे, ते योग्य कसं? हा प्रश्न माझ्या एका हितचिंतक मित्र कम सहकाऱ्यानं विचारला, तेव्हा मी सहज बोलून गेलो, ''सत्य असत्यासी मन केले ग्वाही, नाही विचारले जनमता' तिथं मला सर्वात प्रथम तुकोबाराय भेटले. मग ते मला वारंवार भेटत गेले.

माझं आपण भारतीयांबद्दल एक कदाचित धाडसी व रोखठोक मत आहे. आपण मोठ्या प्रमाणात दुभंग आहोत. आपण बोलतो एक अन् करतो दुसरेच. ओठावर गीता असते, पण मनात निष्काम कर्माऐवजी अपरिमित लोभ असतो. माझं हे मत तुकोबांनी त्या काळीही त्यांच्या एका अभंगात लिहून सिद्ध केलंय.

''मुखे सांगे ब्रह्मज्ञान । जनलोकाची कापितो मान ।।
ज्ञान सांगे जनासी । नाही अनुभव आपणासी ।।
कथा करिता देवाची । अंतरी आशा बहु लोभाची ।।
तुका म्हणजे तोचि वेडा । त्याचे हाणुनी थोबाड फोडा ।।

आता मला दुसरा संत, कवी सांगा- कदाचित मराठीत समर्थ रामदास व हिंदीत कबीर वगळता कोण आहे, जो असं रोखठोक सांगत दुहेरी अंतरंगावर कोरडे स्पष्टपणे ओढतो?

तुकाराम हा केवळ अध्यात्माची दीक्षा देणारा संतकवी नाही. त्याचं खास वेगळेपण त्याच्या व्यवहारी उपदेशात आहे. त्यात जशी कठोर वास्तवता आहे, तसाच प्रेरणा देणारा स्फूर्तिदायी विचार आहे. माझ्या एका नितांत वैयक्तिक अनुभवानं ही बाब स्पष्ट करतो. जवळपास २२ वर्षे प्रशासकीय सेवा झाल्यानंतर माझी इंडियन इन्सिटट्यूट ऑफ मॅनेजमेंट, बंगळूर या ख्यातनाम संस्थेत एम. बी. ए. अभ्यासक्रमासाठी निवड झाली. तीस वर्षांच्या अंतरानं पुन्हा एक वर्षभर अभ्यास करीत सहा टर्म (दोन महिन्याच्या) मध्ये बत्तीस पेपर द्यायचे होते. हे पन्नाशीत जमेल का, हा प्रश्न जसा मला मनोमन जाणवत होता, तसाच तो इतरांनाही. त्यावर मी उत्तर दिलं ते तुकोबांच्या शब्दानंच.

''असाध्य ते साध्य । करिता सायास ।
कारण अभ्यास । तुका म्हणे ।।''

आणि परिश्रमाच्या भरवशावर मी एम. बी. ए. परीक्षा उत्तम मार्कासह

पास झालो. माझ्या पाठीशी असलेल्या तुकोबाची ही किमया होती.

जीवनाची वाटचाल सुकर होते ती मनमानस निरोगी असेल तर. धनदौलत असूनही जर मन अस्वस्थ, बैचेन व भिरभिरं असेल तर अवघं जीवन नासून जातं. त्यासाठी मार्गदर्शन करताना तुकोबा म्हणतात ''मन करा रे प्रसन्न । सर्व सिद्धीचे कारण ॥'' हे का करायचं, त्याचं उत्तर देताना ते म्हणतात,

''मन गुरू आणि शिष्य । करी आपुलेचि दास्य ।।
प्रसन्न आपआपणास । गती अथवा अधोगति ।।
साधक वाचक पंडित । श्रोते वक्ते ऐका मत ।
नाही नाही अनुदैवत । तुका म्हणे दुसरे ।।''

जेव्हा तुम्ही उदासचित्त असाल, मन बावरलेले असेल, तेव्हा हा अभंग गुणगुणा, तुमची उदासीनता पळून जाईल. हे मनाचे उत्तम रामबाण औषध आहे म्हणा ना.

अशा अनेक गुणकारी औषधांच्या मात्रा तुकोबानं विपुल प्रमाणात आपल्या हाती दिल्या आहेत. 'सुख पाहाता जवापाडे । दुःख पर्वता एवढे ॥' ही मानवी प्रवृत्ती त्यांनी चांगलीच जाणली होती. म्हणून त्यावर त्यांनी उपायपण सुचवला आहे, 'जोडोनिया धन उत्तम वेव्हारे । उदास विचारे वेच करी ।' असा जीवनमार्ग स्वीकारला की, 'सर्वांगी निर्मळ । चित्त जैसे गंगाजळ ॥' होऊन जातं. जर मद, मोह आणि कामाच्या आहारी माणूस गेला की, जीवन नासतं, मग कितीही उपाय करा, निर्मळता येत नाही. कारण 'नाही निर्मळ जीवन । काय करील साबण ॥ तैसे चित्त शुद्धी नाही । तेथे बोध करीत काई ॥'

माणूस हा सुसंस्कृत प्राणी आहे. भाषा, हास्य आणि विचारामुळे तो पशूहून अलग व श्रेष्ठ ठरला आहे. विवेकाधिष्ठित संस्कृतीचं निर्माण हे माणसाच्या जीवनप्रवासाचं व्यवच्छेदक लक्षण आहे. विनोबांनी प्रकृती, विकृती आणि संस्कृतीचं नेमकं विवेचन एका छान दृष्टांतानं केलं आहे. 'जो माणूस आपल्यातली अर्धी भाकरी दुसऱ्यास देतो, ही झाली प्रकृती. आपलं पोट भरलं असताना दुसऱ्या भुकेलेल्याची भाकरी जो हिसकावून घेतो, ती असते विकृती. पण आपण भुकेला राहून आपली पूर्ण भाकरी दुसऱ्या भुकेल्या माणसाला देतो, ती असते संस्कृती.' या संस्कृतीमध्ये दया, क्षमा आणि शांती हे तीन महत्त्वाचे मानवी गुण मानले आहेत, जे माणसाला दैवत्व बहाल करतात.

तुकोबांनी आपल्या अनेक अभंगातून हेच प्रभावीपणे सांगून मानवी मन उन्नत करायचा प्रयत्न केला आहे. ते म्हणतात, ''क्षमाशस्त्र जया नराचिया हाती

। दृष्ट तयाप्रती काय करी? तुका म्हणे क्षमा सर्वांचे स्वहित । धरा अखंडित सुखरूप ।।' अर्थात क्षमा करणं सोपं नसतं, खास करून जो आपल्याला त्रास देतो, बुद्ध्याच अन्याय करतो त्याच्या संदर्भात तरी. मी स्वानुभवानं सांगतो, हे फार कठीण असतं. ज्या कार्यकर्त्यानं माझी एका जागेवरून मंत्र्यांना सांगून अकारण बदली घडवून आणली, तो माझ्या एका परम मित्राचा स्नेही होता. त्याच्यापुढे या कार्यकर्त्यांनं नंतर दिलगिरी पण व्यक्त केली. माझ्या मित्रानं मला त्याच्याशी भेटून त्याला क्षमा किंवा किमानपक्षी माफ केल्याचं सांगावं असा आग्रह धरला. पण मी त्या माणसाला क्षमा करण्याच्या मन:स्थितीत नव्हतो. मी मित्रास 'नाही' म्हणालो. तेव्हा माझा तुकाराम माझ्यासाठी हरवला होता. पण नंतर थोडा मोठा झाल्यावर मी थोडाफार क्षमाशील झालो. खरं तर मन व बुद्धीला तुकोबाचं हे वचन पटतं. 'दया क्षमा शांती । तेथे देवांची वसती ।।' पण अजूनही तेवढं दैवत्व माझ्या जवळ नाही. मी एक अपूर्ण माणूस आहे. माझं सार्थ वर्णन हिंदी शायर शकील बदायुनीनं असं केलंय, असं मी मानतो. 'ना मैं भगवान हूं, ना मैं शैतान हूं, दुनिया जो चाहे समझे, आखिर मैं इन्सान हूं.' पण तुकारामाचं एक वचन मी आयुष्यभर कटाक्षानं पाळत आलोय. मीच माझ्या कर्माला जबाबदार आहे. त्याचा दोष वा भार मी कधी देवावर टाकला नाही. 'आलिया भोगासी असावे सादर । देवावर भार घालू नये ।।' आपण आपलं काम चोखपणे करावं आणि विपरीत परिस्थितीत देवाकडे न जाता त्याला ठामपणे सामोरं जावं. आणि त्याचवेळी 'ठेविले अनंते तैसेचि रहावे । चित्ती असू द्यावे समाधान ।।' याचं मी पालन केलं आहे. कारण 'मैं जिंदगी का साथ निभाता चला गया, हर फिक्र को धुँए में उडाता चला गया.'

असा हा माझा रोखठोक जीवनाचा मार्गदर्शक तुकाराम आहे. तो माझा मित्र आहे सच्चा. कारण तो परखडपणे तुमच्या आमच्या चुका दाखवतो. प्रसंगी वाट दाखवतो. धीर देतो. आपलं अंतरंग उजळवितो आणि जीवनाची पायवाट सोपी होते. आजकाल जीवनोपयोगी पाश्चात्त्य पुस्तकांची मराठी वाचकांत प्रचंड क्रेझ आली आहे. 'जीवनात यशस्वी कसे व्हावे?' 'माणसे कशी जोडावीत?' इत्यादी इत्यादी. त्यासाठी आपल्याला खरंतर रामदासांचे 'मनाचे श्लोक' व खास करून 'तुकोबाचे अभंग' केवळ पुरेसेच नाहीत तर अखंड सोबत करणारे प्रेरक आहेत. 'रात्रंदिन आम्हा युद्धाचा प्रसंग । अंतर्बाह्य जग आणि मन.' असं बजावत तुकोबा म्हणतात, या जगात जगायचे असेल तर धारिष्ट्य हवे. 'तुका म्हणे येथे पाहिजे जातीचे । येरा गबाळ्याचे काय काम ।।'

आणि एक लेखक म्हणून, मराठीचा एक सरस्वती पुत्र म्हणूनही तुकाराम माझ्या 'अक्षर' घराण्याचा एक थोर थोर बाप माणूस आहे. त्यानं शब्दाला धनाचा व शस्त्राचा दर्जा व मान दिला आणि आमची मान ताठ केली.

'आम्हा घरी धन शब्दांचीच रत्ने । शब्दांचीच शस्त्रे यत्न करू ।।
शब्दचि आमुच्या जीवाचे जीवन । शब्दे वाटू धन जनलोका ।।
तुका म्हणे पाहा शब्दचि हा देव । शब्देचि गौरव पूजा करू ।।

शब्दाला देवाचा दर्जा देणारा हा मराठीचा महाकवी, तो आमच्यासाठी देवाहून थोडाच लहान आहे?

मला असा भेटणारा रोखठोक तुकाराम तुम्हालाही जीवनसमरात धीर देण्यासाठी भेटो आणि मन प्रसन्न करो.

❒❒

२७. चांदोबाची कहाणी

'कोणे एके काळी, एक आटपाट नगर होतं. त्या नगरात एक राजा होता. त्याला दोन राण्या होत्या. एक होती आवडती अन दुसरी नावडती. मग एकदा काय झालं...'

आपली आजी, आपली आई किंवा काकू, आत्या रंगवून कहाणी सांगत आहे व सभोवती आठ दहा मुला-मुलींचं कोंडाळं ऐकताना दंग झालं आहे. स्थळकाळाचं भान विसरून गेलं आहे. त्यांच्या बालबुद्धीला त्या कथा भलत्याच आकर्षक वाटत असल्यामुळे ते छान रमले आहेत गोष्ट ऐकण्यात.

काही दशकापूर्वी म्हणजे टीव्ही नामक 'इडियट बॉक्स' घराघरात शिरला नव्हता, तोपर्यंत हे दृश्य घरोघरी दिसायचं. किंवा मग सुट्टीच्या दिवशी किंवा दिलेला अभ्यास पूर्ण झाला की मुलांच्या हातात एक हमखास पुस्तक दिसायचं- रंगीत-चित्रमय. त्यात ती अशीच तल्लीन होऊन जायची वाचताना. हाही काळ टीव्ही पूर्वीचा.

आणि आज? त्याबद्दल मी काही बोलावं का? तुम्ही नक्कीच म्हणणार- 'गेले ते दिन गेले...'

आज मुलं खेळत नाहीत, वाचत नाहीत. सारखी टीव्हीपुढे असतात. यावर काय उपाय? आहे, एक उपाय आहे. 'चांदोबा' किंवा 'चंदामामा'

वाचकहो, डोक्यात काही प्रकाश पडतो का? मी आपल्या बालपणीच्या, अगद नव्वदीच्या दशकापर्यंत प्रचंड लोकप्रिय असलेल्या 'चांदोबा' या मराठी किंवा 'चंदामामा' या नावानं भारतात १२-१३ भाषेत प्रकाशित होणाऱ्या आबालवृद्धांना प्रिय असणाऱ्या मासिकाबद्दल बोलतोय. गेली

आठ दहा वर्षे बंद पडलेलं हे मासिक पुन्हा गतवर्षी सुरू झालंय व आता नव्या जमान्याला अनुसरून ते सहा भाषात 'ऑन लाईन' झालंय आणि लवकरच ते मोबाईलवरही उपलब्ध होणार आहे.

ही बातमी वाचली अन मी हरखून गेलो. मला माझे शाळेचे म्हणजे सहाव्या-सातव्या दशकातले दिवस आठवू लागले. त्यावेळी मी कशी चातकाप्रमाणे 'चांदोबा' ची दरमहा वाट पाहायचो. हट्टाने पैसे मागून घेत वा जमा करून तो विकत घ्यायचो आणि अधाशाप्रमाणे वाचून त्याचा एका बैठकीत फडशा पाडायचो व नवा पुढील महिन्याचा अंक येईपर्यंत पुन:पुन्हा वाचायचो. ती विक्रम वेताळाची मालिका, पुराणकथा, बिरबल-अकबर, पंचतंत्र, श्रीकृष्ण पुराण, इसापनीती आणि राजा राणीच्या, राक्षस-परीच्या कथा... आजही स्मरणात आहेत. केवळ माझंच नाही, १९४७ पासून ५० वर्षात किमान पाच बालपिढ्याचं बालविश्व 'चांदोबा' नं समृद्ध, गुलजार केलं होतं. रंजनाबरोबर ज्ञान दिलं आणि चांगल्या मानवी मूल्यांची शिकवण हसतखेळत दिली. लहानपणी माझ्या मुलाला माझ्या पत्नीनं व मीही अधूनमधून कथा सांगितल्या आहेत. अशा कथा ऐकताना, वाचताना मुलं किती रममाण होतात हे मी पाहिलं- अनुभवलं आहे. म्हणून पुन्हा नव्यानं सुरू झालेला मुद्रित व ऑन लाईन झालेला आणि लवकरच मोबाईलवर उपलब्ध होणारा 'चांदोबा' हे एक 'शुभवर्तमान' आहे. आज या सुंदर सुखाला पारखं झालेल्या बालपिढीसाठी ती एक चांगली भेट आहे.

बालपणात केवळ शाळा, अभ्यास आणि खेळ एवढंच बालविश्व मर्यादित नसतं. त्याला मनोरंजनाची ओढ व गरज असते. ती कालपरवापर्यंत आई, आजी, आत्या गोष्टी सांगून भागवायच्या. माझ्या आईनं माझ्या मुलाला त्याच्या बालपणी रामायण, महाभारताच्या कथा सांगितल्या आहेत. मी बाप असूनही बाल होत मुलासोबत त्या ऐकताना रंगून गेलो होतो.

हीच बालमनाच्या रंजनाची व अद्‌भुत विश्वात रममाण होण्याची गरज 'चांदोबा' नं चार ते पाच दशकं भागविली होती. नव्वदीपर्यंत चांदोबा एकदा तरी न वाचलेला मराठी माणूस विरळा होता. त्याचं पानन् पान रंगीत असायचं. प्रत्येक पानावर मुलांना समजतील अशी बाळबोध स्वरूपाची कथाचित्रं असायची. प्रत्येक अंकाचं बाह्य व अंतरंग रंगीत, आकर्षक असायचं. त्या काळी इतर मासिकं कृष्णधवल होती- अगदी मुलांचीही. त्या पार्श्वभूमीवर आधुनिक मुद्रणसंस्कार असलेला 'चांदोबा' उठून दिसायचा.

पुन्हा त्याचं व्रत साधं सरळ होतं. मुलांना आवडतील अशा अद्‌भुतरम्य

कथा सुबोध भाषेत, सचित्र द्यायच्या. त्यात मस्त कल्पनाविस्तार आणि रोमांचकता असायची. परीकथा, राजाच्या कहाण्या, विक्रम वेताळ, अकबर बिरबल, तेनालीराम, पंचतंत्र, इसापनीती, रामायण-महाभारत, पुराणकथा आणि अद्भुत रोमांचक कथामालिका... मुलं त्यात रमून गेली नाही, तर काय नवल?

आजही बालमासिकं प्रकाशित होतात, पण 'चांदोबा' नं जसं सगळ्या बालविश्वाला वेड लावलं होतं तसं आज दिसत नाही.

आज मुलं टीव्हीच्या आहारी गेली आहेत. परदेशी कार्टूनविश्वात ती रममाण होताना दिसतात. ते फारसं वाईट नसलं तरी त्यांना इथल्या मातीचा सुगंध असलेल्या कथा पाहायला मिळत नाहीत. मग ती मुलं मोठ्यांसाठी असलेल्या टीव्ही मालिका, 'रिॲलिटी' शोज आणि एम टीव्ही कल्चरची नाच-गाणी आणि हिंदी, इंग्रजी सिनेमे पाहात वाढत आहेत. त्याचं निरागस बालविश्व त्यामुळे करपून जात आहे. ती अकालीच वाईट अर्थानं निबर होत आहेत.

मला एक सुजाण वाचक आणि पालक म्हणून ही बाब व्यथित करीत आहे. टीव्हीचं मायाजाल एवढं पसरलं आहे व घराघराचा त्यानं असा काही कब्जा घेतला आहे की, त्यापासून नको ते संस्कार सहजतेनं घेणाऱ्या बालमनाला कसं आवरायचं आणि सुसंस्कारित करायचं हेच समजेनासं झालं आहे.

बालवय हेच नीती, संस्कार व मूल्यविचार रुजविण्याचं असतं. आज टीव्हीमुळे मुलांवर कोणते संस्कार होत आहेत? त्यांच्या बोलण्याचे काय विषय आहेत? याचा पुन्हा एकदा गांभीर्याने विचार करण्याची वेळ आली आहे.

या पार्श्वभूमीवर 'चांदोबा' पुन्हा बालवाचकांपर्यंत नव्या स्वरूपात, नव्या रूपात नेण्याचा प्रयत्न सुरू आहे, ही बातमी मला समाधानाची वाटते.

मुलांनी पुन्हा वाचनाकडे वळलं पाहिजे आणि त्यांनी 'चांदोबा' सारखी कळत-नकळत समृद्ध भारतीय परंपरा व कथासाहित्य देणारी बालमासिकं वाचली पाहिजेत. त्यातून त्यांचं अद्भुतरम्यतेचं, साहस-धैर्याचं कुतूहल शमेल. त्यांना माता, पिता, गुरू, देश, धर्म आणि आपल्या समृद्ध साहित्याचं ज्ञान होईल. त्यांना उपदेशाचे डोस न पाजता त्यांच्यावर सहजतेनं मूल्य व नीती संस्कार होतील.

हे मी एकेकाळच्या 'चांदोबा'चा अधाशी व एकनिष्ठ वाचक म्हणून सांगत आहे. माझ्या बालपणी 'चांदोबा' न चुकता मी वाचला, पण त्याचबरोबर 'कुमार', 'फुलबाग', 'आनंद' व 'शालेय पत्रिका' सारखी मराठी आणि 'शक्तिमान' सारखी हिंदी बालमासिकं वाचली. त्यातून मला सहजतेनं माझ्या देशाची संस्कृती, परंपरा आणि इतिहास कळला. माझ्यावर चांगले संस्कार झाले.

'चांदोबा'वर तेव्हाही आक्षेप होते, उद्याही घेतले जातील. पण तथाकथित प्रौढ-साहित्यिक चष्मा लावून पाहताना बालविश्व व त्याला काय हवं असतं याचा विचार केला जात नाही. त्यामुळे साप म्हणून भुई धोपटण्याचा हा प्रकार आहे, असं माझं ठाम मत आहे. अद्‌भुतरम्यतेची भूक भागविण्यासाठी व वाचनाची गोडी लागण्यासाठी माझ्या काळात 'चांदोबा'ला पर्यात नव्हता व आजही तो नाही. 'चांदोबा' हे एक इतर मासिकांसारखं मासिक नाही, तर आठ ते चौदा वयोगटाच्या मुलांसाठी जे लागतं, त्याचं प्रातिनिधिक बालमासिक आहे. ते 'किंग इज डेड, लाँग लिव्ह द किंग' च्या धर्तीवर मध्यंतरी बदं पडलं तरी अमर होतं. आता तर ते पुन्हा सुरू झालं आहे. ते पूर्वीच्या वैभवशाली काळाप्रमाणे घराघरात पोहोचो, हीच माझी अपेक्षा आहे.

मी कल्पना करतो आहे, उद्या परवा छोटी मुलं गोष्ट सांगा असा हट्ट आई बाबांना करीत आहेत व ती 'चांदोबा' हातात घेऊन त्यातील गोष्टी सांगत आहेत व मुलं डोळे विस्फारून त्याचा आनंद घेत आहोत. त्यांची उत्स्फूर्त प्रतिक्रिया, बालसुलभ प्रश्न आणि आई-बाबांनी रंगून जाऊन दिलेली उत्तरं आणि त्यांचा नकळत एक कुटुंब म्हणून घट्ट जिव्हाळ्याचा बंध सहजतेनं पुन्हा दृढ होत आहेत. मी कल्पना करतो आहे व मनोमन पुलकित होत आहे.

लाँग लिव्ह चांदोबा!

❑❑

२८. 'जेव्हा दुःखाला नशा चढते'

१४ जुलैला मी अनेक वर्षापासून पाहिलं आहे, हमखास पाऊस पडतो. वरची जी कुणी आकाशातली देवता असेल ती त्याद्वारे अश्रू ढाळून आपली सहवेदना आमच्यासारख्या मदनवेड्या चाहत्यांसाठी व्यक्त करीत असते. होय, १४ जुलै म्हणजे तुमचा आमचा प्रिय, काळजात रुतून बसलेला संगीतकार मदन मोहन यांचा स्मृतिदिन. त्या दिवशी त्यांच्या जीवघेण्या दर्दभऱ्या गझला ऐकून आपण भावविभोर होत असतो. त्याला साथ वरुणदेवाची पण असते. तोही संगीतप्रेमी. कारण त्याचं कोसळणं, त्याचं झिमझिमणं, त्याचं बरसणं हेही नादमय असतं- संगीतमय असतं.

यंदाच्या १४ जुलैला तो जरा जास्तच कोसळला. मी सध्या वास्तव्यास असलेल्या कोल्हापूरात. हा मदन मोहनचा ३४ वा स्मृतिदिन. विरहकाळ लांबला होता ना एका वर्षाने म्हणून जादा बरसला. आम्ही वेडे म्हणून उगीच म्हणतो, पाऊस लहरी होतोय. त्याचं कोसळणं वेडेपणाचं वाटेल कुणाला, पण माझ्या मते १४ जुलैचा पाऊस मदन मोहनच्या अकाली जाण्यानं विरहात चिंब होत बरसत असतो.

या १४ जुलैलाही तो असाच वेड्यासारखा बरसत होता दिवसभर. रात्री ९ वा. मदनच्या गाण्याचा कार्यक्रम 'वो भूली दास्तां' होता, पण आम्ही काय, वरुणदेवता काय, मदन मोहनची सुरीली दास्ता थोडीच विसरलो होतो?

अशाच पावसाळी रात्री खूप वर्षांपूर्वी गुरुदत्त या हळव्या कलावंतानं स्वतःच्या हातानं आपली जीवनयात्रा संपविली होती. असाच बरसणारा पाऊस, चढत जाणारी जीवघेणी रात्री, अंगावर आलेला एकटेपणा आणि प्रियजनांचा न सोसणारा

विरह असह्य होऊन गुरुदत्तनं अज्ञाताच्या प्रदेशात जाऊन मृत्यूला कवटाळलं होतं. मी त्याच्या अखेरच्या रात्रीवर एक दीर्घ कथा व नाटक पण लिहिलं आहे.

मदन मोहनच्या गाण्याच्या मैफलीला जाताना मनात हा सल होता. कलावंताचा दर्द, त्याचं मद्याला जवळ करून घेत आत्मघात करणं आणि आपली वेदना कलेच्या माध्यामातून प्रकट करणं. मग गुरुदत्त 'प्यासा' व 'कागज के फूल' मध्ये ती व्यक्त करतो. मीनाकुमारी शायरी व काळजाला भिडणाऱ्या दर्दभऱ्या आवाजात पडद्यावर स्त्रीवेदना विचारते. आपला मदन मोहन त्याला गीतातून सुंदर चाली बांधून पेश करतो आणि दुःखाचं सुरेल गाणं होतं. वेदनेचा सोहळा होतो आणि दर्दचा सरताज मनात विराजमान होतो.

सर्व सुखांची कहाणी समान असते, मात्र प्रत्येक दुःख ही एक स्वतंत्र कथा-कविता असते. उत्कटता, निखळ माणूसपणा आणि मनस्वी कलावंतपणा या अजब रसायनात दैव जणू दुःखाचं मद्य-आसव मिसळत असावा. त्यामुळे त्यांचा दर्द तरल असतो, त्यांचं दुःख सुरीलं असतं आणि कलेच्या माध्यमातून त्याचा जो सुंदर सौंदर्यपूर्ण आविष्कार होतो, तो पाहिला, अनुभवला की वाटतं, दुःखही किती सुंदर असते!

१४ जुलैला मदन मोहनची अशीच नितांतसुंदर दर्दभर गाणी ऐकली आणि पुन्हा हेच प्रत्ययास आलं की, त्याची गाणी व गझला म्हणजे दुःखाचं सुंदर रूप आहे- संगीताच्या सुरात भिजलेलं!

ज्या गझलेवर नौशाद आपलं अवघं संगीत न्योछावर करायला निघाला होता. ती गझल पाहा- ''है इसी में प्यार की आबरू, जो जफां करे मैं वफा करू' लताचा नितांत सुंदर, वेदनेत बुडालेला, पण गोड स्वर आणि राजा मेहेंदी अली खानच्या विकल करणाऱ्या शब्दांना मदन मोहननं चढवलेला स्वरसाज. हा त्रिवेणी संगम प्रेमभंगाचा एक उत्कट जीवघेणा अनुभव व तेवढीच गहिरी वेदना साकारतो. पण या गझलेमध्ये हे दुःखही किती लोभस व सुंदर होऊन प्रकटलं आहे.

दुसरं एक उदाहरण देऊन मला दुःखाचं कलात्मक सौंदर्य कसं असतं हे दाखवायचं आहे. कैफी आझमीची मुक्त छंदातली ही नज्म पाहा- ''मै ये सोचकर उसके घरे से उठा था, के वो रोक लेगी, बिठायेगी मुझको' पण अखेरीस अनुभवास काय येतं? 'मै आहिस्ता आहिस्ता बढताही आया, यहा तक के उससे जुदा हो गया मैं, जुदा हो गया मैं!' रफीचा खर्जातला संथ लयीत लागलेला विरह रंगात बुडालेला स्वर. मदन मोहनच्या संगीतामधले काळजात

सुंदर सुरी खुपसणारे व्हायोलीनचे सूर. इतर कुठलंही वाद्य साथीला न घेता अप्रतिम तर्ज त्यानं बांधली. रात्री एकांतात किंवा दूरदराज पहाडावर एकटं बसलं असताना हे गीत ऐकावं, कुणीही मनस्वी माणूस आर्त होऊन उठेल!

मुस्लीम समजात विवाह सोहळ्यात सेहरा बांधणं व दुल्हा दुल्हन तयार करणं हा एक सोहळा असतो. इथं प्रियकर आपल्या प्रेयसीच्या दुसऱ्याशी होणाऱ्या लग्नसोहळ्यात काळजातलं दुःख लपवून गझलेच्या रूपात काव्यमय सेहरा बांधत प्रेमातला पराकोटीचा शरणभाव दाखवीत म्हणत आहे.

'रंग और नूर की बारात किसे पेश करू? ये मुरादो की हंसी रात किसे पेश करू?' पुढे शरणभाव दाखवीत विकलपणे तो म्हणतोय, 'कौन कहता है के चाहत पे सभी का हक है? तू जिसे चाहे उसीका हक है। मुझसे कह दे ये तेरा हात किसे पेश करू?' पुन्हा रफी व मदनचा संगम इथं शब्द घेऊन आलाय- वन ॲण्ड ओन्ली साहीर लुधियानवी यांचा. मग काय विचारता? एक सर्वश्रेष्ठ ऑल टाईम क्लासिक गाणं, जीवघेणी, दर्दभरी अनुभव देणारी सुंदर गझल जन्मास आली. मनस्वी खोल गहिऱ्या दुःखाला आवाज असेल तर तो हाच आणि चेहरा असेल तर तो टिपिकल इंडियन मीनाकुमारीचा. दोन्ही किती लोभस, किती सुंदर.

माणसाच्या जीवनात सुखं आणि दुःखं येतातच. अटळ दुःखाचा सामना हा जगताना करावा लागतोच. असं तीव्र जीवघेणं दुःख सहन करणं सोपं नसतं.

उरी तडफताना, घोर निराशेच्या गर्तेत कोसळताना 'रातभर का है महेमां अंधेरा, किस के रोके रूका है सवेरा?' हा दिलासा मनाला कसा पटावा? त्यासाठी काय केलं पाहिजे? अनेक उपाय आहेत. मीनाकुमारी, गुलजार, सुरेश भट- अमृता प्रीतमची शायरी वाचली पाहिजे. शरदचंद्र चॅटर्जींच्या बंगाली कादंबऱ्या वाचल्या पाहिजेत. 'प्यासा', 'गाईड', 'खामोशी' सारखे सिनेमे पाहिले पाहिजेत. आणि मदन मोहनच्या, लता-रफीच्या आवाजातल्या गझला, गाणी ऐकली पाहिजेत.

माझा या वर्षीचा १४ जुलै मदनच्या मनस्वी गाण्याच्या आस्वादात गेला. 'वो भूली दास्ताँ, लो फिर याद आ गयी', 'आज सोचा तो आसूं भर आये, मुद्दते हुवी मुस्कराये हुये', 'तुम्हारे जुल्फ के साये में शाम कर लूंगा, सफर उम्र का पल में तमाम कर लूंगा', 'खेलो ना मेरे दिल से', 'नैना बरसे रिमझिम' किंवा 'हो के मजबूर मुझे उसने भुलाया होगा' किती गाणी आठवावीत? एक एक गाणं, गझल म्हणजे वेदनेचा अतीव सुंदर ताजमहल. दुखरं मन सुखावणारा. दुःखाची

नशा देत तरल बनवणारा.

म्हणूनच कधी काळी मी कॉलेजात असताना मदन मोहनवर एक कविता लिहिली होती. ती आज माझ्याजवळ नाही, पण मदन मोहनची गाणी ऐकली की काही ओळी आठवतात. त्या मदन, तुझ्यासाठी आहेत आणि मदनप्रेमी रसिकांसाठी.

'जेव्हा दुःखाला नशा चढते
तेव्हा मदन तुझी गझल जन्मा येते ।
जेव्हा वेदनेला रूप मिळते
ताजमहालच्या रूपाने साकार होते!'

❏❏

२९. तुझ्याच घामाचा बळी गेला...

दीपाली कोल्हे. राहणार आकोट. हे नाव लक्षात राहण्याचे कारण नाही. कारण ती पेज थ्रीवर झळकणारी सेलिब्रिटी नव्हती. पण तिनं दहावीत शिकत असताना आत्महत्या केली. शेतकरी कुटुंबातल्या या विदर्भकन्येला बापाची व त्याच्या शेतीची परवड सहन झाली नाही. खरं तर तिनं शाळेच्या वक्तृत्व स्पर्धेत 'शेतकऱ्यांच्या आत्महत्या का होतात?' यावर भाषण करून पहिला क्रमांक मिळवला होता. तिची आत्महत्या हा जीवघेणा 'ब्लॅक ह्युमर.'

हेरंब कुलकर्णींचं तिला लिहिलेलं जाहीर पत्र म्हणजे शेतकऱ्यांच्या आत्महत्येचा ललित भाषेत घेतलेला मर्मस्पर्शी आढावा होता. 'तुझ्या खताने तरी नापीक शेत बहरेल का?' असं त्यांच्या लेखाचं शीर्षक होतं. 'शेतकऱ्यांच्या आत्महत्या चिंतन आणि उपाय' या नरेंद्र लांजेवार यांनी संपादित केलेल्या ग्रंथात दीपाली कोल्हे या शेतकरीकन्येनं कोवळ्या वयात आत्महत्या केली, तिला उद्देशून लिहिलेलं हे पत्र मी वाचलं, तेव्हा अंगावर सर्रकन काटा आला. आजवर याविषयी माहिती व आकडेवारी असलेले अनेक अभ्यासपूर्ण लेख वाचले होते. त्यानं जे कळलं नाही, ते या ललित भाषेतील, मनापासून हृदयाला स्पर्श करणाऱ्या, ललित लेखानं कळलं!

मराठी साहित्यात ग्रामीण साहित्याचा सकस प्रवाह आनंद यादव व रा. रं बोराडे प्रभृतींनी आणला. शेतकऱ्यांचं सुख-दुःख आणि काळ्या मातीतील त्याची गुजरणारी अवघी जिंदगानी विविध अंगांनी मराठी साहित्यात प्रगट झाली. 'झाडाझडती', 'बारोमास', 'लाल चिखल', 'पीक पाणी' या काही सहज आठवणाऱ्या कथा, कादंबरी, कविता, मराठी

ग्रामीण शेतकरी साहित्याचं दर्शन घडवितात.

पण आज महाराष्ट्र व त्या जोडीनं आंध्रप्रदेश, कर्नाटकचा शेतकरी ज्या विलक्षण संकटातून जात आहे, तशी परिस्थिती यापूर्वी कधी आली नव्हती. १९४० चा भयंकर दुष्काळ बंगालमध्ये पडला होता, तेव्हा भुकेनं हजारो बळी गेले होते, पण तेव्हाही फार कमी आत्महत्या शेतकऱ्यांच्या झाल्या. पण मागील १० वर्षातील हजारो शेतकऱ्यांच्या आत्महत्या या मानवी प्रगती व विकासावर प्रश्नचिन्ह लावणाऱ्या आहेत, तशाच त्या विराट मानवी शोकांतिका आहेत.

यावर पी. साईनाथ यांनी मागील काही वर्षात खूप अभ्यासपूर्व लेखन केलं आहे. त्याचं भाषण मला नुकतंच ऐकायचा योग आला होता. त्यांच्या भाषणाची सुरुवातच मुळी मर्मभेदक व विकासाच्या चुकीच्या प्राधान्यक्रमावर प्रकाशझोतात टाकणारी होती. 'जुलै (२००९) महिन्यात दोन गोष्टी घडल्या- एक : स्वस्त नॅनो बाजारात आली. दोन : तूर डाळ १०० रुपयांवर प्रति किती गेली...'' पी. साईनाथांची वेबसाईट आहे, त्यावर त्यांचे सारे लेखन उपलब्ध आहे. ते मी वाचले आहे. तसेच शेतकऱ्यांच्या आत्महत्येच्या संदर्भात वेळोवेळी प्रकाशित झालेले अभ्यासपूर्ण अहवाल वाचले आहेत. दूरदर्शन सह्याद्रीवर डॉ. नरेंद्र जाधवांची त्यांनी सादर केलेल्या शेतकऱ्यांच्या आत्महत्येबाबतच्या अहवालावर मुलाखतही ऐकली आहे. त्यातून या प्रश्नाची दाहकता सर्वांगांनी समजून घ्यायचा मी प्रयत्न केला आहे.

पण जेव्हा शेतकऱ्यांच्या आत्महत्येची समस्या हाताळणाऱ्या काही ललित कृती वाचल्या आणि मराठी सिनेमे पाहिले तेव्हा तो प्रश्न बुद्धीप्रमाणे हृदयाला स्पर्शून गेला.

'अंधार इथला संपत नाही' ही भालचंद्र देशपांड्यांची या विषयाची कादंबरी वाचली आणि एक उत्तम ललित कलाकृती वाचल्याचं समाधान मिळालं. पण त्याहीपेक्षा शेतकरी आत्महत्त्येच्या विराट मानवी शोकांतिकेच्या संयत पण जिवंत दर्शनानं मन उदासून आलं. किती दिवस तरी त्या काजळलेल्या भावावस्थेतून मी बाहेर आलो नाही.

एका वृत्तपत्राचा एक पत्रकार आत्महत्त्या जास्त झाल्या आहेत अशा एका जिल्ह्यात जातो व सहा महिने राहून वृत्तमालिका लिहितो. त्यावेळी त्याला आलेले अनुभव या कादंबरीत भालचंद्र देशपांड्यांनी मांडले आहेत. या कादंबरीची कलात्मकतेचे तथाकथित मापदंड लावून चर्चा करणे अयोग्य राहील. या कादंबरीद्वारे शेतकऱ्यांच्या आत्महत्येचे सारे पैलू साहित्याच्या व जीवनदर्शनाच्या अंगाने

अत्यंत प्रत्ययकारक रीतीने आले आहेत. कादंबरी काहीशी रिपोर्टाज अंगाने जाते, पण कादंबरीचा विषय पाहता त्याची अपरिहार्यताही पटते.

मागच्या १० वर्षांत राज्यातील काही हजार शेतकऱ्यांनी आत्महत्या केल्या. ही शोकांतिका केवळ महाराष्ट्राच्या शेतकऱ्यांची नव्हती. ती अगदी संपन्न शेतीच्या प्रदेशात- म्हणजे पंजाब-हरियानापर्यंत- पोहोचलेली आहे. त्या अर्थाने ही अखिल भारतीय स्वरूपाची समस्या आहे. मानवी समाजनिर्मितीनंतरच्या काळातली ही एक अत्यंत भीषण घटना आहे. जगाच्या इतिहासात इतरत्र असे घडलेले नाही. अनादी काळापासून समाजाचा पोशिंदा राहिलेल्या या वर्गावर अशी वेळ का आली, या प्रश्नांचा मानवी, ललित अंगाने घेतलेला वेध म्हणजे ही कादंबरी 'अंधार इथला संपत नाही.'

या कादंबरीतला हा प्रसंग पाहा. सोपान नादरे या शेतकऱ्यानं आत्महत्या केली, त्याच्या पत्नीला शासनाकडून एक लाख रुपयांची मदत मिळाली, तेव्हा त्याला ज्या सावकरानं कर्ज दिलं होतं, ते परत मिळण्यासाठी तो सावकार निर्लज्जपणे या कादंबरीचा नायक- या पत्रकाराला मध्यस्थी घालण्याचा प्रयत्न करतो. या एका प्रसंगातून लेखकानं सावकाराचं पठाणी कर्ज व त्यांच्या दमनचक्रात अडकलेल्या गरीब शेतकऱ्याचं जे चित्रण केलं आहे, ते वाचताना हेही आत्महत्येचं एक प्रमुख कारण आहे, याचं दर्शन महाबीजच्या अधिकाऱ्याच्या बोलण्यातून सहजतेनं येतं. या अधिकाऱ्याला काळजी असते ती गावाकडच्या बहीण व मेहुण्यांची. त्यांचा ऊस कारखाना घेत नाही. त्यांना भीती वाटते की, त्यामुळे त्यांचे मेहुणे आत्महत्या तर करणार नाहीत? त्यांचा भाऊ ४० एकरांचा मालक, पण घरात येणाऱ्यास चहा देण्यासाठी कपबशा नाहीत. बसवंता या शेतकऱ्याच्या आत्महत्येची कहाणी आणखी निराळी. 'त्याच्यामागे दवाखाना लागला होता. त्यो बेमार, बायको पारुबाई बेमार. दोन्ही पोरं बेमार. त्यातलं एक पोर लंगड. दवादारू करता आली नाही म्हणून मेला तो,' हे त्याचे नातेवाईक शुष्क कोरड्या स्वरात पत्रकारास सांगतात. हा कोरडेपणा तीव्र वेदना आणि निराशेमुळे आलेला आहे, हे वाचकांना जाणवतं आणि हातातलं पुस्तक गळून पडतं. सलग पुस्तक, वेळ असला तरी, वाचता येत नाही. कारण पाना-पानावर शेतकऱ्यांचं आभाळाएवढं दुःख साचून राहिलेलं, दाटून आलं तरी न टपकणारं, म्हणूनच छातीवरचं ओझं वाढवणारं.

ही कादंबरी शेतकऱ्यांच्या आत्महत्येचा जिवंत दस्तावेज आहे. त्यात त्याची कारणमीमांसाही चर्चा संभाषणातून सहज होते. त्यातला हा एक छोटा

उतारा किती स्पष्टपणे शेतकऱ्यांच्या आत्महत्येच्या कारणाचं व समाजमनाच्या निबरतेचं दर्शन घडवितो.

"१९६० च्या दशकापर्यंत शेतकरी कुटुंबाकडे निर्वाह होईल एवढी जमीन होती. कुटुंबाचा विस्तार झाला, जमिनीच्या वाटण्या झाल्या. तेव्हा ज्यांच्याकडे १०० एकर जमीन होती. त्यांच्या पणतूकडे चार-सहा एकरच जमीन आता उरली आहे. कधीकाळचे गावातल्या जमीनदारांचे वंशज आज अल्पभूधारक झाले आहेत. हे अल्पभूधारक लोक धड शेतकरी नसतात ना शेतमजूर. अशा लोकांकडून धड शेती होत नाही ना व्यवसाय. आत्महत्या केलेल्या लोकांची यादी पाहिल्यास असे अल्पभूधारक शेतकरीच अधिक प्रमाणात आत्महत्या करीत आहेत, असे दिसून येईल."

"लोक कल्याणासाठी राज्यव्यवस्थेच्या नावाखाली आपण समाजातील ९० टक्के लोकांना एक भयाण आयुष्य जगायला भाग पाडीत आहोत. १० टक्के समाज ग्रामीण लोकांशी आपले काहीच देणे घेणे नाही, अशा पद्धतीने वागतो आहे. उलट शेतकऱ्यांची टिंगळटवाळी केली जात आहे. या बाबीला विकृतीखेरीज दुसरे काही म्हणता येणार नाही. लक्षात ठेवा, (महाराष्ट्रातील) सात कोटी लोकांना अनंतकाळ असे सडवत ठेवता येणार नाही. शेवटी नरकयातना भोगणारी माणसेच आहेत. ती केव्हा तरी जागी होणार आहेत. त्यांनी भोगलेल्या यातनांचा उद्रेक होणार आहे. तो उद्रेक भयाण असेल."

ही कादंबरी कादंबरी नाही. एक विराट मानवी समूहाच्या म्हणजे शेतकऱ्यांच्या आत्महत्येचा वेध घेणारी वास्तववादी ललित कलाकृती आहे. ती काळजाला भिडते. मन अस्वस्थ करते. एक समाजव्यवस्थेविरुद्ध चीड निर्माण करते. अनेक लेख, आकडेवारीनं जो परिणाम साधला जाणार नाही, तो अशा ललितकृतीनं घडून येतो. कारण ती मानवी मनाला भिडते व बुद्धीला आव्हान देते.

'हे सगळं शेतकऱ्याचं गाणं
इंग्रजी बुकात आलं नाही.
तुम्ही कसं वाचणार? म्हणूनच हे चार दोन शब्द..."

असं म्हणत कवी अरुण शेवतेनं 'पंतप्रधानांना पत्र' लिहिलं. हा काव्यसंग्रह म्हणजे तीन दीर्घ कवितांची मालिका. शेतकऱ्यांच्या आत्महत्येच्या व एकूणच त्यांच्या दारिद्र्याचा व जगण्याच्या संदर्भात वेध घेते.

त्यांच्या पहिल्या 'शेतकऱ्यांना श्रद्धांजली' या कवितेची सुरुवातच मुळी वाचकांना हादरा देते.

'शेतकरी आत्महत्या करतात
पिंडाला कावळा शिवत नाही.
पुढारी, अधिकारी, सावकार
कावळ्याला स्मशानातून
हाकलतात. पंतप्रधान निधीचा
लाखाचा चेक पिंडाजवळ ठेवला
जातो... शेतकऱ्यावाचून कुणाचं
काही अडत नाही.''

अरुण शेवतेची ही कविता थेटपणे अंगावर येते. त्यात प्रतिमा व भाषाविलास नाहीये. शेतकऱ्यांची दैन्यावस्था ही शुष्क, कोरडी व डोळ्यांतलं पाणी आटल्यामुळे निर्मम झाली आहे. त्याला साजेशी शेवतेची भाषा आहे. ती शेतकऱ्याच्या आसूडाप्रमाणे कडाडत त्यांची भीषण शोकांतिका गडद करते.

शेतकरी कर्जबाजारी का होतो? हा शहरी माणसाला पडणारा प्रश्न. त्याचं उत्तर देताना अरुण शेवते शेतकऱ्यांचं अभावाचं जीवन चितारताना याचं उत्तर या शब्दात देतात.

'घराघरात लग्नाच्या मुली.
साखरपुड्याला कर्ज. लग्नाला कर्ज.
डोहाळजेवणाला कर्ज.
बाळंतपणाला कर्ज. विहिरीवर
कर्ज. पीकपाण्यावर कर्ज.
शिक्षणावर कर्ज. कर्जच कर्ज. साप
विळखा घालतो तसा कर्जाचा आपसूक पडतो. प्रत्येक
कर्जाचा दंश नव्या मरणाला जन्म देतो.''
''शेतकरी इमानाला जागतो
कर्ज फिटत नाही तेव्हा मरणाला
कवटाळतो.''

'पंतप्रधानाला पत्र' या दीर्घ कवितेत एक शेतकरी थेट त्यांनाच आपली कैफियत सादर करताना भूमीपुत्राची कथा व व्यथा सांगताना म्हणतो-

''शेतकऱ्यांची जनावरं, गुरंढोरं
लिलावात उभी असतात.
पोराबाळाची शाळा सुटते, ती

हॉटेलात कपबशा विसळतात.
लग्नाला आलेल्या मुलीचं ढेकूळ
होऊन जातं.
घरातली लक्ष्मी उघडी पडते.''

अरुण शेवते हे प्रतिभाशाली कवी आहेत. हे शेतकऱ्याचं 'पंत्रप्रधानाला पत्र' या कवितेच्या उत्तरात पंतप्रधान कारभाऱ्याला म्हणजे हे पत्र लिहिणाऱ्या शेतकऱ्याला उत्तर देतात असं कल्पून जे लिहिलं आहे, ते केवळ अफलातून नव्हे, तर फार मोलाचं व चिंतनीय आहे. देशाचे पंतप्रधान त्याला काही प्रश्न विचारतात.

''शेतकरी असं कसं वागतात?
बँका आपल्या, देश आपला. कर्ज
देणारे आपले, कर्ज घेणारे आपले.
जप्ती आणणारे आपले. कर्ज माफ
करणारे आपले. असे सगळे
आपापले असताना गळफास
कशाला लावून घ्यायचा?''

कवीकल्पना ही की, थोर अर्थशास्त्रज्ञ असणाऱ्या पंतप्रधानांनाही याचे कोडं पडलेलं आहे. त्यांची ही व्यथा पाहा.

'कुणीच कुणाला माफ करीत नाहीत ।
पैसा माफ करण्याची ताकद कुणातच नसते ।
पैसा हा पैसाच असतो । पैसा हा राक्षस असतो ।
पैसा हा राजा असतो ।
कर्ज माफ करायचं कोडं ।
माझं मागचं सुटलं नाही ।'

शेतकऱ्यांचा आत्महत्यांचं दर्शन या दोन कलाकृती- एक कादंबरी व एक कविता मालिका- यातून किती प्रत्ययकारी रीतीनं आलं आहे. त्यामुळे मराठी साहित्याची श्रीमंती वाढली आहे.

हे वाक्य मी लिहिलं आणि थबकलो. वाटलं- हाही ब्लॅक ह्युमर नाही का? शेतकऱ्यांच्या दैन्याचं लिहून साहित्यप्रकार समृद्ध, श्रीमंत होतो! त्याला काय इलाज आहे? पंतप्रधानाला जसं कर्ज माफ करायचं कोडं सुटत नाही, तसंच हे कोडं मलाही सुटत नाही.

या वर्षीचा मान्सून फारच बेभरवशाचा, दगा देणारा ठरला. जून पूर्ण कोरडा, तोंडचं पाणी पळवून गेला. मग काही भागात जुलैमध्ये छान पाऊस झाला. पण पुन्हा ऑगस्टला पावसानं ओढ दिली. यामुळे ७२ नंतर तेवढंच भयंकर दुष्काळाचं सावट महाराष्ट्रावर घोंघावू लागलंय. अशा या पावसाला विदर्भात शिवी दिली जाते 'गाभडीचा पाऊस' म्हणून. ती शिवी पश्चिम महाराष्ट्रही देऊ लागला आहे. कारण नुकताच प्रदर्शित झालेला सतिश मनवर याचा सुन्न करून सोडणारा मराठी चित्रपट 'गाभ्रीचा पाऊस'

विदर्भात कापूस पिकविणाऱ्या शेतकऱ्यांना आत्महत्या का करावी लागते, हे समर्थपणे प्रकट कणारा हा चित्रपट पाहताना संवेदशनशील मनाचा विलक्षण छळ करतो. सिनेमानं केवळ करमणूक करावी, या सिद्धान्ताला छेद देत अंतर्मुख करतो. अस्वस्थ, बेचैन करतो.

शेतकऱ्यानं आत्महत्या करू नये म्हणून त्याची पत्नी व आई जे प्रयत्न करतात त्यातून ब्लॅक ह्युमर घडत जातो, पण त्यामुळे शेतकऱ्याच्या प्रश्नाची गडद काळी छाया ठसठशीतपणे अधोरेखित होत जाते. ही एका गावाची, एका शेतकरी कुटुंबाची कथा आहे. त्याची कोरडवाहू कापसाची शेती. आधी पाऊस वेळेवर पडत नाही म्हणून होणारी तगमग. मग दुबार पेरणीचं संकट, त्यासाठी स्त्रीधन खर्ची पडणं आणि अवेळी प्रचंड पाऊस– गाभडीचा पाऊस– येऊन उत्पन्न घटणं. जे पीक येतं ते सारं कर्ज काढलेल्या सावकाराचं धन होणं. पण शेती पुन्हा जिद्दीनं करणं.

मग विजेचं लोडशेडिंग. त्यामुळे सुकणारी शेती. उच्च दाबाची विद्युतवाहिनी शेतावरून जात असल्यामुळे आकडा लावून वीज चोरताना झालेला मृत्यू.

ही केवळ एका शेतकऱ्याची कहाणी राहात नाही. केवळ कापूस शेतीची राहत नाही, तर सबंध कोरडवाहू व आतबट्ट्याच्या शेतीची व कर्जबाजारी झालेल्या समस्त शेतकऱ्यांची सार्वत्रिक कथा होते आणि घामाचे शिंपण करूनही पोट भरता येत नसेल व प्रपंचासाठी कर्ज काढावं लागत असेल तर आपल्या विकासाची दिशा विपरीत व चुकीची आहे, असंच म्हणावं लागतं.

आणखी एक नवा मराठी सिनेमा नुकताच झळकला आहे. 'गोष्ट छोटी डोंगराएवढी' निळू फुलेंचा हा शेवटचा चित्रपट म्हणून जसा महत्त्वाचा आहे तसाच तो शेतकऱ्याच्या आत्महत्येबाबत भाष्य करणारा म्हणूनही महत्त्वाचा आहे. ही मानवी शोकांतिका पाहून, वाचून, अनुभवून खदखदायला होतं. काही तरी अघटित करायचा मोह होतो त्याची ही कथा. थोडीशी मेलोड्रॅमॅटिक, पण

प्रश्नाचं गांभीर्य नेमकेपणानं ठसठशीतपणे मांडणारी. त्यामुळेही मन अस्वस्थ होतं हे नक्की.

हे दोन सिनेमा व आधी नमूद केलेल्या दोन साहित्यकृती शेतकऱ्यांच्या आत्महत्येच्या संदर्भात व्यापक प्रश्न उपस्थित करतात. शेतकऱ्यांची न परवडणारी शेती व कर्जाचा असह्य बोजा, मुलांची शिक्षणं, मुलींची लग्नं, आजारपण व म्हातारपणाच्या समस्या– यासाठी पुरेसं पदरात पडत नाही म्हणून प्रपंचाचा झालेला विस्फोट... या अशा अनेक प्रश्नांची गुंतागुंत या सर्व कलाकृतींमधून पुरेशा व्यापकतेनं व ताकदीनं प्रकट झाली आहे. ती बुद्धीबरोबर भावनेलाही आवाहन करते.

पण जे धोरण ठरवितात, विकासाची दिशा निश्चित करतात व जनकल्याणांच्या योजना आखतात, त्यांना याचं कितपत भान आहे?

पी. साईनाथ म्हणतात तेच खरं आहे– 'जे मन महसूस करीत नाही, ते डोळ्यास दिसत नाही' आमच्या धोरण आखणाऱ्यांना हा प्रश्न का अस्वस्थ करीत नाही? 'जिनकी मेहनतसे मिटाई दुनिया की भूक, क्यो उन्ही के थाली में कंकर नजर आते है?' जेव्हा हा प्रश्न मनाला बोचेल तेव्हा खरी विकासाची दिशा सापडू शकेल.

तो वर कवी भगवान ठग
म्हणतात, तशीच अवस्था शेतकऱ्यांची राहणार
'आहे आहेस पोशिंदा – तू
जगताचा । तुझ्याच घामाचा बळी गेला.'

□□

३०. बुद्धाचं दंत मंदिर

'भारत आणि ताजमहाल' हे जसं पर्यटकांसाठी अतूट नातं आहे, तसंच श्रीलंका आणि कँडी हिलस्टेशन, खास करून तेथील बुद्धाचं दंत मंदिर, यांचं आहे. क्रीडासंचालक म्हणून राष्ट्रकुल क्रीडा परिषदेच्या वार्षिक बैठकीसाठी मी जेव्हा कोलंबोला गेलो, तेव्हा तिथले सारे परत परत कँडीबद्दल भरभरून बोलायचं व म्हणायचे, 'यू मस्ट सी कँडी!'

त्यामुळे बैठकीनंतर दुसऱ्या दिवशी टॅक्सीने कँडीला गेलो आणि तिथलं जगप्रसिद्ध, बुद्धाचा दात जतन करून ठेवलेलं दंत मंदिर पाहिलं आणि श्रीलंका भेट सार्थकी लागली असं वाटलं!

याचं कारण अप्रतिम असं दंत मंदिर- सिंहली भाषेत - 'श्री दलाद मलिगवा' हे तर होतंच, पण हिलस्टेशन असलेलं कँडी शहर तसंच दंत मंदिराभोवती गुंफल्या गेलेल्या अद्‌भुत कहाण्या हेही होतं!

कोलंबोपासून दीडशे किलोमीटरवर उंच डोंगरात वसलेलं कँडी हे श्रीलंकेचं पर्यटकांचं आवडतं स्थळ. ते श्रीलंकेचं हिलस्टेशन आहे. उंच निळे डोंगर, दाट हिरवीकंच वृक्षराजी, लोभस थंड हवा. मला तिथं फिरताना त्यामुळे प्रसन्न वाटत होतं!

पण कँडीचं खास आकर्षण म्हणजे तिथलं बुद्धाचं दंत मंदिर (टेंपल ऑफ टूथ). समोर विस्तीर्ण तलाव व मागे हिरव्याकंच सदाहरित वृक्षांनी झळाळणारी, आकाशाला अक्षरश: भिडणारी पर्वत शृंखला. अशा मनोहर जागेत श्री दलादा मलिगवा नावाचं हे दंत मंदिर आहे. शहरात प्रवेश केल्या केल्या दुरून डोंगरावर स्थानापन्न झालेली अक्षरश: प्रचंड महाकाय, पण विलक्षण देखणी पद्मासनात बसलेल्या बुद्धाची मूर्ती लक्ष वेधून घेते व जाणवतं की, ज्या भारतानं बुद्ध धर्म

जगाला दिला, तो खऱ्या अर्थानं श्रीलंकेत आहे!

हे मंदिर सतराव्या शतकात कँडीमध्ये अनुराधापूरमधून बुद्धाचा दात आणून वसवण्यात आलं. महात्मा गौतम बुद्धाचं जेव्हा महानिर्वाण झालं, त्याच्या चिताग्नीवरून त्यांचे तीन पवित्र दात काढण्यात आले होते. त्यातला एक दात राजकुमारी हेमलता यांनी भारतात हिंदूधर्मीय राजाकडून बौद्ध धर्माचा होणाऱ्या छळ व आक्रमणाला कंटाळून तो सुरक्षित राहावा म्हणून इ. स. ३१३ मध्ये श्रीलंकेत आणला आणि तेथील बुद्धधर्मीय राजांनी सहर्षपणे त्याचं स्वागत केलं. या पवित्र दातासाठी अनुराधापुरम येथे मंदिर बांधलं गेलं. श्रीलंकेवर राज्य करणाऱ्या साऱ्याच राजांची अशी असीम श्रद्धा होती की, बुद्धाचा पवित्र दात जोवर त्यांच्याजवळ आहे, त्यांच्या साम्राज्याला धोका नाही. तसेच त्यांची सातत्याने भरभराट होत राहील. सतराव्या शतकात बुद्धाचा दात आजच्या कँडीमध्ये आणला गेला व तेथे भव्य मंदिर उभारण्यात आलं. आज या दंत मंदिराला जागतिक ठेवा (वर्ल्ड हेरिटेज) म्हणून युनेस्कोने घोषित केले आहे. माझा टॅक्सीचा चालक कम गाइड रविकुमार चांगला इंग्रजी बोलत असल्यामुळे व मुख्य म्हणजे बहुश्रुत असल्यामुळे त्याच्याशी प्रवासात मी भरपूर गप्पा मारत होतो. त्याच्याकडून श्रीलंकेबद्दल व एकूणच तेथील परिस्थिती, राजकारण व धर्म-संस्कृतीबद्दल माहिती घेत होतो. तो सिंहली बौद्ध होता व त्याचीही दंत मंदिरावर नितांत श्रद्धा होती.

मंदिराच्या प्रवेशद्वाराशी येताच नजरेत शंभर मीटरवरील अष्टकोनी असलेली दंत मंदिराची पांढऱ्या संगमरवरातील वास्तू नजरेत भरते. शुभ्रतेची जादू न्यारीच असते. ती नजरेप्रमाणे अंतरात्म्यालाही शांतवते. त्याच्या मागे सदाहरित हिरवी वृक्षछाया जणू मंदिराला सावली प्रदान करतेय. दोन्ही बाजूंना सुव्यवस्थित राखलेली हिरवळ, त्यामधूनच जाणारी दगडी पायवाट आणि मंदिराच्या भोवती पांढरीशुभ्र दगडी कंपाऊंड वॉल. मंदिराचं बाह्य दर्शन साधं, सुलभ पण देखणं. अंतरंग मात्र कलात्मक. उच्च दर्जाचं लाकूड व हस्तिदंताच्या वापरातून आकारास आलेलं. श्रीलंकन बुद्धिस्ट कलेच्या समृद्ध परंपरेतून चितारलेली पेंटिंग व शृंगारण्यात आलेल्या भिंती.

हे मंदिर दुमजली आहे. त्यात बुद्धाचा पवित्र दात सोन्याच्या भरीव कमलाच्या आकृतीत ठेवण्यात आला आहे. त्यावर सोन्याचा मुकुट आहे व हे एका सिंहासनावर आहे. वर्षातून एकदाच जुलै-ऑगस्टमध्ये तिथीप्रमाणे दहा दिवसाच्या 'एसाला पेराहेरा' या उत्सवाच्या वेळी बाहेर काढून बुद्धाच्या दात असलेल्या सुवर्ण मुकुटाची हत्तीवरून सवाद्य मिरवणूक काढली जाते. या मिरवणुकीत शृंगारलेले शंभर एक हत्ती असतात. हा एक जंगी, प्रेक्षणीय उत्सव असतो.

मला रविकुमार सांगत होता, ‘‘सर, इंडियाच्या मैसूरच्या दसरा फेस्टिव्हलपेक्षा हा मोठा फेस्टिव्हल असतो. दहा ते वीस लाख लोक यात सामील होतात. जगभरचे टूरिस्ट, खास करून बुद्धिस्ट, या वेळी आर्वजून येतात.’’

मी ऐकून हळहळत होतो. कारण मी दिवाळीच्या सुट्टीत इथं आलो होतो मला केवळ मंदिराचा इतर भाग पाहून परतणं भाग होतं. त्यामुळे रवी जे सांगत होता, ते कल्पना करूनच अनुभवणं भाग होतं. मी मैसूर व हिंगोलीचा दसरा महोत्सव पाहिला होता. त्यामुळे हा कसा व किती प्रेक्षणीय असेल याची कल्पना करता येत होती।

मंदिरात अनेक सोन्याच्या बुद्धमूर्ती आहेत. त्यातील एक इंडोनेशियाने भेट दिलेली विशेष प्रेक्षणीय आहे. बुद्ध तत्त्वज्ञानाचा गाभा म्हणजे प्रज्ञा व करुणा. त्याचं साक्षात दर्शन त्यामुळे होत होतं!

इथं दररोज तीन वेळा पूजा होते. मी सायंकाळच्या साडेसहाच्या पूजेला हजर होतो. त्याची सुरुवात श्रीलंकन वाद्ये वाजवून होते. गाभाऱ्यात प्रवेश अर्थातच नसतो. यावेळी दुपारच्या पूजेची सुकलेली फुले काढून ताजी फुले चढवतात व भक्तांना प्रसाद वाटला जातो. या तऱ्हेची पूजा भारतीयांना नवी नाही. पण बुद्ध मंदिरात ही परंपरा आहे, हे विशेष नवलाचं.

पण बुद्धभक्तांना पवित्र बुद्ध दाताच्या दर्शनाची आस असते. त्यासाठी वर्षातून दोन तीन वेळा मंदिराचे तीन विश्वस्त दर्शनासाठी खुला करतात. रवीनं सहा महिन्यापूर्वीच दंत दर्शन घेतलं होतं. त्या वेळचा अनुभव सांगताना त्याचा सावळा चेहरा किती उजळून निघाला होता. भक्तीचं माहात्म्य मला त्या क्षणी त्याच्याकडे पाहताना जाणवलं. वाटलं, बुद्धाचा दात मला पाहायला मिळाला नाही. काही हरकत नाही. पण रवीचा भक्तिभावानं उजळलेला चेहरा पाहताना मला साक्षात बुद्ध दर्शन होत होतं. ते किती महत्त्वाचं

मी फारसा भाविक नाही. अस्तिकही नाही. पण भक्तीपुढे मी नम्र असतो. विठोबापेक्षा वारकरी मला श्रद्धेय वाटतो. रवीकडे पाहताना तीच श्रद्धेय अनुभूती येत होती. आणि त्याच वेळी माझा स्थानिक मोबाईल वाजला. हॉटेलमधला भारतीय वंशाचा पण बुद्धधर्मीय मॅनेजरचा फोन होता. रिंग टोनवर बुद्ध धून होती. ‘बुद्धम शरणम गच्छामी. संघम शरणम गच्छामी. धम्मम शरणम गच्छामी’ हा निव्वळ योग होता, पण क्षणभर माझ्याही कोरड्या मनाला आस्तिकतेचा स्पर्श झाला आणि ओठावर मन्नाडेचं ‘अंगुलीमाल’ मधलं गाणं आलं, ‘हे मानव तू मुख से बोल, बुद्धम शरणम गच्छामी!’

❑❑

३१. एक 'बाप' माणूस

१९ मे या विजय तेंडुलकरांच्या प्रथम स्मृतिदिनी त्यांच्या शेवटच्या आत्मचरित्रपर 'तें दिवस' या पुस्तकाच्या प्रकाशनाच्या वेळी त्यांच्यावर उपचार करणारे डॉ. शिरीष मोठं मार्मिक बोलून गेले, 'तेंडुलकर हे जीवनाप्रमाणे मृत्यूच्याही पुढेच होते.'

एक लेखक व कलावंत म्हणून विजय तेंडुलकरांच्या महत्तम उंची गाठलेल्या मोठेपणाचं हे मर्म होतं. लेखक केव्हा कालजयी होतो? जेव्हा तो जीवनाचा त्याच्या साऱ्या गुंतागुंतीसह साक्षात्कार घडवतो तेव्हा. त्यासाठी त्याला जीवन संग्रामात व प्रसंगी मृत्यू समरातही त्याच्या पुढे जाऊन पाहावं लागतं. असे लेखक दुर्मीळ. तेंडुलकर त्यातले एक; किंबहुना या विसाव्या शतकातले भारतातील 'टॉप फाईव्ह' मधले एक लेखक आहेत, असं मी मानतो.

तेंडुलकरांचं हे लेखक म्हणून थोरपण वा बापपण कशात आहे? ते त्यांच्या असामान्य, अद्‌भुत मानवी निरीक्षणशक्तीत आहे. त्यांना माणसं पाहण्याचा, त्यांच्या अंतरंगाचा वेध घेण्याचा विलक्षण छंद होता. किंबहुना तो त्यांचा प्रकृतीधर्म होता.

'तें' मूलतः शांत स्वभावाचे. मोजके बोलायचे. त्यांच्यात शांतपणे समोरच्यांचं एकाग्रतेनं ऐकायची विलक्षण ताकद होती. व्यवस्थापनशास्त्राच्या अभ्यासात व व्यक्तिमत्त्व विकासाच्या कार्यशाळेत 'आर्ट ऑफ लिसनिंग' हे प्रकरण हमखास असतं. त्या कलेत तेंडुलकर मास्टर होते असं मला वाटतं. व्यवसायवृद्धीसाठी व कामकाजासाठी 'आर्ट ऑफ लिसनिंग' ही गरज असते. पण कलावंतासाठी माणसं जाणण्याचा तो

मार्ग असतो. त्यामागे माणसाबद्दलचं ममत्व असतं. तेंडुलकर अशा जातकुळीचे होते.

त्यांना भल्या-बुऱ्या माणसांबद्दल समान कुतूहल होतं. किंबहुना वाईट, समाजसंमत चौकटीत न बसणारी, वागणारी माणसं- उदा. फाशी देणारा जल्लाद, खुनी, 'सखाराम बाईंडर' सारखी आदीम पातळीवर जगणारी माणसं– यांच्याकडे त्यांच्या स्वाभाविक ओढा होता. त्यामागे कुठलीही लेबल्स वा झापडे असायची नाहीत. ते कुठलीही नैतिक, सांस्कृतिक फूटपट्टी घेऊन माणसाकडे पाहायचे नाहीत, तर सहजतेनं त्याचे मानवी वर्तन पाहायचे. त्यातील विविधता, नैतिक-अनैतिकता, बंडखोरी, हताशता, वैफल्य, क्षुद्रपणा— हे सारे पैलू ते आपल्या सम्यक दृष्टीने व समृद्ध मानवी जाणिवेनं न्याहाळायचे आणि त्याचं त्यांच्या लेखनातून प्रतिबिंब पडायचं. म्हणून त्यांचं लिखाण हे काळाच्या पुढं जाणारं, टवटवीत व कालजयी ठरतं!

मी विजय तेंडुलकरांना चारदोनदा समोरासमोर भेटून बोललोय व डझनभर वेळा सभा-समारंभात ऐकलंय. तेवढ्यावरून त्यांना स्वानुभवानं जाणणं कठीण आहे, पण त्यांच्याबद्दल या वर्षभरात जे काही लिहून आलं त्यावरून वाटतं की, हा माणूस म्हणून खरंच मोठा 'बाप' माणूस होता आणि लेखक म्हणून असामान्य!

माझी 'अंधेर नगरी' ही कादंबरी त्यांना आवडली होती व त्यांनी मला त्याबाबत पत्रही लिहिलं होतं, पण ते पत्र माझ्या दुर्दैवानं मिळालं नाही. ते सेलू (परभणी) येथे १९९४-९५ च्या सुमारास व्याख्यानासाठी आले असता त्यांनीच मला खुद्द सांगितलं होतं. तेव्हा मी विलक्षण हळहळलो. पुढे त्यांनी 'ललित' मध्ये त्यांची आवडती ५० पुस्तकांची यादी दिली होती त्यात 'अंधेर नगरी' चा उल्लेख होता. तेव्हा लेखक म्हणून मला कृतकृत्य वाटलं होतं!

पार्ल्याला त्यांच्या घरी त्यांना प्रिया तेंडुलकरांसमक्ष भेटलो होतो व अर्धा तास बातचीत केली होती. म्हणजे उगाच मीच बोलत होतो व ते शांतपणे ऐकत होते व मध्येच मार्मिक प्रश्न विचारीत होते. परतल्यावर मनात सवाल आला. आपण त्यांना खरंच ऐकलं का? विचार केल्यावर वाटलं. हो, नक्कीच. कारण त्यांचं मनापासून ऐकणं, नेमक्या वेळी प्रतिक्रिया देणं यातून त्यांना मी ऐकलंच की.

मला त्यावेळचे तेंडुलकर आजही आठवतात. विलक्षण देखणा बोलका चेहरा, पांढरी ट्रेडमार्क दाढी. चष्म्याआडचे सुरेख पारदर्शी डोळे. मोजके पण मार्मिक बोलणे. मी त्यांच्या पायाकडे पाहताना जाणवलं की, त्यांचे तळवे नितळ गोरेपान आहेत. सामान्यत: माणसाचे तळवे हे मातीनं पक्के काळवंडलेले मी पाहिले होते. या वेगळेपणानं का कोण जाणे त्यांचं कलावंतपण मला मनस्वी

भावून गेलं! याचा कलावंतपणाशी काय संबंध, असं आपण विचाराल? त्याचं माझ्याजवळ उत्तर नाही.

मागे ७० च्या दशकात औरंगाबादला तेंडुलकरांचा 'माणसं' हा विषयावरचा एक स्लाईड शो व्याख्यानासह झाला होता. तो आजही माझ्या स्मरणात आहे. तेव्हाच मनात त्याचं एक लेखक-नाटककार म्हणून वेगळेपण ठसलं होतं. किती वेगळ्या माणसांचं अंतरंग दाखविणारी क्लोजअप कृष्णधवल छायाचित्रे त्यांनी टिपली होती. जेव्हा माणसं जाणणारा कलावंत- लेखक छायाचित्रं काढतो, तेव्हा ती कला होऊन जाते! तेंडुलकरांचे ते फोटो त्याचे ठळक उदाहरण.

त्यांच्या 'गिधाडे', 'सखाराम बाईंडर' वा 'शांतता...' बद्दल साऱ्यांना माहीत आहे. पण मानवी हिंसा व क्रौर्याचा अंगावर येणारा आविष्कार म्हणून मला 'बेबी' विलक्षण भावते. तसेच 'मित्राची गोष्ट' मधून लेस्बियन रिलेशनशिपवर किती सहृदयतेनं त्यांनी प्रकाश टाकला आहे. आणि 'कोवळी उन्हे'! त्यातील सामान्यांच्या जगण्यातलं निखळ माणूसपण त्यांनी किती प्रत्यकारी रीतीनं शब्दबद्ध केलंय. आचार्य अत्रे व वसंतराव नाईक यांचं वेगळं दर्शनही त्यांनी समर्थपणे घडवलंय. या साऱ्या लेखनातून त्यांनी माणसाचं अंतरंग किती तऱ्हेनं दाखवलंय.

मला इथं अधोरेखित करायचं आहे त्यांच्या माणूस समग्रतेनं टिपण्याच्या अलौकिक प्रतिभा व कलावंताच्या ताकदीचं. हे सामर्थ्य सहज येत नाही! ते कमवावे लागतं, विकसित करावं लागतं. त्यासाठी जगताना साऱ्या अनुभवांना निर्लेपपणे सामोरं जावं लागतं. माणसाबद्दल कुठलीही झापडं न लावता, कोणत्याही पूर्वग्रह आणि संस्काराचा चष्मा न लावता सहज कुतूहलानं पाहावं लागतं. त्यांच्या गुणांप्रमाणे दोष आणि विकारांकडेही समदृष्टीनं पाहावं लागतं. हे अर्थात सोपं, सहज नाही, पण तेंडुलकरांना ते जमलेलं होतं.

त्यांच्या साहित्याचं वाचन हे वाचकाच्या जाणिवा विकसित करतं, असं म्हणणं फारच पुस्तकी होईल. पण माणूस अधिक खोलवर जाणता येतो. त्याच्या प्रसंगी समाज विसंगत वर्तनाकडे, तथाकथित स्खलनाकडे निषेध किंवा हळहळ या टिपिकल भावनांपलीकडे जाऊन पाहाता येतं.

तेंडुलकरांनी आम्हास माणूस वाचायला शिकवलं आणि आम्हाला अधिक मोकळं, क्षमाशील केलं. घसरणीकडेही उदार मनानं पाहायला पण शिकवलं, त्याबद्दल आपण त्यांचं ऋणी राहिलं पाहिजे.

'तें'- तुम्ही खरंच 'बाप' माणूस होतात व आहात!

❑❑

३२. 'ये दोस्ती हम नहीं तोडेंगे'

खरं तर आजचा जमाना मार्केटिंगचा आहे. त्यामुळे नवीन पिढी 'मदर्स डे', 'फादर्स डे' साजरं करते ते ग्रीटिंग कार्डस पाठवून. अगदी 'बॉस डे' ची सुद्धा ग्रीटिंग कार्डस मी पाहिली आहेत.

अनेकदा मी आर्चिसच्या दुकानात गेलो आहे. प्रत्येक प्रसंगाला साजेसं ग्रीटिंग कार्ड तिथं उपलब्ध असतं. आकर्षक रंगसंगतीची आणि प्रतिभासंपन्न मजकुरांनी हवीहवीशी वाटणारी. त्याद्वारे आजची तरुण पिढी आपल्या भावना प्रकट करते.

आज मला मैत्री- दोस्तीच्या संदर्भात मनमोकळा संवाद साधायचा आहे. खरं तर भारतीय संस्कृती व सण परंपरेत भाऊ-बहिणीच्या प्रेमाच्या प्रगटीकरणासाठी भाऊबीज व राखी पौर्णिमा हा सण आहे. पोळ्याच्या दिवशी मातृ दिवस असतो. पाडवा हा पती-पत्नीच्या प्रेमाला उजाळा देतो.

पण मैत्रीसाठी असा दिवस भारतीय समाज परंपरेनं का विकसित केला नाही– याचं मला नवल वाटतं. असो.

खरं तर मैत्री- निखळ दोस्ती, इतर कोणत्याही नात्याच्या लेबलविना असलेली दोस्ती– हा मानवी जीवनातला सर्वात मोठा हृद्य भावनिक अनुबंध असतो. तो माणसाला भावनिकदृष्ट्या समृद्ध व संपूर्ण बनविणारा लोभस अनुभव आहे.

मी प्रशासकीय अधिकारी असल्यामुळे सतत दोन तीन वर्षांनी बदलीमुळे नव्या ठिकाणी जाणारा एक बंजारा. माझं प्रत्येक पोस्टिंगचं ठिकाण माझ्यासाठी किती यशस्वी

ठरलं याच्या माझ्या स्वत:च्या दोन कसोट्या आहेत. एक मला कामाचं समाधान किती मिळालं, मी किती त्या पदाला न्याय देत काम केलं आणि दुसरं म्हणजे तिथं मला किती नवे जिवा भावचे मित्र मिळाले. एका पोस्टिंगच्या– बदलीच्या ठिकाणी किमान एक जरी जिवाभावाचा दोस्त जोडता आला तरी माझं तिथलं वास्तव्य चांगलं झालं, असं मी मानतो. 'वो बडा नसीबवाला है जिसे अच्छे दोस्त मिलते है', असा एक फिल्मी डायलॉग आहे. मी या अर्थानं खूप, नव्हे, प्रचंड नशिबवान आहे.

माझं आणखी एक लाडकं तत्त्वज्ञान आहे. मैत्री ही ठरवून होत नाही. ती योगायोगानं होते. त्यासाठी समान आवडी निवडी, छंद व विचार असलेच पाहिजेत असंही नाही. दोघांना परस्परांच्या सहवासात मनमोकळं होता आलं पाहिजे, ही त्याची एकमेव अट असते.

मैत्रीमध्ये रोज भेटलं पाहिजे असं नाही. पण मैत्री ही रोपाप्रमाणे आहे. त्याला वेळोवेळी खतपाणी घातलं पाहिजे- भेटीचं, पत्राचं, फोनचं आणि अलीकडच्या काळातलं एस. एम. एस.चं, ई-मेलचं. एकादा मैत्रीचा वटवृक्ष म्हणा वा मोठं झाड झालं, त्याची मुळं खोलवर रुजली की मग कोणत्याही उपचाराची, बाह्य बाबीची गरज उरत नाही. ती मैत्री मग अक्षय्य असते. तुम्ही कितीही दिवसांनी भेटा, ती तुम्हाला आनंद देतेच!

पुन्हा मैत्रीला वय, धर्म, लिंग, सामाजिक स्तर कशा कशाचं बंधन नसतं. 'व्यक्ती आणि वल्ली' मध्ये पु. ल. आणि दिनू (अडीच तीन वर्षाचा बालक) यांच्यातील मैत्री किती छान रेखाटली आहे. आई-मुलातली मॉडर्न मैत्री 'मैने प्यार किया' सिनेमात दिग्दर्शकाने किती छानपणे दाखविली आहे. रिमा लागू ही त्यात 'मॉड मॉम' आहे, जी तरुण मुलाची सर्वात जवळची मित्र आहे. वैचारिक मैत्रीचं, तेही फारसं न भेटता पत्रातून प्रकट होणारं रूप म्हणून सुनीताबाई देशपांडे व जी. ए. कुलकर्णीचं देता येईल. काही दिवसांपूर्वी 'ग्रेट भेट' या कार्यक्रमात मंगेश पाडगावकरांचे त्यांच्या व श्री. पु. भागवतांच्या 'एक लेखक- एक संपादक' अशा मैत्रीचं वर्णन करताना डोळे पाणावले होते.

स्त्री-पुरुषात निखळ मैत्री संभव आहे का? माझ्या मते होय. मला ती जुनी ओंगळ वाटणारी म्हण पटत नाही की, विस्तवाजवळ आलं की लोणी पाघळतं, तसंच आहे स्त्री-पुरुष मैत्रीचं. पण आजच्या तरुण कॉलेजच्या पिढीनं हे दाखवून दिलं आहे की, त्यांच्यात अशी निखळ शरीरापलीकडची मैत्री

असते. हे मी माझ्या मुलासकट अनेक तरुण मुलांच्या मैत्रिणीच्या संदर्भात पाहिलं, जाणलं आहे.

अशा स्त्री-पुरुषातील मैत्रीचं आद्य उदाहरण म्हणजे श्रीकृष्ण-द्रौपदीचं सख्यत्व होय. द्रौपदीला श्रीकृष्ण सखी व ती त्याला सखा म्हणून संबोधत असते. 'बेमिसाल' या हृषिकेश मुखर्जींच्या एका दुर्लक्षित पण अप्रतिम सिनेमात अमिताभ राखीला सखी म्हणताना दाखविलं आहे.

स्त्री-पुरुषातली सर्वात निखळ मैत्री का जीवनातला सर्वांगसुंदर अनुभव असतो? कारण त्याच्या जीवनातल्या कोमलतेला फेमिनाईन टच मिळतो, तर तिच्या जीवनात कणखरतेचे मस्क्युलाईन रंग मिसळले जातात. तिथं मनमोकळा संवाद असतो- नव्हे, हृदयसंवाद असतो.

पण सर्वाधिक मैत्री ही दोन मित्रांची व दोन मैत्रिणींची असते. शाळा, कॉलेज, कामाच्या ठिकाणी ती उमलत जाते. जसा अमिताभ प्रेमाच्या संदर्भात 'जब तक दिल की घंटी नहीं बजती' असं विधान करतो; तसंच विधान मैत्रीच्या संदर्भात करता येईल.

हिंदी सिनेमांनी दोन मित्रांच्या 'दोस्ती' व त्यागांच्या कथांचा जणू रतीब टाकला आहे. त्यातला सर्वात उल्लेखनीय सिनेमा म्हणजे 'दोस्ती' होय. एक अंध तर दुसरा अपंग. त्यांच्या मैत्रीची कहाणी ज्या नितळपणे पडद्यावर साकार होते, ती मनाला स्पर्शून जाते. 'छुपा हुवासा मुझीमें है तू कही ए दोस्त. मेरी नजर में नहीं तो मेरी आह में है. मेरा तो जो भी कदम हैं वो तेरी राहमे हैं!' हे मजरूहचे लाजवाब शब्द म्हणजे मैत्रीवरील अंतिम शब्द होय!

आज फ्रेंडशिप डे. मला आज जाहीरपणे लिखित स्वरूपात माझ्या काही मित्रांचं, ज्यांच्यापासून आज बदलीमुळे दूरच्या गावी आहे– त्याचं स्मरण करायचं आहे. देवीदास कुलकर्णी, प्रभाकर पाठक, गोपीनाथ तेरकर, शाम देशपांडे, उत्तम कुरे, मधुकर कल्याणकर, गणेश विसपुते, नरेंद्र बोडके, सूर्यकांत कुलकर्णी, श्रीनिवास कुलकर्णी, गिरीश लाड, विश्वास कणेकर, बरारा, चावला, प्रभाकर रावगावकर, डॉ. पाटोदेकर, डॉ. नलावडे, उदय वाईकर, विद्यासागर अध्यापक, आणि डॉ. आर. के. काळे... आणि माझी छोटी मैत्रीण सूर्या रुईकर. तिला आज कदाचित कळणार नाही. पण तिला जशी मी लेक मानतो, तसा मित्रही. कारण तिच्या सहवासात मी मोकळा, निवांत असतो.

आणि हा मैत्रीपूर्ण लेख लिहिताना बिपिन गुपचुप या माझ्या नव्या मित्राचा एस. एम. एस. तो आठवड्यातून किमान एक वेळा तरी त्या माध्यमातून

भेटत असतो. आज त्यानं म्हटलंय,

"Morning is beautiful but not complete without wishing my friend you a very good morning."

मित्राच्या सहवासात, गप्पात किंवा नुसतं स्मरणानंही सकाळ काय, दिवसाचा कोणताही प्रहर मनाला प्रफुल्लित करून जातो. आज हे फ्रेंडशिपदिनाच्या निमित्तानं केलेलं मैत्रीगान. ते वाचताच तुम्हाला तुमच्या मित्राला फोन करावासा वाटेल. तर वेळ-काळ न पाहता बेधडक करा तुमच्या 'हॅलोला' त्याचा पहा कसा मस्त प्रतिसाद मिळेल. 'कसा आहेस मित्रा?'

❑❑

३३. अपंग नाही, अभंग आहे!

सभागृहात मी प्रवेश केला तेव्हा स्टेजवर एक नाजूक चणीची व हसऱ्या चेहऱ्याची मुलगी बसली होती. तिच्या टेबलासमोर नेमप्लेट होती- 'जिजा घोष, डायरेक्टर, नॅशनल ट्रस्ट'. ज्या राष्ट्रीय बैठकीसाठी मी दिल्लीला आलो होतो त्या ट्रस्टची ती राष्ट्रीय पातळीवरची सदस्य होती. उद्‌घाटनासाठी अध्यक्षा आणि इतर पाहुण्यांसोबत ती दीपप्रज्वलनाला उठली तेव्हा तिच्या शारीरिक हालचालींवरून लक्षात आलं की, ती सेरिब्रल पाल्सीग्रस्त आहे.

क्षणभर मनात करुणा दाटून आली. पण ती मी झटकत स्वत:ला म्हटलं, जिजाला तिची कीव आवडणार नाही. परवा कोल्हापूरच्या ट्रस्टच्या स्थानिक समितीच्या बैठकीत नसिमा हुजरूक काय म्हणाल्या ते आठवतं ना, 'आमच्या संस्थेतील मुलं मुली शरीरानं बहुविकलांग असतील, पण ती मनानं अभंग आहेत!' आणि दिवसभर दिल्लीतील नॅशनल ट्रस्टच्या बैठकीत मला त्याचा क्षणोक्षणी प्रत्यय येत होता. या सभेसाठी राजीव हा असाच एक सेरिब्रल पाल्सीचा शिकार झालेला युवक आला होता. त्याला बोलताना श्रम पडायचे, चेहऱ्याच्या स्नायूच्या तणावपूर्ण हालचाली व्हायच्या. घशातून भरडा आवाज निघायचा. तो व्हीलचेअरवर होता. त्याच्या पायात शक्ती नव्हती, पण चर्चेत त्यानं भाग घेताना इंग्रजीतून जी आपली अनुभवसिद्ध मते व्यक्त केली, ती पाहता त्याचं इंग्रजीवरील प्रभुत्व आणि बौद्धिक चमक लक्षात येऊन थक्क व्हायला होत होतं. याखेरीज संजना ही तरुणी पायानं अपंग होती, आणखी दोन व्यक्तीही बहुविकलांग होत्या. पण त्या आपल्या अपंगात्वावर मात करीत स्वयंसेवी संस्थांमार्फत

बहुविकलांगांसाठी काम करीत होत्या... त्यांचा बैठकीतला सहभाग हा आम्हा कलेक्टरांपेक्षा कमी नव्हता!

नॅशनल ट्रस्ट ही देशभर ऑटीजम, सेरिब्रल पाल्सी, मतिमंद आणि बहुविकलांगांना सन्मानपूर्वक जीवन जगण्याचा हक्क मिळवून देण्यासाठी काम करणारी केंद्र सरकारच्या सामाजिक न्याय विभागाची राष्ट्रीय संस्था आहे. प्रत्येक जिल्ह्यात कलेक्टराच्या अध्यक्षतेखाली एक स्थानिक संस्था स्थापन झालेली आहे. त्यात एक PWD (Person With Disability) सदस्य असतो व एक अपंगांसाठी काम करणारी स्वयंसेवी संस्था असते. कोल्हापूरात प्रसिद्ध समाजसेविका नसीमा हुजरूक यामध्ये सदस्या आहेत. स्वतः पॅराप्लेजिया रोगामुळे सोळाव्या वर्षापासून व्हीलचेअरला खिळलेल्या नसीमांनी 'हेल्पर्स ऑफ दि हॅण्डीकॅप्ड' संस्था स्थापून विकलांगासाठी जे कार्य मागील दोन दशकांत केलं आहे त्याला तोड नाही. त्यांच्या माहितीपत्रकात 'For us too, Sky is the limit' असं वाक्य आहे, ते अक्षरशः त्यांनी कृतीत उतरवून दाखविलं आहे. नसीमा हुजरूक यांचं मराठी आत्मचरित्र अत्यंत वाचनीय आहे. ती त्यांच्या अविरत संघर्षांची यशस्वी गाथा आहे. नॅशनल ट्रस्ट ऑटीजम, मतिमंदता, सेरिब्रल पाल्सी व बहुविकलांग व्यक्तींसाठी काम करते. ऑटीजम म्हणजे स्वयंमग्न व्यक्ती, तिच्यामध्ये तीव्र सामाजिक, संवाद व वागणुकींचे प्रश्न असतात. सेरिब्रल पाल्सी व्यक्तीचं वर्णन 'An intelligent mind caught in disobedient body' असं करण्यात येतं. त्यांच्या शारीरिक हालचाली– Motor abilities – अवरुद्ध झालेल्या असतात. त्यांना बसणं, चालणं, उभं राहणं आणि लिखाण करण्यासाठी त्रास होतो. त्यांना बोलणंही जड जातं. मतिमंदता म्हणजे मंद शिक्षण व मंद क्रिया प्रतिक्रिया. बहुविकलांगता म्हणजे एकापेक्षा अधिक रोगग्रस्तता. उदा. मूक-बधिर व सेरिब्रल पाल्सी ज्या व्यक्तींमध्ये आहे तिला बहुविकलांग संबोधलं जातं!

या सर्वांवर मात करण्यासाठी देशपातळीवर अनेक संस्था काम करीत आहेत. मी कलेक्टर म्हणून ज्या संस्थेचा चेअरमन आहे त्या रेडक्रॉस कोल्हापूरची 'स्वयम' संस्था मतिमंदासाठी काम करीत आहे. चेतना ही तर नॅशनल ट्रस्टच्या स्थानिक शाखेची सदस्य आहे, ती सामाजिक प्रबोधन व जाणीव जागृतीसाठी झटणारी आहे. पण नसिमा हुजरूकांचं कार्य त्याहून मोठं आहे. स्वतःच्या विकलांगतेनं खचून न जाता त्यांनी कोल्हापूर व सिंधुदुर्ग जिल्ह्यात जे काम उभं केलं आहे ते अतुलनीय आहे.

या चारी विकलांगतेला इंग्रजीत Disabled म्हटलं जातं. दिल्लीच्या

बैठकीत राजीवनं म्हटलं, 'Are we disabled to react to you or you disabled to understand us?' तो पुढं असंही म्हणाला, ''आम्ही परावलंबी नाही, तर परस्पर अवलंबी आहोत.'' तेच विधान सर्व प्राणिमात्रांना लागू होते.

ट्रस्टच्या चेअरमन पूर्णिमा नटराजनचं व्याख्यान फारच उद्‌बोधक होतं. त्यांनी मला व दुसऱ्या एका कलेक्टरला व्हीलचेअरवर बसवून ती चालवून पाहायला सांगितलं व प्रतिक्रिया विचारली. तेव्हा मी म्हणालो, ''दुसऱ्याच्या बुटात पाय घातल्याखेरीज त्याला कुठे तो चावतोय हे कळत नाही, असं म्हटलं जातं. मला आज त्याची जाणीव झाली!'' विलासपूरचा कलेक्टर याविषयी फारच संवेदनक्षम वाटला. तो म्हणाला, ''मी माझा पूर्ण जिल्हा अपंगांसाठी अडथळारहित करणार आहे आणि प्रत्येक शासकीय योजनांचा आढावा घेताना त्यात अपंग व विकलांगांना त्याचा किती व कसा फायदा होतो हे कटाक्षानं पाहतो!''

मला खूप काही या बैठकीनं मिळालं होतं आणि अपंग व विकलांगांच्या जीवनाची झलक अनुभवास आली होती!

हे जीवन आहे- शारीरिक अपंगत्वाचं; निसर्गाचा शाप म्हणा वा आरोग्य सुविधांचा अभाव, गर्भवती मातेच्या बाळास ऑक्सिजनचा पुरवठा कमी झाला की हे विकार होतात. पण त्यांचं आत्मभान लक्षणीय आहे. मुख्य म्हणजे त्यांची शारीरिक अपंगत्वावर मात करीत जगण्याची जिद्द धडधाकट माणसांनाही स्तिमित करते. त्यांना समाजाची कणव नकोय, आत्मीयता व सौहार्द हवंय. त्यांच्या दुखण्याबाबत योग्य ती जाणीव हवीय! शासनाच्या शिक्षण व आरोग्याच्या योजना त्यांना सन्मानपूर्वक हव्यात!

हे आव्हान समाज पेलणार का? हा खरा सवाल आहे. मी परतताना मनाशी निश्चय केला होता, मी यापुढे जे जे शक्य आहे ते त्यांच्यासाठी करणार. सहानुभूती नव्हे तर समाजाचा प्रतिनिधी म्हणून त्यांचा न्याय्य हक्क त्यांना मिळवून देण्यासाठी माझा हा प्रयास असेल!

❑❑

३४. अफलातून

दिल्लीचा कुतुबमिनार मला नेहमीच मोह घालतो. त्याची नितांत वैयक्तिक कारणं आहेत. एक तर कुतुबमिनार ट्रॅजेडी आणि साहिरची प्रसिद्ध नज्म 'कही और मिला कर मुझसे' यांची सांगड घालून एक कथा मी फार वर्षापूर्वी लिहिली होती. दुसरं कारण म्हणजे 'तेरे घर के सामने' मधलं 'दिल का भंवर करे पुकार' या गीताचा दिग्दर्शक विजय आनंदनं कुतुबमिनारच्या पायऱ्या उतरताना देव- नूतनवर केलेलं अफलातून चित्रांकन! या गाण्यामध्ये गीत, संगीत व अभिनयामुळे जसा गोडवा आला आहे, तसाच तो कुतुबमिनारचा केलेला कलात्मक वापर यामुळे अधिकच वाढला आहे. कुतुबमिनार आवडायचं तेही एक कारण आहे.

पण आज मला आठवायचा आहे तो विजय आनंद- खास करून त्याच्या सिनेमातील गीतांच्या चित्रीकरणासाठी. 'साँग टेकिंग' या कलेला परिपूर्णत्व प्रदान करीत कलात्मक दर्जा दिला तो राज कपूर, गुरुदत्त व विजय आनंद या त्रयीनं. या तिघांतही मी विजय आनंदला वरचा क्रमांक देईन तो गीत चित्रीकरणाच्या वैविध्यासाठी. आणि त्यामुळे प्रेक्षकांना त्याने जो आनंद दिला, त्याचे हे स्मरण रंजन!

'दिल का भंवर करे पुकार' हे गाणं घ्या, देव-नूतनचं भावोत्कट व जग- माणसांची पर्वा न करता कुतुबमिनार उतरताना प्रकट होणारं प्रेम. तरीही त्यातली मर्यादशीलता व संयमाची लक्ष्मणरेषा मनोज्ञ आहे. विजय आनंद कॅमेराद्वारे नानाविध अँगलचा वापर करून हे भाव किती उत्कटतेने चित्रबद्ध करतो. याच सिनेमातलं दुसरं गीत घ्या. 'तेरे घर के सामने एक घर बनाऊंगा' मद्याच्या पेल्यात दिसणारी व

बर्फाचा खडा टाकताच थंडीनं विव्हळणारी नूतन-वा, काय बहारदार दृश्य आहे. ही भन्नाट कल्पना विजय आनंदच्या ज्या प्रतिभेला सुचली, तिला सलाम केला पाहिजे.

दुसरं एक गीत माझ्या मनात खोलवर घर करून आहे. ते गाणं आहे 'खोया खोया चांद'. रात्रीची वेळ. उटीचं डोंगर-दरी-पठार असावं. चंद्र उगवलेला. तरीही धूसर चंदेरी वातावरण. पूर्ण साडी आणि वर स्वेटर घातलेली खानदानी सौंदर्याची वहिदा. आणि बेभान होऊन मनमुक्त पळणारा देव आनंद खुल्या आवाजात वेगवान चालीचं गाणं गातोय. 'तारे चले संग संग मेरे चारो तरफ इशारा चले, किसीके हो जावो' विजय आनंदनं कॅमेराही तसाच वेगानं फिरवत जी दृश्यमालिका उभारली आहे, ती बेमिसाल आहे.

विजय आनंदांच्या काही गाण्याचं संक्षेपानं मी वाचकांना स्मरण देईन. एक म्हणजे 'पल भर के लिए कोई हमे प्यार कर ले' या गाण्याद्वारे देव आनंदची मिस्किल भ्रमरवृत्ती, घरामधील असंख्य खिडक्यांवाटे डोकावून पाहत हेमाची शाब्दिक काढलेली छेड— विजय आनंदांनी किती वेगळ्या पद्धतीनं चितारली आहे.

रोमँटिक गाणी चित्रित करणं हा विजय आनंदचा हातखंडा आहे. 'तेरे मेरे सपने' मधील 'है मैने कसम ली' गाणं म्हणत प्रेमी जोडपं सायकलवरून सूर्यफुलांच्या शेतातून जाताना पडद्यावर पाहून, मनावरून मोरपिसारा फुलल्याचा भास होतो. अपत्याची चाहूल लागल्यावर होणारे आई-बाबा जेव्हा घरातच एकमेकांच्या धुंद सहवासात 'जीवन की बगिया महकेगी' या गाण्यातून मनातले भाव प्रकट करताना. त्यांच्या सहजसुंदर हालचाली आणि पुरेशी जवळीक दाखवत विजय आनंद अपत्य चाहुलीचा आनंद पडदाभर साकारतात आणि त्यात प्रेक्षक रममाण होऊन जातो.

आता विजय आनंदच्या माईलस्टोन ठरलेल्या 'गाइड' मधली गीतं आठवा. एकापेक्षा एक अशी सरस क्लासिक गीतं! आणि त्यांचं 'पिक्चरायझेशन'— क्या कहने? केवळ हा एकच पिक्चर त्यानं दिग्दर्शित केला असला तरी तो अमर झाला असता. त्यातल्या केवळ दोन गीतांचं स्मरण मी देतो. पहिलं म्हणजे 'पिया तोसे नैना लागी रे' डोळ्याचं पारणं फेडणारा सेट. होळी, दिवाळीचे संदर्भ आणि तसा निर्माण केलेला माहोल. वहिदाचं कलात्मक नृत्यदर्शन. शैलेंद्रची गहिरी शब्दकळा व बर्मनदाचं संगीत... या साऱ्यांना विजय आनंदचं पिक्चरायझेशन दशांगुळे पुरून उरतं!

आणि 'काँटो से खींच के ये आँचल, तोडके बंधन बांधी पायल' या गीतातून व्यक्त होणारा आशय पडद्यावर किती समर्थपणे साकार झाला आहे. आपली सारी कुचंबणा, घुसमट व असफल संसाराचं ओझं झुगारून प्रियकराच्या सान्निध्यात उत्फुल्ल व बंडखोर झालेली नायिका मनमुक्त नाचते, धावते आणि तिच्या टीचभर हृदयात न मावणारा तिचा आनंद देहभर ओसंडून पाझरतोय. तोच विजय आनंदनं पडद्यावर तेवढ्याच समरसतेनं पिक्चराइज केला आहे.

विजय आनंदनं हिंदी कमर्शियल सिनेमाच केला, म्हणून त्याच्या प्रतिभेला सर्वांगानं अंकुर फुटले नाहीत. त्यानं जर कलात्मक व प्रेक्षक शरणतेचा विचार बाजूस ठेवून सिनेमे काढले असते तर तो एक जागतिक कीर्तीचा दिग्दर्शक म्हणून खचितच गणला गेला असता. तरीही 'गाइड' व 'तेरे मेरे सपने' हे दोन कलात्मक चित्रपट; 'तेरे घर के सामने' ही रोमँटिक कॉमेडी आणि क्राईमथ्रीलर त्रयी 'ज्वेलथीफ', 'तिसरी मंझिल' आणि 'जॉनी मेरा नाम' या सिनेमांद्वारे हिंदी चित्रपटसृष्टीला त्यानं अक्षय्य आनंदाचा जो ठेवा दिला आहे, त्याचं मोल कसं करायचं?

❐❐

३५. काश्मिरी ज्ञानेश्वर - लाल देड

असं म्हटलं जातं की, कोणताही देश व भाषा ही राजेरजवाडे व सम्राट बनवीत नाहीत, तर साधू-संत, कलावंत व सामान्य माणसं बनवितात. काश्मीरचा निर्माता म्हणून कश्यप ऋषीला मानलं जातं, तर आजची जी काश्मिरी भाषा आहे तिला वर्तमानरूप व साहित्यिक आकार देण्यात लाल देड या १४ व्या शतकातील संत कवियित्रीचा फार मोठा वाटा आहे. ती तिच्या जिवंतपणी एक दंतकथा बनली होती व आजही आहे.

जरा कल्पना करा. लाल देड- तिला हिंदू वंदनीय मानतात व लल्लेश्वरी म्हणतात. तिला मुस्लिमही पूज्य मानतात व अरीफ लैला या नावानं पुकारतात. जसं आपण मराठीत बोलताना- लिहिताना अगदी सहजतेनं तुकोबा-ज्ञानेश्वर रामदासांची अवतरणे उद्धृत करतो, तसंच काश्मिरी माणसे लाल देड व नुरुद्दीन यांच्या काव्यपंक्ती उद्धृत करतात. दोघेही संत कवी, पण त्यांच्यावर हिंदू शैव पंथाप्रमाणे इस्लामिक सूफी भक्तिपंथांचा गाढा प्रभाव पडला होता. त्यातून अपूर्व अशी हिंदू-मुस्लीम समतेची विचारधारा प्रसुत झाली आणि सहअस्तित्व, सहिष्णुता व हिंदू मुस्लीम ऐक्याचं नवं मॉडेल तयार झालं. त्याला कश्मीरियत म्हटलं जाऊ लागलं.

काश्मीरियत ही काश्मीरची ओळख व अस्मिता. ती सर्वप्रथम मिळवून दिली ती लाल देडनं. तिनं 'वाख' हा नवा काव्यप्रकार काश्मिरी भाषेत रूढ केला. आजचे काश्मिरचे ज्ञानपीठ पारितोषिके विजेते कवी रेहमान राही यांच्या कवितांवर तिचा गाढा प्रभाव आहे. थोडक्यात ती अमर आहे- कालजयी आहे.

पत्रकार एम. जे. अकबर यांनी तिच्याबद्दल असं

म्हटलं आहे की, "The Synthesis of mystical shaivism and Islamic Sufism in her poetry went straight to the hearts of the masses. Her appeal was humanistic and not sectarian. Her message reinforce positive affirmation and not of negetive abjuration."

जसं व ज्यासाठी ज्ञानेश्वर मराठीसाठी सर्वांत महत्त्वाचे आद्य कवी आहेत, तेच स्थान लाल देडचं काश्मिरी भाषेसाठी आहे. तिचं त्याहून जादा महत्त्वाचं योगदान म्हणजे तिची मानवी मूल्यांची शिकवण. ती हिंदू-मुस्लीम दोघांसाठी होती व दोन्ही धर्मीयांत ती तिच्या काव्यानं, त्यातील संदेशानं लोकप्रिय होती. खरं तर तिनं पंडित-बडवे तसेच मुल्ला-मौलवी नाकारत थेट ईश्वराकडे कसं जावं हे सांगितलं. भारतात प्रथमच अद्‌भुत क्रांतिकारी वाटावा असा हिंदू मुस्लीम समतेचा विचार मांडला व विशेष म्हणजे काश्मिरी जनतेनं तो स्वीकारला. तिचा हा 'वाख' पाहा-

'Shiva''s present everywhere
Where lies the creek to distinguish
Between a Hindu and Mussalman?
Quick witted if you are,
Recognise yourself
and realise God!''

लाल देडची कहाणी मोठी रोचक आहे. मूळची ही ललेश्वरी. लहानपणीच तेव्हाच्या हिंदू रीतिरिवाजाप्रमाणे बालविवाह झाला. सासरी बावळट नवरा व कजाग सासूमुळे अपार छळ झाला. त्यामुळे तिला विरक्ती आली व ती अध्यात्माकडे वळली. तिला प्रथम शैव धर्माचे गुरू श्रीकांत (सीधा मोल) भेटले. मग तिनं घर सोडलं व साधू मंडळीत सामील होत फिरू लागली आणि त्यानंतर काही वर्षांनी सूफी फकीर संत शाह हमदान यांच्या संपर्कात आली. ते काश्मिरात पर्शियामधून आले होते. त्यांच्या सूफी तत्त्वज्ञानाचा तिच्यावर गाढा प्रभाव पडला. तिचं काव्य हिंदू-मुस्लिमांना आपलंसं वाटलं. कारण तिच्या काव्यात शैव व सूफी तत्त्वज्ञानाचा सुरेख संगम होता! तिचा संदेश सर्वांसाठी होता. त्यातून तिनं मानवतावाद व भक्ती शिकविली. तिनं मूर्तिपूजा नाकारली होती, बडवेगिरी नाकारली होती. तिचा मूर्तिपूजा करणाऱ्या पंडिताला हा परखड सवाल होता,

'Idol of stone Temple of stone

Above (temple) and
below (idol) are one
Which of them
shall thou worship, oh, foolish pandit
Cause thou the
union of mind with soul."

लाल देडनं सनातन सत्यधर्म जनतेला शिकविला. हा तिचा सत्यधर्म सर्वधर्मीयांसाठी समान होता. तिनं बेकार परंपरा, आंधळ्या रूढी व माणूसपण नाकारणारे जातीभेद नाकारले.

लाल देडचा काळ १४ व्या शतकाचा. हिंदू धर्म जातीभेदानं पोखरलेला. बुद्ध धर्माला रूढी परंपरेनं ग्रासलेलं आणि बुतशिकन म्हणून ओळखला जाणारा इस्लामी धर्मीय सिकंदर बादशहा काश्मीरमध्ये हिंदूंवर जुलूम करीत होता. अशा कालखंडात लाल देडनं धार्मिक सलोख्याची शिकवण दिली. ती केवढी क्रांतिकारी व काळाच्या पुढचा विचार देणारी होती हे सहज ध्यानात येतं!

तिची कविता आम जनतेला का भावली हे खालील दोन 'वाख' वरून समजून येईल. तिनं रूढी-परंपरेला नाकारीत माणसानं माणसावर प्रेम करावं, चांगलं वागावं, चांगलं जगावं, असा संदेश दिला. ते तिचं द्रष्टेपण होतं.

'Deny not water in thirst
nor food in hunger
Be God fearing and simple
Do good and be simple
Thats your prayer in action"

हा दुसरा वाख पाहा. त्यात तिनं खऱ्या भक्ताची व्याख्या केली आहे.

'He, Who overcome pride,
greed and vanity
And remove such hurdles
of robbery from his path
And, in all humility serves mankind
Discarding all else as useless
Is the real seeker of the Lord!"

जेव्हा तिचं निधन झालं, हिंदू मुस्लीम दोघांनाही तिचं पार्थिव हवं होतं. तेव्हा या योगिनीनं पाण्याचं रूप घेतलं व दोघांनी ते निम्मं निम्मं वाटून घेतलं व दहन आणि दफन केलं, अशी आख्यायिका आहे. ती मला एक लेखक म्हणून महत्त्वाची व रोचक वाटते. कारण दोन्ही धर्मीय तिला आपले मानत होते, हे त्यातून अधोरेखित होतं! आज जातीय व धार्मिक विद्वेषाच्या भारतवर्षात अशी लाल देड हवी आहे. तिनं खरंच पुन्हा एकवार जन्म घेतला पाहिजे!

❑❑

३६. 'इंद्रनीलचा असर सरेना'

साहित्य, संगीत, चित्र, शिल्प, फोटोग्राफी या साऱ्या सृजनाच्या व अभिव्यक्तीच्या कला आहेत. प्रत्येक कलेचं वैशिष्ट्य वेगळं आणि तिचं आवाहनही निराळं. पण या साऱ्याहून सिनेमा श्रेष्ठ आहे. कारण वरील सर्व कलेचा सुयोग्य असा मेळ त्यात घातला जातो. त्याला ध्वनी व दृश्याची जोड देऊन ती अधिक संवादी होते. अर्थात मी हे जागतिक दर्जाच्या कलात्मक सिनेमाबद्दल बोलत आहे. 'मॅजिक ऑफ सिनेमा' अनुभवावयाचा असेल, तर असे श्रेष्ठ कलात्मक सिनेमे पाहायला हवेत. भारतीय सत्यजित रे, गोपालकृष्णन, गिरीश कसारवल्लीपासून इराणच्या साजिदीपर्यंतची अनेक नावे सिनेमाप्रेमी वाचकांना सहजतेनं स्मरतील.

आम्ही नुकताच कोल्हापूरला पहिला आंतराष्ट्रीय चित्रपट महोत्वस केला. त्यात असे अनेक श्रेष्ठ दर्जाचे कलात्मक सिनेमे पाहायला मिळाले आणि 'मॅजिक ऑफ सिनेमा' मनसोक्त अनुभवता आला.

ही सिनेमाची जादू कशी असते?

रसिक वाचकांसाठी मी एका कोरियन सिनेमाच्या रसग्रहणाद्वारे ती घडविण्याचा शब्दाच्या माध्यमातून प्रयत्न करतो. अर्थात तो अपुरा असेल हेही आधीच स्पष्ट करतो.

हा कोरियन सिनेमा होता. 'स्प्रिंग, समर, फॉल-अगेन स्प्रिंग' या नावाचा. सिनेमामध्ये अवघे वीस ते पंचवीस संवाद असतील जेमतेम. पण ध्वनी व छायाच्या अपूर्व संगमातून जो एक श्रेष्ठ सार्वत्रिक जीवनानुभव अनुभवता येतो, त्याला तोड नाही!

एक तरंगतं बुद्ध मंदिर. एका निसर्गसुंदर बर्फाच्छादित

सदाहरित डोंगराच्या पायथ्याला विस्तीर्ण तळ्यामध्ये हे लाकडी बुद्धमंदिर आहे. तिथं सेवेकरी म्हणून एक प्रौढ बुद्धभिक्षू आहे. सोबत एक बालभिक्षू. हा मुलगा अत्यंत खोडकर. नावेतून तलावात हिंडणं, मग जंगलात जाऊन खेळणं ही त्याची बालसुलभ क्रीडा. त्याला थोडं हिंसक वळण लागतं. तो बेडूक, साप पकडून त्यांच्या शेपटांना दगड बांधतो व पाण्यात सोडतो. त्यांची तडफड पाहून तो आनंदतो. प्रौढ भिक्षू ते पाहतो व दुसऱ्या दिवशी त्याच्या पाठीला एक वजनदार दगड बांधून तिथं पुन्हा पाठवतो. तेव्हा बाल भिक्षू मृत झालेला साप व बेडूक पाहतो. त्याला रडं कोसळतं. प्रौढ भिक्षू त्याला माफ करतो, पण 'जगा व जगू द्या' आणि 'परपीडा करू नये,' हा धडाही शिकवतो.

पुढे हा बाल भिक्षू तरुण होतो. त्यांच्या मंदिरात एक तरुण आजारी स्त्री उपचारासाठी येते. तिला पाहून तरुणाची वासना जागृत होते. तीही त्याला प्रतिसाद देते. प्रौढ भिक्षू तिची शहरात रवानगी करतो व त्यालाही मंदिर सोडून जायचा आदेश देतो. तो त्या शहरात तिच्या आशेनं जातो, पण तिचं तोवर लग्न झालेलं असतं. हा संतप्त, हताश होतो. अशाच एका विकलांग क्षणी परत येतो. बुद्धाला शरण जात शांत होतो. काही काळानं ती तरुणी येथे येऊन मूल सोडून जाते. हा त्याला जवळ करतो व त्याच्यावर बौद्ध संस्कार करू लागतो.

वसंत, ग्रीष्म, हेमंत व पुन्हा वसंत अशा चार ऋतूंमध्ये त्या बाल भिक्षूचा प्रौढ भिक्षूपर्यंतचा प्रवास अत्यंत संयत रीतीने पण परिणामकारक दाखवला आहे, तो केवळ लाजबाब!

या सिनेमाची जादू आहे तिच्या छायाचित्रणात. कोरियातली एक नितांत सुंदर जागा. बर्फ, पाणी, डोंगर, जंगल, फुलणारी फुलं, हेमंतातील पानगळ होताना पानांचे बदलणारे रंग, बर्फानं गोठलेला तलाव आणि जुनाट बुद्ध मंदिर, तिथलं भक्तिमय वातावरण. हा सारा प्रदेश प्रेक्षणीय. चित्रपटातील एक एक 'फ्रेम' म्हणजे 'पिक्चर पोस्ट कार्ड.' आपण अनेक हिंदी सिनेमात काश्मीर, उटी, स्वित्झर्लंडचा नितांत सुंदर निसर्ग पाहिला आहे. पण या सिनेमातला निसर्ग जेवढा सुंदर, डोळ्यांना सुखावणारा, तितकाच मानवी भावनांचं रोपण झालेला, म्हणून सिनेमाशी एकरूप.

त्याला जोडून ध्वनीचा परिणामकारक वापर. कॅमेऱ्याच्या लेन्समागे असणाऱ्या दिग्दर्शकाला काय दाखवायचं व सांगायचं आहे त्याचं पक्कं कलात्मक ज्ञान आहे. पण तरीही त्याला सिनेमा सुबोध करायचा नाहीय. प्रेक्षकाच्या अंतस्थ भावनांना तो साद घालू इच्छितो. प्रत्येकाला कदाचित त्यातून नवा जीवनानुभव

गवसेल. नव्हे गवसतोच. जसा 'राशोमन' मध्ये प्रत्येकाला जीवनसत्याचा एक तुकडा गवसतो. त्याच्यासाठी तो खरा व कदाचित पूर्णही असतो. अधिक सुजाण प्रेक्षक-वाचकांना एकापेक्षा अधिक सत्यं गवसतील. जीनियस कलावंताला त्याहून अधिक. या सिनेमाचा दिग्दर्शक असाच जीनियस म्हणायला हवा!

मी सिनेमा पाहताना या 'मॅजिक ऑफ सिनेमा' मध्ये पूर्णत: गुंगून गेलो होतो. भान हरपून गेलो होतो. मला जीवनाचं एक रहस्य थोडसं कळत होतं, थोडंस गोंधळात पाडत होतं!

असा 'मॅजिक ऑफ सिनेमा' कशामुळे निर्माण होतो? एक तर मानवी जीवनाचं सूक्ष्म दर्शन घडविणारी कथा, तिचं सिनेमासाठी झालेलं पटकथेत रूपांतर आणि ती कमीतकमी शब्दात, नैसर्गिक अभिनयात मांडणारी कॅमेऱ्याची भाषा, छाया-प्रकाशाचा नेमका परिणामकारी मेळ. आणि अफलातून लोकेशन– तिचं सुंदर आणि कथेचा एक भाग झालेलं– लोकेशन. ही कथा अन्यत्र कुठेच घडू शकली नसती असं वाटावं असं हे लोकेशन.

या साऱ्यांच्या सुवर्ण संगमातून 'मॅजिक ऑफ सिनेमा' प्रत्ययास येतो.

हा सिनेमा एक उदाहरण म्हणून पेश केला. सत्यजित रे ची 'चारुलता' किंवा इराणी दिग्दर्शक माजीदचे सर्वच सिनेमे घ्या. त्यातून हा 'मॅजिक ऑफ सिनेमा' अनुभवायला मिळतो.

ज्याला या मॅजिकचा नाद लागतो, तो वाया जात नाही. उलट त्याचं जीवन अर्थगर्भ होतं. कारण तो एकाच जन्मात नाना जीवनानुभव व स्थळ, काळ, पात्रे अनुभवू शकतो.

मी कोल्हापूरच्या आंतरराष्ट्रीय चित्रपट महोत्सवात हा व अन्य पाहिलेल्या श्रेष्ठ सिनेमाच्या 'मॅजिक'च्या प्रभावातच अजूनही आहे. कारण 'इंद्रनीला'चा असर सरेना!

❐❐

३७. 'अस्सल दुय्यमत्त्व'

(हा लेख मन्नाडेच्या निधना आधी काही वर्षे लिहिला आहे, याची रसिकांनी नोंद घ्यावी.)

विधानसभा २००९ च्या निवडणुकीच्या काळात सर्वच टी. व्ही. चॅनेल्सवर अभावनेच दुसरी बातमी असायची. पण परवा राष्ट्रपतींच्या हस्ते मन्ना डेला दादासाहेब फाळके पुरस्कार देतानाची क्षणचित्रे पाहिली आणि मन हरखून गेलं. त्यांच्या नावाचा पुकारा झाला तेव्हा उपस्थित प्रेक्षकांनी उभं राहून 'स्टँडिंग ओव्हेशन' देत त्यांना मानवंदना दिली. मीही अभावितपणे टी. व्ही. बघताना उभा राहिलो. त्याच आठवड्यात 'वॉक द टॉक' मध्ये शेखर गुप्तांनी मन्नादाची घेतलली मुलाखतही पाहिली. त्यावेळी मन्नाचा आवाज काय लागला होता. एटी प्लस असूनही आवाजाची धार कायम होती- आशा भोसले सारखी.

आणि मी मागच्या महिन्यात विकत घेतलेली एमपीथ्री लावली. सारेगमाने मन्नाच्या पन्नास निवडक गाण्याची बनवलेली होती. ती ऐकताना मनोमन मी मन्नादांना 'हॅटस ऑफ टू यू' असं 'ऐ मेरे प्यारे वतन' 'पूछो न कैसे मैंने रैन बिताई', 'कस्मे वादे प्यार वफा सब' आणि लता बरोबरचं ड्यूएट 'प्यार हुआ इकरार हुआ', 'आजा सनम', 'दिलकी गिरह खोल दो' अशा असंख्य गीतांचे बोल ऐकताना म्हणत होतो.

पण दुसरा एक विचार मनास त्रस्त करीत होता. हिंदी सिनेसंगीताच्या सुवर्ण युगातील पुरुष गायकांची त्रिमूर्ती निर्विवादपणे रफी-मुकेश-किशोर हीच होती. त्यानंतरची त्रिमूर्ती होती तलत-महेंद्र व हेमंतकुमार. याहून वेगळे होते. मन्नादा. एकाकी ध्रुव ताऱ्याप्रमाणे दूरस्थ पण अढळ. त्यांना सिनेसंगीत रसिकांनी दुय्यम लेखलं, ही कटू वस्तुस्थिती आहे. शास्त्रीय बाजाची गाणी किंवा मेहमूद गाणी असलं की त्यांची आठवण

संगीतकारांना यायची. अथवा मुकेश उपलब्ध नसेल किंवा त्याच्या रेंजमधलं गाणं नसेल तर मन्नाडेची आठवण यायची. उदा. 'ए भाय जरा देख के चलो.'

खरं तर आवाजाची रेंज आणि कोणत्याही पट्टीत गायची क्षमता या कसोटीवर रफीच्या तोडीसतोड मन्नाडे होते. पण बडे स्टार, बडे बॅनर व संगीतकारांनी त्यांना पुरेसा न्याय दिला नाही असं मला वाटतं. ते असामान्य असूनही त्यांना सिनेसृष्टीनं दुय्यमत्वानं लेखत त्यांच्यावर अन्याय केला हे माझं ठाम मत आहे.

त्यांचं हे तथाकथित दुय्यमत्त्वही अस्सल बावनकशी होतं. त्यांच्या गीतांची संख्या कमी आहे. पण प्रत्येक गीत लखलखता रत्नजडीत हिरा शोभावा. 'ए मेरी जोहराजबी' या कव्वालीविना पंजाबमध्येच काय, पूर्ण देशामध्ये आजही वेडींग पार्टी होत नाही. ऑर्केस्ट्रामध्ये प्रत्येक गायकाला आपल्याला शास्त्रीय पण गाता येतं हे सिद्ध करायचं असेल त्याच्याकडे एकच गाणं असतं- ''लागा चुनरी मे दाग.'' वेगळं, धीरगंभीर गायचं असेल तर 'हर तरफ अब यही अफसाने है' किंवा 'मेरा सबकुछ मेरा गीत है.' काही साहित्यिक ऐकायचं असेल तर हरिवंशराय बच्चनच्या मन्नादाच्या आवाजातली 'मधुशाला'ला पर्याय नाही.

तरीही त्यांना आम्ही आग्रणी स्थान दिलं नाही. हा त्यांचा नाही, आम्हा रसिकांचा पराभव आहे. सिनेसृष्टीचा पराभव आहे. मन्नादा मात्र व्रतस्थपणे संगीत आराधना करीत राहिले. येतील ते गीत मनापासून गात त्या गीतावर आपली अजोड गानमुद्रा उमटवीत राहिले. रफी-मुकेश-किशोर हे तिघेही अकाली गेले, पण आजही मन्नादा आपल्यात आहेत व गात आहेत, हे आपलं भाग्य म्हणलं पाहिजे.

मन्नादांना कधी त्यांना दिलेल्या दुय्यमत्वाची खंत वाटली नसेल का? जर माणूस खरंच कर्तृत्वानं दुय्यम असेल तर बाब वेगळी, पण गुणसंपन्नता असूनही व्यवहारी मतलबी दुनियेनं दुय्यमत्व दिलं तर काय करायचं?

असं साहित्य-संगीत व कला क्षेत्रात अनेकदा घडलं आहे-घडत आहे व कदाचित घडत राहील. पण ते कितपत योग्य आहे?

दिलीपकुमार जेव्हा 'अभिनयातला' शेवटचा शब्द मानला जात होता, तेव्हा बलराज सहानीनं 'दो बिघा जमनी' 'सीमा' व 'अनुराधा' सारख्या सिनेमातून अभिनयाचं जे उत्कट दर्शन घडवलं त्याला तोड नाही. तरीही त्यांना अभिनयाच्या क्षेत्रात दुय्यमच लेखलं गेलं. तीच बाब अमिताभच्या जमान्यात संजीवकुमारची होती. हे दोघे अव्वल दर्जाचे, कोणत्याही जागतिक नटांच्या तोडीस तोड

सर्वश्रेष्ठ अभिनेते होते. पण त्यांना आम्ही दुय्यमत्त्वच दिलं!

संगीताचा विषय निघतो तेव्हा नौशाद, मदनमोहन, बर्मन पितापुत्र, सी. रामचंद्र, शंकर जयकिशन यांचं नाव अग्रक्रमानं येतं. पण सज्जाद, सलील चौधरी, जयदेव, वसंत देसाई आणि रवीचं काय? पुन्हा तेच. संगीत इंडस्ट्रीनं त्यांना दुय्यमत्व बहाल करून टाकलं.

साहित्याचं क्षेत्र पाहिलं तर नवकथेची जेव्हा चर्चा होते तेव्हा प्रामुख्यानं गंगाधर गाडगीळ, पु. भा. भावे, व्यंकटेश माडगूळकर व अरविंद गोखलेचं नाव घेतलं जातं. पण त्यांच्या पूर्वी तशीच कथा लिहिणारे बी. रघुनाथ, वामन चोरघडे किंवा या चौघांचे समकालीन व काहीसे नंतर लिहिणारे विद्याधर पुंडलिक, श्री. दा. पानवलकर व सदानंद रेंगेचा कथेच्या संदर्भात त्याच नामावलीत उल्लेख केला जात नाही. इथं समीक्षा थिटी पडते हे खरे, पण असामान्यांना दुय्यमत्व देणं हा अपराधच म्हटला पाहिजे.

मला अशा अस्सल कलावंतांबद्दल, ज्यांना दुय्यमत्व दिलं किंवा त्यांच्याकडे कानाडोळा केला, त्यांच्याबद्दल अपार कुतूहल व खंत आहे. कुतूहल यासाठी आहे की, त्यांची मानसिकता काय राहिली असेल? त्यांना आपलं निर्विवाद श्रेष्ठत्व तपासताना त्या तोडीच्या कलाकृती आपल्याही आहेत हे जाणवत नसेल का?

नक्कीच जाणवत असणार. मग त्यांनी हे लादलेलं दुय्यमत्व कशा प्रकारे पेलवलं असेल? त्यांना काहीच का फ्रस्ट्रेशन आलं नसेल? त्यांची खंत त्यांचं काळीज कुरतडणारी असेल का?

पण हेही खरंच की, असं होतं. पुन्हा पुन्हा होतं. प्रत्येक वेळी हे मुद्दाम जाणीवपूर्वक होते असे नाही. पण काहीही म्हणा, काहींना त्याच्या मोठेपणाचं माप पुरेसं मिळत नाही.

दुय्यम दर्जाच्या कलाकृतींना लघुत्तम लसावी काढून पाहिलं तर सामान्यजनांची पसंती मिळते, तर काही अस्सल कलाकृतींना मोजक्या चोखंदळ जनांची दाद मिळते. कशात कलावंतानं समाधान मानायचं?

मला वाटतं की, कलानिर्मिती हे कलावंताचं जीवनकार्य असतं. ते अटळ असं भागधेय असतं. तो निर्माण करतो ते प्रतिभेला सुचतं-स्फुरतं म्हणून. ते व्यक्त केल्याविना, निर्मिल्याविना चैन पडत नाही म्हणून; म्हणजेच कलेची निर्मिती प्रतिभेतून होते, ती रसिकांना नजरेसमोर करून कधीच होत नसते. नसावी.

त्यामुळे कलावंतानं कलासाधना करावी, कलानिर्मिती करावी. ती रसिकांना

भावली तर आनंद. समाजानं श्रेष्ठत्व दिलं तर दुधात साखर. पण अस्सल बावनकशी असूनही दुय्यमत्व दिलं तर खंत न करता आपल्या कलेत मस्त रममाण होत जगावं. जगाच्या पाठीवर कधी तरी, केव्हा तरी व कोणीतरी आपली दखल घेईल, हा भवभूतीचा आशावाद आपण ठेवावा व कलासाधना करावी. या खेरीज कलावंतांच्या हाती काय असतं?

मन्नादांनी तेच केलं, मिळालेल्या प्रत्येक गीतात सर्वस्व ओतलं आणि संख्येनं कमी गाणी असतील पण त्याद्वारे त्यांनी खऱ्या रसिकांना श्रेष्ठ दर्जाचा आनंद दिला. त्यामुळे ते मोठे आहेत. त्यांचं तथाकथित समाजाच्या लेखी असलेलं दुय्यमत्व हा त्यांचा नाही, लोकांचा पराभव आहे. त्यासाठी त्यांनी कधी खंत बाळगली नाही. कारण ते खरंच मोठे गायक आहेत व अशा क्षुद्र बाबींच्या पार पलीकडे गेलेले कलासाधक आहेत.

मन्नादा, तुम्हाला आज मी दादासाहेब फाळके पुरस्कार मिळाल्याबद्दल सलाम करतो व तुमच्या एका गीतानं हे मनमोकळं गुज संपवतो.

'घायल मन का पागल पंछी, उडने को बेकरार.
पंख है कोमल, आस है धुंदली, जाना है सागर पार.
अब तूही इसे समझा के जाये कौन दिशासे हम?'

❑❑

३८. एका प्रशासकाचे विचारधन

असा माणूस तुम्ही पाहिला आहे का, जो उच्चपदस्थ अधिकारी असूनही सर्वात आधी व सर्वात शेवटी निखळ माणूसधर्म पाळणारा शुद्ध माणूस होता?

असा पण अधिकारी तुम्ही पाहिला आहे का, जो कर्मचाऱ्यांना ''हे करा, ते करू नका'' असे फतवेवजा परिपत्रक न काढता चांगले, साधनसुचितेच्या मार्गाने साध्य कसे करावे, हे सुभाषितवजा भाषेत सांगणाऱ्या विचारसंहिता लिहितो व संवाद करीत संपर्क साधतो?

असा पुरुषोत्तम तुम्ही पाहिला आहे का, जो 'हार्मनी'वर विश्वास ठेवतो, स्वत:साठी विचारांची आचारसंहिता बनवितो आणि 'कर्तव्य करी तो राही, सदा आनंदी अन कष्ट झेलण्या पुढे येतसे आधी' ही उक्ती जो जीवन जगताना सार्थ करतो?

मी असा एक माणूस- एक प्रशासक अधिकारी व एक पुरुषोत्तम एकाच व्यक्तीच्या रूपात पाहिला आहे. त्याचं नाव आहे रमेशचंद्र कानडे, जो आज आपल्यात नाही, पण त्याची स्वत:ची जगण्याची आचारसंहिता असलेली विचारसंहिता तो आपणासाठी सोडून गेला आहे!

कै. रमेशचंद्र कानडे हे वरिष्ठ आय. ए. एस. अधिकारी २००७ मध्ये अचानक आपल्यातून निघून गेले. मला जेव्हा हे वृत्त कळलं तेव्हा मला तीव्र धक्का बसला होता. किती वेळा तरी मी अवाक, अस्वस्थ होतो. दोन तीन दिवस कामात लक्ष लागलं नव्हतं. खरं तर त्यांच्या हाताखाली कधी थेट काम करायचा योग मला आला नाही. पण माझ्या कारकिर्दीची सुरुवात भूम, जि. उस्मानाबाद येथे उपजिल्हाधिकारी (प्रांत ऑफिसर) म्हणून झाली तेव्हा कानडेसाहेब हे

उस्मानाबादच्या जिल्हा परिषदेचे मुख्य कार्यकारी अधिकारी होते. दोन वेळा ते भूमला मी आयोजित केलेल्या कार्यक्रमास आले होते. नंतरच्या काळात त्यांचा थेट संपर्क फार कमी आला, पण त्यांच्या जन्मजात स्नेहल स्वभावामुळे त्यांनी माझी ओळख सदैव ठेवली. मंत्रालयात मी त्यांच्या कार्यालयात त्यांच्या शेवटच्या चार-दोन वर्षांच्या काळात अनेकदा गेलो होतो. माझे काही काम असायचे नाही, पण त्यांनी मला प्रत्येक वेळी वेळ दिला, आस्थेवाईक गप्पा मारल्या आणि माझ्या लेखनाची चौकशीही प्रत्येक वेळी न चुकता केली.

कानडेसाहेब अचानक गेले. मग त्याच्या पत्नीने- ममता कानडे- यांनी त्यांच्या विचारांचा संग्रह परिश्रमपूर्वक सिद्ध केला, तोच 'विचारसंहिता' हा ग्रंथ होय. तो अत्यंत देखण्या स्वरूपात परचुरे प्रकाशन मंदिराने प्रसिद्ध केला आहे.

हा ग्रंथ एकाच वेळी वैचारिक आणि त्याचवेळी शासकीय कर्मचारी, अधिकाऱ्यांना व एकूणच सर्वांनाच उत्तम कामाची प्रेरणा देणारा संस्कारक्षम आणि व्यवस्थापन शास्त्राची नैतिक बाजू मांडणारा ग्रंथ आहे. अवघ्या सव्वाशे पानांच्या या ग्रंथातले विचारधन मानवी जीवनाची अवघी कक्षा कवेत घेणारे आहे. अत्यंत सुबोध, विचारप्रवाही आणि प्रेरणा देणारा हा ग्रंथ आहे. तो संग्रही तर असावाच. कारण त्यातले विचार कृतीत आणण्यासाठी 'बुस्टर'चं काम करणार आहेत, त्यामुळे पठनीय पण आहे.

कुणाला हे खरं वाटणार नाही, पण रमेशचंद्र कानडे यांनी कलेक्टर, कमिशनर व संचालक असताना अधिकारी-कर्मचाऱ्यांना उद्देशून लिहिलेली विविध परिपत्रकं म्हणजे विचारसंहिता मध्ये समाविष्ट केलेले विचारधन आहे. कानडेंचे 'हृदयगत'च किती मनोज्ञ आहे पाहा: 'शासकीय काम जलद गतीने होण्यासाठी व सर्वसामान्यांना लवकर न्याय मिळून देण्यासाठी आपली प्रशासकीय यंत्रणा कशी अनुरूप करता येईल याचाच मी सतत विचार करीत होतो. वेगवेगळे प्रयोग करीत होतो. कारण शासकीय सेवा ही खऱ्या अर्थाने लोकसेवा आहे. रंजल्या-गांजलेल्यांचे अश्रू पुसण्याची, त्यांचे जीवन सुधारण्याची ती एक अपूर्व संधी आहे. यापेक्षा सुखप्राप्तीचे दुसरे साधन तरी कोणते?'

हे पुस्तक वाचताना मला सतत वाटत होतं की, ते जणू माझेच विचार बोलून दाखवीत आहेत. त्यांची जी जीवनदृष्टी होती, त्यांचा कामाबाबतचा जो दृष्टिकोन व आचरण होते तो फार वेगळा व मनस्वी होता. प्रशासक-अधिकाऱ्यांनी सेवावृत्ती ठेवीत गरिबांसाठी कसं काम करावं व जीवन कसं सार्थक करावं याबाबत ते खरंच माझे वैचारिक गुरू ठरतात. पण माझं दुर्दैव की, त्यांचं हे

वैचारिक गुरूपण मला फार उशिरा जाणवलं. पण मी माझ्या परीनं हीच जीवनमूल्यं आचरणात आणण्याचा सदैव प्रयत्न केला आहे, त्यामुळे ते माझे गुरूच आहेत! आणि मी एकलव्याप्रमाणे त्यांचा शिष्य.

आज समाजमनात व नागरिकांच्या नजरेत अधिकारी व प्रशासकांबाबतची भावना चांगली नाही. (खरं तर हा शब्दप्रयोग फार सौम्य आहे.) नव्हे, ती फार वाईट आहे; त्याला कारण ही आमची अधिकारी जमात आहे. आम्ही हस्तिदंती मनोऱ्यात वावरत असतो. गरिबांच्या प्रश्नांची आच आमच्या मन व बुद्धीपर्यंत पोहोचत नाही. आमच्या ज्ञानाचा व अभ्यासाचा वापर आम्ही कामे उत्तम रीतीने व जलद गतीने करण्यासाठी फारसा करीत नाही. लाल फितीचा कारभार, भ्रष्टाचार, अधिकाराची गुर्मी आणि पदाची धुंदी या चतुष्टयीमुळे विकास-प्रशासनाचे आमचे कर्तव्य आम्ही नीटपणे पार पाडीत नाही. आम्ही त्या व्यवस्थेचे कळत नकळत भाग झालो आहोत, जी गरिबांना न्याय देत नाही व घटनेशी बांधिलकी मानीत नाही.

खरं तर आमचा असा 'प्रशासकराव' कसा होतो (लेखकाचा लेखकराव कसा होतो या चालीवर) हा प्रश्न मला 'विचारसंहिता' वाचताना सतत पडत होता. कानडेंचे मोठेपण हे आहे की, आपण ज्या गरिबीतून व ज्या वंचित समाजघटकातून आलो आहोत, त्याचा त्यांना कधी विसर पडला नाही. त्यांनी प्रत्येक पदावर काम करताना गरिबांना न्याय देण्याचा प्रयत्न केला. कारण त्यांचे विचार पक्के होते, मुख्य म्हणजे खरे होते. त्याची प्रचिती 'विचारसंहिते'च्या प्रत्येक लेखात होते. खरं त्यांच्या लेखाच्या विषयाची व्याप्ती फार मोठी आहे. प्रस्तावनेत द. म. सुखठणकर या माजी मुख्य सचिवांनी म्हटल्याप्रमाणे आपल्या दैनंदिन जीवनात व व्यवहारात उपयुक्त व लाभदायक ठरतील अशा टापटीप, नीटनेटकेपणा, परोपकारी व सेवावृत्ती यासारख्या गुणांचे महत्त्व कानडे यांनी अनेक लेखांतून अधोरेखित केले आहे. वैयक्तिक व सार्वजनिक जीवनात सचोटी, प्रामाणिकपणा, नि:स्वार्थ वृत्ती आणि सौजन्यशीलता या गुणांचे पालन प्रत्येक अधिकाऱ्याने केले पाहिजे, हा त्यांचा आग्रह होता.

कानडे यांचे काही विचारधन खाली मी टिप्पणीविना उद्धृत करतो. ते वाचताना हे जाणवेल की, खरंच ही विचारसंहिता नाही तर चांगलं जगण्याची आचारसंहिता आहे.

'गुणवत्तेचा आग्रह, अट्टाहास का करायचा याचं उत्तर असं आहे की, आपण जे चांगले करतो त्यापासून इतरांना जितका आनंद मिळतो त्यापेक्षा

कितीतरी पट अधिक समाधान व सुख आपल्या स्वत:ला मिळत असते.'

'व्यवहार व कायद्याची सांगड घालणे आवश्यक आहे असे बऱ्याच व्यक्ती बोलतात. हे कायद्यावरील अविश्वासावर व त्याच्याविषयीच्या अज्ञानावर आधारलेले असते. वास्तविक आचार-विचार व व्यवहार कायद्यावर आधारलेला असला तर सांगड घालण्याचा प्रश्नच कुठे येतो?'

'आळसाप्रमाणे आकस हा अधिकाऱ्यांचा सर्वात मोठा शत्रू आहे. कारण तो माणसांना अंध, अविवेकी बनवितो, आणि चुकीचे निर्णय घ्यायला कारणीभूत होतो.'

'समाजात सगळीकडे नियमबाह्य गोष्टी घडतच असताना, बेशिस्त, भ्रष्टाचार, बजबजपुरी व खाबूगिरी माजली असताना आम्हीच नियमानुसार का वागावे? असे बऱ्याच व्यक्ती बोलताना आढळतात. अशावेळी बिरबल-अकबरच्या दुधाच्या पार्टीची गोष्ट आठवते. प्रत्येकाने 'इतर वाईट करतात म्हणून आपणही तसेच करावे' असा विचार न करता 'निदान आपण तरी चांगले करू या' हा विचार आचरणात आणला तर किती क्रांती होईल!'

रमेशचंद्र कानडे यांच्या जीवनाचे तत्त्वज्ञान काय होते? चांगले, आनंदी, नीतिमान जगत इतरांसाठी काही चांगले करावे व आपल्या पद-अधिकाराचा वापर गरीब, वंचितांच्या भल्यासाठी करावा. त्यांना एक इंग्रजी कविता नेहमी प्रेरणा द्यायची. ते त्यांचे एका अर्थाने जीवनगाणे होते. त्याचा स्वैर भावानुवाद, खुद्द त्यांनीच केला होता, तो लेखाच्या शेवटी देऊन एवढंच म्हणतो की, "सर, तुम्ही खरंच ग्रेट होतात. तुमची विचारसंहिता आम्हा प्रशासकीय अधिकाऱ्यांसाठी केवळ नाही, तर प्रत्येक माणसासाठी जीवन जगण्याची गीता-बायबल आहे व प्रेरणादायी आचारसंहिता आहे. तुमचे हे संचित आम्ही जपलं पाहिजे, तुमचा वैचारिक वारसा चालविला पाहिजे. तुमचे विचार त्यासाठी आम्हाला सदैव दीपस्तंभाप्रमाणे मार्गदर्शन जरूर करतील."

'आलो आहे मी, या जगात एकदाच!
तर का करू नये मी एखादे सत्कर्म?
वा देऊ नये सहकार्य मी
माझ्यासारख्याच जीवाला
आणि टाळू नये ते
वा ढळू नये त्यापासून?
नाही जाणार या मार्गाने पुन्हा कधी मी!

□□

३९. 'आपला मेंदू, आपलं हृदय हे आपलं मंदिर!'

आज जगात हिंसेचं थैमान माजलं आहे. दहशतवादाची भीषण छाया जगावर दाट पसरली आहे. माणसाच्या जीवाला काही मोल उरलं नाहीय. अशा अत्यंत अस्थिर जगात जगताना ज्यांच्याकडे पाहून मनास धीर यावा आणि माणसाच्या चांगुलपणावर, जीवनाच्या सुंदरतेवर विश्वास बसावा अशी माणसे कितीशी आहेत? अगदी हाताच्या बोटांवर मोजण्याइतकी; त्यात दलाई लामांचं नाव सर्वप्रथम असेल, नव्हे आहेच.

मला व्यक्तिशः दलाई लामांबद्दल अतीव आकर्षण व ओढ आहे. मुळातच शांती व करुणेचा उद्गाता बुद्धधर्म जेव्हा डॉ. बाबासाहेब आंबेडकरांनी जाणीवपूर्वक धर्मांतर करताना, इतर सर्व धर्मांचा डोळस विचार करून, स्वीकारला तेव्हाच त्या धर्माचं श्रेष्ठत्व अधोरेखित झालं होतं आणि दलाई लामांच्या रूपानं बौद्ध धर्माचा श्रेष्ठ भाष्यकार व धर्माचरणाची जितीजागती मिसाल आपणास प्रत्ययास येते.

दलाई लामांचं जीवन तत्त्वज्ञान हे धार्मिकतेपेक्षाही मानवतेकडे झुकलेलं आहे. म्हणून आज साऱ्या जगाचं ते आदरस्थान झाले आहेत. त्यांचं हे धर्माचं सीधंसाधं तत्त्वज्ञान पाहा, म्हणजे ते किती श्रेष्ठ मानवतावादी आहेत हे जाणवेल.

'This is my simple religen. There is no need for temples, no need for complicated philosophy. Our own brain, our own heart is our temple; the philosophy is kindness."

आपले तुकोबा तरी वेगळं काय सांगतात? 'दया क्षमा शांती, तेथे देवाची वसती!'

पण शब्द साधे असले तरी त्याला मंत्राचे बळ येतं;

ते सांगणाऱ्या माणसाच्या आत्मिक उंचीवरून, जीवनकृतीवरून, वागणं व बोलणं यांच्या तादात्म्यावरून.

मुख्य म्हणजे त्या व्यक्ती कोणती जीवनमूल्ये मानतात. त्यासाठी किती निर्धारानं लढतात व ती किती त्यांच्या व्यक्तिमत्त्वाचा भाग होते यावरून त्या शब्दांना मंत्रबळ मिळतं! आणि अवघी मानवजात त्यानं प्रेरित होते!

असेच होते महात्मा गांधी, असेच होते नेल्सन मंडेला. असे होते बाबा आमटे, असेच आहेत प्रकाश व मंदा आमटे व अभय व राणी बंग. असेच होते साधू वासवानी, असेच आहेत दलाई लामा. तिबेटचे ते सर्वोच्च धर्मगुरू आहेत. तेरावे लामा आहेत. मुख्य म्हणजे त्यांचं अवघं जीवन, त्यांचा रोजचा दिनक्रम, वागणं बोलणं हे बुद्धमय आहे. प्रेम, शांती, अहिंसा, करुणा व सद्‌भावना या पंचमंत्रांचा दलाई लामा हे मूर्तिमंत आविष्कार आहेत. म्हणूनच मला त्यांचं अतीव आकर्षण आहे.

आज गेली चार दशकांहून जास्त काळ दलाई लामा ज्या अहिंसक पद्धतीनं चीनचं गिळंकृत केलेल्या त्यांच्या तिबेटच्या स्वातंत्र्यासाठी लढत आहेत, त्यात ते कितपत यशस्वी होतील याबाबत मला शंका आहे. कारण समोर कठोर दमनकारी व जागतिक महासत्ता बनत चाललेला कम्युनिस्ट चीन आहे. पण अशा विपरीत परिस्थितीतही दलाई लामांची अहिंसक मार्गावरची श्रद्धा डळमळीत होत नाही. त्यांची मानवजातीबाबत (चीन धरूनही) प्रीती व करुणा तसूभरही कमी होत नाही, याचं नवल वाटतं. त्यामुळे मी दलाई लामांचा माझ्या परीनं शोध घेण्याचा सदैव प्रयत्न करीत असतो. हे एक अजब रसायन आहे.

येशू, बुद्ध, महावीरांशी नातं सांगणारं, महात्मा गांधी, मार्टिन ल्युथर किंग व नेल्सन मंडेलाशी सहोदराचे अनुबंध असलेलं व स्वत: पूर्णपणे बुद्धरूप झालेलं हे रसायन आहे. त्यांच्या जीवनचरित्रापेक्षाही त्यांचे विचार प्रेरणादायी आहेत. ते साधे सरळ बोलतात, पण त्यांना सुभाषिताचं रूप मिळतं. मंत्रबळाचं सामर्थ्य लाभतं.

जे इंटरनेटचा वापर करतात, त्यांना हे खाली दिलेलं कोटेशन नक्कीच माहीत असणार. ते आजच्या चंगळवादी अधोगतीस चाललेल्या समाजाचं व आत्मकेंद्रित झालेल्या माणसावरील मार्मिक भाष्य आहे. ते दलाई लामाचं आहे.

'We have bigger houses, but small families, more convenience, but less time; more degrees, but less sense; more knowledge, but less judgment; more medicine, but less healthiness; more information, but less communication. We have become long on quantity, but short on quality. These are times of fast foods but slow digestion; tall men, but short character, steep profits but shallow relationship. It is time when there is much in the window, but nothing in the room."

अशा या नैतिकदृष्ट्या अध:पतित झालेल्या समाजाला दलाई लामा जे सांगताहेत ते फार मोलाचं आहे. अर्थात ते अत्यंत साधं सरळ तत्त्वज्ञान आहे. ते धर्माच्या परिभाषेत फार क्वचित बोलतात. त्यांचं आवाहन असतं माणसाच्या चांगुलपणाला; प्रेम व करुणा भावनेला.

आयुष्यभर त्यांनी ज्या मानवधर्माचं चिंतन, मनन केलं आणि वेळोवेळी ते जे बोलले, त्यातून निवडक वचनाचं एक सुरेख संकलन कृष्णा बजाज यांनी Precious of wisdom या नावानं प्रकाशित केलं आहे. ते अत्यंत वाचनीय आणि मनाच्या कक्षा रुंदावणारं आहे. माणसानं माणसाशी कसं वागावं हे सांगणारं आहे. त्यांची ही काही सुभाषितवजा वचने पाहा.

'हा माझा साधा धर्म आहे. त्यासाठी देवळाची गरज नाही. तसंच गुंतागुंतीच्या तत्त्वज्ञानाची. आपला मेंदू, आपलं हृदय हेच आपलं मंदिर असतं आणि दया हे या धर्माचं तत्त्वज्ञान असतं!'

'सर्व धर्माचा समान संदेश आहे. प्रेम, करुणा आणि क्षमा. पण महत्त्वाचं हे आहे की, तो आपल्या दैनंदिन जीवनाचा भाग बनला पाहिजे.'

ते ज्या धर्माचे आहेत, त्या बुद्ध धर्माच्या गौतम बुद्धाचा काय संदेश आहे? ते म्हणतात, 'The Buddha saw that life's very purpose is happiness. He also saw that while ignorance binds beings in endless frustration and suffering, wisdom is liberating."

जीवनाचं साधंसीधं तत्त्वज्ञान आहे- 'जगा व जगू द्या.' माणसाची मूळ प्रवृत्ती शांती व सहजीवनाची असते. पण धर्म, परंपरा, अहंकार आणि हिंसेच्या आकर्षणातून आज जगात सर्वत्र दहशतवाद बोकाळला आहे आणि मानवी जीवन धोक्यात आलं आहे.

'War is neither glamorous nor attractive. It is monstrous. It's very nature is one of tragedy and suffering."

जग सुखी व्हायचं असेल तर करुणा व दया दाखवा. तुम्ही व इतरही सुखी होतील. दलाई लामांची ही साद आपण ऐकणार आहोत का?

❐❐

४०. 'सृजनत्व द्या, द्या आर्यता'

मागील एका लेखात ज्यांच्याबद्दल मी भरभरून लिहिलं, त्या खुशवंतसिंगप्रमाणे मीही अज्ञेयवादी व बराचसा नास्तिक आहे. देव-धर्म, रूढी-परंपरा आणि कुळाचाराबाबत मी पुष्कळच अनभिज्ञ आहे. तरीही माझ्या जीवनाला आणि मनाला कुठेतरी अध्यात्माचा स्पर्श आहे, हे नक्की. त्याची जाणीव होते भक्तिसंगीत ऐकताना. सर्व मोठे व माझे आवडते गायक- तल्लीनतेनं भक्तिगीतं म्हणतात. ती ऐकताना मन पवित्र व सुगंधी होतं. कबीरवाणी, तुकयाचे अभंग, रामदासांची करुणाष्टके, ज्ञानेश्वरांच्या ओव्या आणि मीराचं भजनं माझ्या मनाला भिडतात आणि एक उच्चतर उदात्त भावनेनं मन सुगंधित होतं!

पण प्रार्थनागीत हा माझा खास आवडीचा– भक्तिगीत-संगीताचा– प्रकार आहे. धार्मिक प्रार्थनेपेक्षाही नैतिकता, सदाचार व सर्वांची मंगलकामना करणाऱ्या प्रार्थना मला आवडतात.

आज आपल्या साक्षीनं अशा काही मन उदात्त करून सोडणाऱ्या प्रार्थनागीतांचं स्मरण करायचं आहे. त्या प्रार्थना मला कशा भावतात याचं मर्म उलगडून दाखवायचं आहे.

'सर्वात्मका सर्वेश्वरा' हीं कुसुमाग्रजांची उदात्त अनुभूतीची प्रार्थनाच आहे. कारण ते कामना करतात की, 'जे जे जगती तया, माझे म्हणा करुणा करा.' मनुष्यप्राण्याप्रती 'सृजनत्व आणि आर्यता' मागतात. माणसाची संस्कृती ही सर्वव्यापी भूतदया आणि चांगुलपणाच्या पायावरच तर विकसित होत गेली आहे. कुसुमाग्रजांची ही प्रार्थना त्याचा गोळीबंद आविष्कार आहे.

जेव्हा हिंदी सिनेसंगीताचा सुवर्णकाळ होता आणि

आजच्याप्रमाणे केवळ शहरी, एन. आर. आय. साठी चकाचक मल्टीफ्लेक्स सिनेमा न बनता भारतीय माती व संस्कृतीशी नातं सांगणारे देशी चित्रपट बनत होते, त्या काळात कितीतरी अविस्मरणीय आणि मनाला धीर देणारी, उदात्ततेची अनुभूती देणारी आणि स्वमार्गावरील वाटचालीसाठी प्रेरणा देणारी प्रार्थना गीतं तयार झाली.

सर्वात प्रथम आठवतं ती भरत व्यासांची अजरामर धर्मातीत खरीखुरी सेक्युलर प्रार्थना - 'ऐ मालिक तेरे बंदे हम!' हे त्या काळी पाकिस्तानच्या शाळांमधूनही प्रार्थना म्हणून म्हटलं जायचं.

'वो बुराई करे, हम भलाई करे,
नही बदले की हो कामना.
बढ उठे प्यार का हर कदम,
और मिटे बैर का ये धरम,
नेकी पर चले और बदीसे टले,
ताकी हँसते हुये निकले दम!
ए मालिक तेरे बंदे हम!'

सन्मार्गी व चराचरावर प्रेम करीत सफल जीवन जगण्याचं तत्त्वज्ञान यापेक्षा काही वेगळे असू शकतं का?

आणि साहीरची तेवढीच सेक्युलर प्रार्थना-

'अल्ला तेरो नाम,
ईश्वर तेरो नाम,
सबको सन्मती दे भगवान'

या गीतातील पुढील ओळी पाहा-

'मांगो का सिंदूर न उजडे,
मां बहनो की आस न टुटे,
बलवानों को दे दे ग्यान'

ही व वर उल्लेखिलेली प्रार्थना जर दहशतवादी अतिरेकी ऐकतील तर त्यांचंही मन कदाचित द्रवेल, एवढी ताकत या शब्दांत आहे. आवाज व संगीतात आहे.

मला मनापासून वाटतं की, जो कोणी ही दोन प्रार्थनागीतं रोज ऐकेल तो कधीही वाईट वागणार नाही, दुसऱ्याला इजा करू शकणार नाही.

नाना पाटेकरांनाही दररोज ऐकाविशी वाटणारी प्रार्थना म्हणजे त्यांच्या

'अंकुश' या चित्रपटातील हे गीत.

'इतनी शक्ती हमे देना दाता,
मन का विश्वास कमजोर ना हो,
हम चले नेक रस्ते पे,
हमसे भूल कर भी कोई भूल हो ना'

आज महाराष्ट्रात व देशातही अनेक शाळात राष्ट्रगीतानंतर नित्य पाठात ही प्रार्थना म्हणली जाते. कारण तिचं आवाहन सर्वस्पर्शी आहे. मानवी जीवनात असे अनेक विकल कसोटीचे क्षण येतात. जेव्हा आत्मविश्वास डळमळू लागतो, तेव्हा ही प्रार्थना प्रेरणा देते. आपला विश्वास पुन्हा आपणास प्रदान करते.

'गंगा मेरे मां का नाम, बाप का नाम हिमाला' अशी ओळख भारतीयांची फिल्मी भाषेत करून देता येईल. राज कपूरनं गायलेलं शैलेंद्रचं हे गीत

'हम उस देश के वासी है,
जिस देश मे गंगा बहती है'

हे वेगळ्या अर्थानं प्रार्थनागीतच आहे, कारण इथं शैलेंद्र सरळ शब्दांत फारच गहन असं जगण्याचं सर्वस्पर्शी तत्त्वज्ञानच मांडतो.

'कुछ लोग जो जादा जानते हैं
इन्सान को कम पहचानते हैं
हम पूरब है, पूरबवाले हर जान की
किमत जानते है
मिलजुल के रहो और प्यार करो,
इस रीत से ही जो रहते है,
हम उस देश के वासी हैं,
जिस देश में गंगा बहती हैं'

ग्रेट, सिंपली ग्रेट!

मदर तेरेसांचं अवघं जीवन म्हणजे देवाची प्रार्थना आणि समाजाची आराधना. त्यांची मी एक 'फ्री वर्स' एका वृत्तपत्रात वाचली. ती एक नितांत सुंदर प्रार्थना आहे. त्यात जगावर, इतर माणसांवर त्यांच्या अपकृत्यानं, फसवणुकीनं व कृतघ्नतेनं कडवट न होता ईश्वर प्रेमावर निष्ठा ठेवून सतत आचरण करावं, असा आशय आहे. त्यांच्या या ओळी पाहा, त्या किती बोलक्या आणि उदात्त आहेत.

"People are often unreasonable, illogical and self centered. Forgive them anyway. The good you do today, people will often forget tommorow. Do it any way."

हे तुम्ही आम्ही, आपण साऱ्यांनी का करायचं, याचं उत्तर देताना मदर तेरेसा पुढे म्हणतात,

"You see in the final analysis, it is between you and God. It is never between you and them anyway/"

जीवनात काय कमवायचं अखेरीस? इतरांचं भलं व्हावं म्हणून थोडंफार तरी झिजण्याचं समाधान. त्यामुळे शेवटचा दिस गोड होतो. तुकोबाच्या शब्दात सांगायचं झालं तर **'याचसाठी केला होता अट्टाहास, शेवटचा दिस गोड व्हावा'**, तो माणसानं माणसासारखं वागत माणसावर शक्य तितक्या निरपेक्ष प्रेमानं प्राप्त होतो. साक्षात तुकारामांनीच तर हा निर्वाळा दिलाय, तो आपण कसा विसरायचा?

आणि अल्टिमेट प्रार्थना- भूतदया, माणुसकी, उदात्तता आणि चांगुलतेची अनुभूती देणारा शब्द म्हणजे ज्ञानेश्वर माऊलीचे पसायदान. 'जो जे वांछिल तो ते लाहो प्राणीजात.' या पलीकडे सुंदर जीवन काय असतं? पण हे सुंदर जीवन आज किती कुरूप झालं आहे, ते पुन्हा सुंदर करण्यासाठी रवींद्रनाथ टागोरांच्या स्वप्नातल्या भारतात नवा जन्म घेत डोळे उघडायला हवेत. तो भारत कसा आहे?

"Where the world
is without fear and
head is held high.
Where knowledge is free. Where words come out
from the depth of truth
where the mind is let
forward by thee into
every widening
thought and action.
In the heaven of freedom,
let my country awake."

□□

४१. सुखाचा शोध

"मला सांगा, सुख म्हणजे नक्की काय असतं?"

प्रशांत दामलेच्या एका लोकप्रिय नाटकातलं त्यानंच गायलेलं हे गीत म्हणजे मला तमाम माणसांच्या मनाच्या भावना अधोरेखित करणारं गीत वाटतं. प्रत्येक माणूस जे जीवन जगतो ते सुख मिळवण्यासाठी व त्याचा मनमुराद आनंद लुटण्यासाठी. तसंच, आपल्याला हा जो मानवी जन्म लाभला आहे त्याचं प्रयोजन काय? जीवनाचा अर्थ काय आहे? असा प्रश्न केव्हा ना केव्हा प्रत्येक माणसाला पडतोच.

आपलं जीवन अर्थपूर्ण असावं, जीवनात काही तरी चांगलं, वेगळं करावं, ही प्रेरणा उपजतच असते. त्यामुळे जीवन आनंदी होतं. पण तरीही बहुसंख्य माणसांना खऱ्या आनंदाचा, सुखाचा शोध लागत नाही आणि आपल्या जीवनाचे प्रयोजन समजत नाही, ही पण एक वस्तुस्थिती आहे. आज भौतिक संपन्नतेच्या जगात लौकिकार्थानं सुखोपभोगाला तोटा नाही. तरीही मग आपण अस्वस्थ का आहोत? तथाकथित भौतिक सुखही का टोचू लागतं? भोगाचा का कंटाळा येऊ लागतो? आणि मुख्य म्हणजे विंदांनी म्हटल्याप्रमाणे 'तेच ते, तेच ते' असा दिनक्रम आचरताना जीवनाची क्रियाच मुळी निरर्थक का वाटू लागते? ज्याला विचार करायची सवय आहे व जो अंतर्मनात जागृत आणि चिकित्सक आहे, त्याला जीवन अर्थशून्य वाटू लागतं आणि उदासीनता येऊ लागते.

शाश्वत सुखाचा शोध आणि जीवनाचा अर्थ लावणे या दोन्ही बाबींवर अनेक तत्त्वज्ञ, विचारवंत व धर्मगुरू यांनी बरंच काही लिहून ठेवले आहे. धर्म- अध्यात्म- तत्त्वज्ञान या अंगानं भक्ती व अध्यात्मामुळे चिरंतन सुख लाभतं आणि

जीवन सुखकर होतं, असं धर्मगुरू म्हणतात. मला व्यक्तिश: पन्नाशीनंतरही हा आध्यात्मिक मार्ग चोखाळून सुखाचा शोध लागेल व जीवन सुकर होईल, असं वाटत नाही. कदाचित माझ्या इह व ऐहिकवादी वृत्तीची ती मर्यादा वा अज्ञान असेल. एक व्यापक कर्मकांडरहित मूलभूत अध्यात्मिकता मला मान्य आहे. पण धर्म-ईश्वरोपासना हाच त्याचा एकमेव मार्ग आहे, हे बुद्धीला व तर्काला पटत नाही.

मग मला सतावणारा प्रश्न– खरं सुख व जीवनाचं प्रयोजन काय आहे? या दोन जिज्ञासा व प्रेरणांचे काय? मला त्याचा कसा शोध लागेल व कसा बोध होईल?

मी एक लेखक व वाचक आहे, त्यामुळे सुखाच्या, तसेच दु:खाच्या क्षणीही पुस्तकांना जवळ करतो. त्यामुळे माझा आनंद व सुख शतगुणित होतो आणि दु:खाचा निचरा होतो. मन कसं शांत, निर्विकार होतं. मला माहीत नाही, पण अशाच क्षणी मला अध्यात्माचा स्पर्श झाल्याचं जाणवतं.

शाश्वत सुख आणि जीवनाचं खरं प्रयोजन यासंदर्भात मलाही अनेकवार प्रश्न पडले आहेत आणि मन उदास होऊन गेलंय. त्याचा मी माझ्या बुद्धी आणि भावनेनं विचार करीत शोध घ्यायचा प्रयत्नही केलाय. पण लिओ टॉलस्टॉयच्या साहित्यातून मला त्या संदर्भात जे मिळालं, त्यानं माझा शोध थांबला आहे. माझ्या बुद्धी, भावना, प्रेरणा आणि वृत्तीला पटणारा व भावणारा अर्थ टॉयस्टॉयच्या 'हाऊ टु रीड गॉस्पेल?' 'दि पाथ ऑफ लाईफ' आणि 'व्हॉट देन मस्ट वुई डू?' या तीन निबंधांनी गवसला.

मी टॉलस्टॉयचा जबरदस्त फॅन आहे. त्याच्या तीन कादंबऱ्या 'ॲना कॅरेनिना', 'वॉर ॲण्ड पीस' आणि 'रिसरेक्शन' या जगातील सर्वश्रेष्ठ कादंबऱ्या आहेत. टॉलस्टॉय, दोस्तोव्हस्की, शेक्सपिअर व आपले प्रेमचंद व शरदचंद्र चॅटर्जी हे पाच लेखक हे सार्वकालीन श्रेष्ठ मानवी जीवनाचे ललित भाष्यकार आहेत. जीवनाचे सर्व पैलू आणि मानवी मन, तिच्या भाव-भावना आणि विविध विकार समग्रतेनं जाणायचे असतील तर महाभारत व हे पाच लेखक वाचावेत. त्यानंतर दुसरं काही आयुष्यभर वाचलं नाही तरी चालेल. हे साहित्य वाचलेला वाचक हा कायम सुजाण व उदार राहील-असेल!

पण टॉलस्टॉयला जीवनाच्या उत्तरार्धात (व आधीही मधून मधून) शाश्वत सुख, जीवनाचे खरे प्रयोजन व धर्म आध्यात्मिकतेबाबत प्रश्न पडत होते. त्याच्या स्वभावाप्रमाणे याही प्रश्नाला तो थेटपणे भिडला. तसा तो धार्मिक ख्रिस्ती होताच. पण कर्मकांडापासून शेकडो कोस दूर. त्यानं पुन्हा बायबलचा

अभ्यास केला, सॉक्रेटिस, सोलोमन, शापेनहॉर, बुद्ध आदींचे ग्रंथ, विचार-अभ्यासिले आणि त्याद्वारे त्याला गवसलेल्या अन्वयार्थाची परिणती म्हणजे वर नमूद केलेले निबंध होत!

ज्यांना मी सार्वजनिक जीवनातली मूर्तिमंत शुचिता, साधुत्व आणि नैतिकतेचा प्रखर आवाज मानतो, त्या ग. प्र. प्रधानांनी टॉलस्टॉयला जी जाहीर पत्रे लिहली व त्याद्वारे टॉलस्टॉयच्या जीवन, साहित्य व विचारांचा मागोवा घेतला, त्यांचं 'टॉलस्टॉय यांच्याशी पत्रसंवाद' या नावाचं पुस्तक वाचताना टॉलस्टॉयच्या या तीन निबंधाचा आणि त्यानं सुख व जीवनाचा जो अर्थ लावला, त्याचं विवेचन प्रधान सरांनी स्वत:चे अंतरंग त्यात मिसळून जे केलं आहे, ते फार मूलगामी आणि मौलिक आहे. ते मी पुन:पुन्हा वाचलं आणि आता जर मला प्रशांत दामलेंनी 'मला सांगा, सुख म्हणजे नक्की काय असतं?' असा प्रश्न केला तर मी त्यांना त्याचं यथोचित्त उत्तर देऊ शकेन.

टॉलस्टॉयनं लोक का व कशा पद्धतीनं जगतात हे सांगताना म्हटलंय, "लोक चार पद्धतीनं जगतात. काहीजण अज्ञानी असतात, काहीजण सुखोपभोगतात जगत असतात, काहीजण शारीरिक व बौद्धिक सामर्थ्य मिळवीत जगतात, तर काहीजण दुबळेपणानं जगत राहतात. पण त्यांना शाश्वत सुख व जीवनाचा खरा अर्थ त्याद्वारे गवसत नाही." टॉलस्टॉयनं 'हाऊ टू रीड गॉस्पेल' मध्ये यासंदर्भात पुढे असं म्हटलंय की, "प्रत्येकालाच बुद्धी व सद्‌सद्‌विवेकबुद्धी असते व त्या आधारे सत् काय, असत् काय, चांगले काय व वाईट काय, हे तो ठरवीत असतो. माणसाला जीवनात केवळ वासनांची व शारीरिक प्रेरणांचीच-ॲनिमल इन्स्टिक्टचीच-तृप्ती करायची नसते, तर या विश्वाचा आधार असलेल्या उदात्त शक्तीशी आपले नाते आहे, हे जाणून त्या उदात्त शक्तींच्या आज्ञेचे पालन केले पाहिजे, तरच तो सुखी होईल."

या उदात्त शक्तींच्या आज्ञा कोणत्या? माणसांनी सुखसमाधानाने राहावे व जगात शांतता नांदावी यासाठी येशू ख्रिस्तांनी ज्या पाच आज्ञा दिल्या आहेत, त्याचे मोठे मार्मिक विवेचन टॉलस्टॉयने केले आहे. त्या आज्ञा अशा आहेत. एक: सर्वांसोबत शांततेने राहा व कोणावरही रागावू नका. दोन: लैगिंक सुखाची इच्छा नैसर्गिक आहे, पण तिचे स्वैराचारात रूपांतर करू नका. तीन: कधीही शपथ घेऊ नका. जे सत्य आहे ते 'हो' किंवा 'नाही' या शब्दात सांगा. कोणाचा न्यायनिवाडा करीत त्याला दोषी ठरवू नका. चार: जो अन्याय करतो, त्याचा प्रतिकार बळाने करू नका. हिंसेचा प्रतिकार हिंसेने करू नका. पाच: देश- परदेश

असा भेदभाव न करता सर्वांशी सख्यत्वाने वागा. टॉलस्टॉय पुढे असं म्हणतात, ख्रिस्ताने कुठेही 'फॉलो मी' असं म्हटलेलं नाही, तर 'फॉलो द ट्रुथ' (सत्याचे पालन करा) असाच संदेश दिला आहे.

जीवनाचा अन्वयार्थ व जीवनाची सार्थकता या पाच ख्रिस्त आज्ञेत टॉलस्टॉयनं शोधली. तसा विचार केला तर थोड्याफार फरकानं सर्वच धर्मांनी हेच तर सांगितलेलं आहे. याच्या आधारे जीवन सार्थक होऊ शकतं, असा टॉलस्टॉयचा विश्वास आहे. मला तो वाचताना व त्यावर विचार करताना मनापासून पटतो. कारण टॉलस्टॉय हा केवळ तत्त्वज्ञ-विचारवंत नव्हता, तर कलावंत होता आणि खरा कलावंतच जीवनाचा खरा व समर्थ भाष्यकार असतो. मी धर्मगुरूंपेक्षा कादंबरीकार श्रेष्ठ मानतो व त्याच्या विचारांना अनुसरतो. भगवद्‌गीतेपेक्षा ज्ञानदेवाचं 'पसायदान' मी मोठे मानतो ते याच श्रद्धेतून!

आता शाश्वत सुखाच्या शोधाबद्दल टॉलस्टॉय काय म्हणतो ते पाहू या. 'व्हॉट आय बिलिव्ह' पुस्तकातील 'दि पाथ ऑफ लाईफ' मध्ये त्यांनी एक मूलगामी विचार मांडला आहे. जर माणूस स्वत:साठी जगला तर त्याचं जीवन विफल होईल, पण जर कक्षा रुंद करून तो समाज व अखिल मानवजातीसाठी, त्यांच्या सुखासाठी जगू लागला तर त्याचे जीवन सफल होईल.

माणसाला जर खरं सुख मिळायचं असेल तर काय केलं पाहिजे, याचे टॉलस्टॉयनं अनुभव व विचारमंथनातून गवसलेलं नवनीत सादर करीत लिहिलंय, "सुखासाठी पहिली आवश्यक गोष्ट म्हणजे माणसाचे निसर्गाशी जिव्हाळ्याचे नाते हवे व त्यात कोणताही बिघाड आणता कामा नये. मानवानं मोकळ्या सूर्यप्रकाशात, धरणीमातेच्या कुशीत व वृक्षवल्ली पशुपक्षी या सोयऱ्यांसोबत राहिलं पाहिजे. सुखासाठी दुसरी आवश्यक गोष्ट म्हणजे प्रत्येकानं आपल्या आवडीचं काम केलं पाहिजे व काही प्रमाणात अंगमेहनत केली पाहिजे. तरच शांत सुखाची झोप लागते. तिसरी गोष्ट म्हणजे, जिव्हाळ्याचे समाधानी कौटुंबिक जीवन. चौथी गोष्ट म्हणजे 'जीवाचे मैत्र'. वेगवेगळ्या लोकांशी स्नेह-मैत्रीचे संबंध ठेवणे. पाचवी गोष्ट फार महत्त्वाची आहे- शरीर सुदृढ असतानाच येणारा नैसर्गिक मृत्यू. अर्थात हे आपल्या हाती नसतं. या सर्वांचा परिणाम हा आहे की, व्यक्ती व समाजाचे सुख एकमेकांत गुंतले आहे व निसर्गाशी समरस होऊन त्याचा विध्वंस न करता एकरूप होण्यात आहे."

वाचकहो, तुम्हाला वाटेल, टॉलस्टॉयनं नवीन काय सांगितलं? नवीन नक्की नाही, पण ते अनुभवासिद्ध व पारखून, विचार करून घेतलेले जीवन-

तत्त्वज्ञान आहे. हे विचारकण अनुभवाचे आहेत, आचरायचे आहेत. 'दि आर्ट लिव्हिंग' ही करून पाहण्यात व अनुभवात सामावलेली आहे. टॉलस्टॉय या कलावंत तत्त्वज्ञाचं हेच वैशिष्ट्य होतं. तो पुरेपूर जीवन जगला. त्याग आणि भोग, मोह आणि वैराग्य, पाप आणि पुण्याचा जगण्यातून त्यानं अनुभव घेतला व हंसक्षीर विवेकानं आपल्या लेखनातून शाश्वत सुख कशात असतं, हे सांगितलं.

मी असं मानतो की, धर्मज्ञ जे धार्मिक वचनातून सांगतात तेच श्रेष्ठ कलावंत- साहित्यिक साहित्यातून सांगतात. ते अधिक जिवंत असतं. मन व बुद्धीला ते तीव्रतेनं पटतं. म्हणून टॉलस्टॉयला मी मानतो.

उद्या मला केव्हा जीवनाच्या प्रयोजनाबद्दल प्रश्न पडला व कशात सुख मानायचं, असं कोडं पडलं तर मी टॉलस्टॉयचे शब्द प्रमाण मानीन. त्याचं पुन्हा वाचन करीन आणि म्हणेन, येस, मला नक्की सांगता येईल, सुख म्हणजे नक्की काय असतं?

❏❏

४२. डोंट वरी - बी हॅपी !

मनुष्यप्राण्याच्या जीवनप्रवासात कधी नाही एवढा सबंध जगामधला माणूस आज तणावग्रस्त आहे, अस्वस्थ, निराश आहे. त्याचं मन:स्वास्थ्य हरवलं आहे. बी. पी., हृदयरोग सारखे रोग, बदलत्या पर्यावरणाच्या झळा आणि जीवनात टिकून राहण्यासाठी करावी लागणारी जीवघेणी स्पर्धा यामुळे भौतिक सुख व सुविधा असूनही आजच्या उपभोगाच्या चंगळवादी जीवनात माणसाचं जगणं कमालीचं तणावपूर्ण व मन:शांती हरवून बसलेलं झालं आहे. अतिरेकी व्यक्तिवादामुळे त्रिकोणी-चौकोनी कुटुंब आणि आत्मकेंद्रीपणा यामुळे माणूस माणसाला पारखा होत चाललाय. त्याचाही परिणाम तणाव वाढण्यात होत आहे.

यावर उपाय काय?

तथाकथित आध्यात्मिक गुरूला शरण जाणं आणि मंदिर- देवदर्शनासाठी रांग लावणं हा आजचा आधुनिक फंडा झाला आहे. चिंतेची बाब म्हणजे विज्ञान- तंत्रज्ञानाच्या माहौलमध्ये जगणारी तरुण पिढी त्याकडे मोठ्या संख्येने वळते आहे. दुसरा उपाय म्हणजे पार्ट्या, क्लब्स् आणि मद्यपान. त्याचाही अतिरेक नवश्रीमंत वर्गात होताना दिसत आहे. तिसरा मार्ग उपभोग- अधिक व अमर्याद उपभोग. मग तो सेक्स असो, भोजन (हॉटेलिंग) असो वा एक्सेसिव्ह शॉपिंग असो.

मोठ्या शहरात जरा डोकावून पाहा. मॉल्सला रोज भेट देणं- किमान शॉपिंग करणं, मल्टिप्लेक्सला सिनेमा, गेम्स आणि कॉफीशॉपमध्ये चकाट्या पिटणं यातच तणावमुक्तीचा मार्ग शोधला जातोय की काय असं वाटतं. समृद्ध ग्रामीण

परिसरात याचीच देशी आवृत्ती म्हणजे ढाबा, तमाशा बारी आणि देशी-विदेशी दारू.

आणि ज्यांना पैशाअभावी हे शक्य नाही ते तमाम मध्यमवर्गीय व गरीब- खास करून महिला या इडियट बॉक्स नामक टी. व्ही. च्या कैफात स्वत:ला विसरून जात आहेत.

माणसाचं जीवन तणावपूर्ण आहे हे मान्य. पण त्यावरचा मार्ग वरील उपाय म्हणजे– रोगापेक्षा भयंकर औषध असा प्रकार आहे. त्यानं तणावमुक्ती साध्य होणार नाही.

मग माणसानं तणावमुक्ती कशी साधायची?

त्यासाठी अनेक उपाय आहेत. त्यातला एक अक्सीर रामबाण उपाय मला मदर तेरेसांच्या एका चिंतनात सापडला. हे त्यांचे चिंतन एका मुक्त काव्यात इंग्रजीमध्ये एका वृत्तपत्राच्या साप्ताहिक पुरवणीत वाचण्यात आले, ते मला विलक्षण भावले. एवढे की मी ते माझ्या डायरीत टिपून ठेवले.

आज त्याला निमित्त आहे निवडणुकीच्या संदर्भाचं. या काळात आम्हा अधिकाऱ्यांना राजकीय नेत्यांशी संबंध ठेवायचा नसतो. पण ते कार्यालयात येऊ शकतात, फोनवरही बोलतात. असाच एक मागील पाच वर्षे आमदार असलेला उमेदवार मला वैतागून म्हणाला होता, "सर, विलक्षण ताण जाणवतोय. पाच वर्ष एवढी मरमर केली, लोकांसाठी घरची दारे चोवीस तास उघडी ठेवली; त्यांच्या सुख-दु:खात सामील झालो. भरपूर कामंही केली, पण लोकं- मतदार— फार स्वार्थी झाले आहेत. ते अवाजवी अपेक्षा ठेवतात, केललं काम व दिलेली साथ विसरून जातात आणि मित्र-कार्यकर्तेही पाठ फिरवतात; याचा खरं तर वैताग आलाय. त्यातून ताण वाढतोय-"

मी त्यामुळे चांगलाच विचारात पडलो. तो माझ्याशी प्रांजळपणे मनातलं मोकळं बोलत होता. त्याच्या तणावाची व वैतागाची कारणंही बरीच खरी होती. पण-

"माणसं असमंजस, आत्मकेंद्री आणि अतार्किक असतात. वागतात. पण त्यांना माफ करायचं असतं. आपण जरी उदार वागलो, तरी लोक स्वार्थी म्हणू शकतात. दयाळू वागण्याचा विपरीत अर्थ लावू पहातात. पण तरीही आपली उदारता व दयार्द्रता सोडायची नसते."

मदर तेरेसांचं हे वाक्य मी त्या आमदार उमेदवाराला ऐकवलं व म्हटलं, "तुम्ही तुमचं काम, तुमचं मूळ स्वभावधर्माप्रमाणे वागणं चालू ठेवा. उगीच

काळजी करून काय होणार आहे?''

''पण मला जिंकायचं आहे, निवडून यायचं आहे. माझ्या संभाव्य यशामुळे आतापासूनचं माझे काही मित्र माझ्याशी शत्रुवत वागू लागले आहेत. त्याचं काय?''

'तुम्ही जेव्हा यशस्वी असता, काही खोटे मित्र व खरेखुरे द्वेष करणारे शत्रू निर्माण होतातच. पण तरीही तुम्ही यशस्वी व्हायचं असतं!' मी त्यांना म्हटलं, ''हेही मदरचं निरीक्षण आहे. त्या असंही म्हणतात की, जरी तुम्ही प्रामाणिक व स्पष्टवक्ते असलात तरी काहीजण तुम्हाला फसवू शकतात. पण आपला स्वभावधर्म सोडून कसं चालेल?''

तो आमदार उमेदवार मला हलकेच फोनवर म्हणाला, ''सर, खरंच बरं वाटतंय हे ऐकून. मदर तेरेसाबद्दल थोडीफार माहिती जरूर आहे, पण मानवी स्वभावाचं त्यांनी किती मार्मिक निरीक्षण केलंय. माझा ताण काहीसा कमी झाल्यासारखा वाटतोय. अजून काही सांगा ना!''

आणि मी त्यांना मदर तेरेसाच्या त्या वचनांचा भावानुवाद ऐकवला, तो असा आहे— ''माणसाला काही निर्माण करण्यासाठी अनेक वर्षं लागतात. पण काहीजण एका रात्रीतून त्याचा विध्वंस करू शकतात. पण आपण नवनिर्मितीचं व्रत, काही घडविण्याचं व्रत— सोडायचं नसतं!

''तुम्ही जे चांगलं, मनापासून कोणत्याही अपेक्षांची अभिलाषा न करता करत असता, ते लोक उद्या परवा कदाचित विसरून जातील; म्हणून का चांगलं करायचं नाही? ते केलंच पाहिजे.

''आणि मुख्य म्हणजे आपण जन्माला आलो आहोत, ते जगाला, समाजाला काही तरी देण्यासाठी. म्हणून जगाला आपल्या बुद्धी-शक्ती कार्यक्षमतेच्या कमाल मर्यादेपर्यंत जाऊन सर्वोत्तम ते दिलं पाहिजे. जे आपण देतो, ते कधीच जगासाठी पुरेसं नसतं. पण तरीही आपलं सर्वोत्तम ते द्यायचं असतं. तीच मनुष्यधर्माची इति कर्तव्यता असते.''

''सर, खरंच खूप बरे वाटतंय. या दोन महिन्यात निवडणूक प्रचार करताना खूप काही विपरीत अनुभव आले, त्याचा ताण मनावर सतत होता. पण आज तुम्ही जे सांगितलं, त्यामुळे थोडसं बरं वाटतंय. पण तरीही एक प्रश्न उरतोच- आपणच का हा मनुष्यधर्म पाळण्याचा अट्टहास करायचा? इतरांचंही ते कर्तव्य नाही? याचं उत्तर तुम्ही देऊ शकाल?''

''मी तेवढा मोठा विचारी खचितच नाही. पुन्हा रूढ अर्थानं अस्तिकही नाही. देवावर फार विश्वास आहे असं नाही.'' मी उत्तरलो, ''पण पुन्हा मदर

तेरेसांचंच मूळ इंग्रजी वचन ऐकवतो, त्याहून वेगळं उत्तर तुमच्या प्रश्नाचं असू शकणार नाही.''

"You see, in the final anlysis, it is between you and God. It was never between you and then anyway."

''थॅक्यू व्हेरी मच, सर.'' ते उमेदवार म्हणाले, ''मला पूर्ण कळलं वा पटलं असं नाही. पण मनावरचा ताण कमी झाला हे निश्चित.''

माणसाचा ताण हा भौतिक बाबींपेक्षाही माणसाच्या वागणुकीशी अधिक निगडित असतो. त्यामुळेच मदर तेरेसांनी माणसाला 'स्वधर्माची' आठवण करून देत ''आपलं जे काही आहे ते इतर माणसांशी नाही, तर तो तुमचा व तुमच्या ईश्वर-अल्लाचा मामला आहे. तो नितांत वैयक्तिक असतो. म्हणून तणावमुक्तीचे उपायही आपणच चोखळायचे असतात. एकला चलो रे म्हणत.''

पण त्यासाठी मदर तेरेसांचे हे मानवी स्वभाववर्तनाचे निरीक्षण मनोमन स्वीकारले तर तणावमुक्त होत म्हणता येतं-

डोन्ट वरी, बी हॅपी!

❏❏

४३. 'आणि फुलणं सरत नाही!'

मागच्या आठवड्यात राजकपूरचा स्मृतिदिन होता. एका चॅनेलने त्याची हिट गाणी लावली होती. ती ऐकताना, पाहाताना एक जाणीव प्रकर्षानं झाली की, यानं पडद्यावर आपल्या गीतातून जे सांगितलं आहे ते सर्वसामान्य माणसांचं जगण्याचं तत्वज्ञान आहे. आपण सारी साधी-सरळ माणसं. थोडी बदमाश, पण बहुतांश पापभीरू. नाकासमोर सरळ चालणारी. पाप-पुण्याचा अन नीती-अनितीचा विचार मनात बाळगणारी. 'जगा आणि जगू द्या' या कालातीत सत्यावर विश्वास ठेवतो आपण. नेकीनं आयुष्य जगावं आणि जमेल तेवढं इतरांचं भलं करावं हे आपले जगण्याचं सोपं, पण एकूणच मनुष्य जातीसाठी महत्त्वाचं तत्त्वज्ञान आहे. राजकपूरचा 'कॉमन मॅन' हा असाच आहे. आणि त्याच्या ओठावरची गाणी, तिच्यात जगण्याचं सुबोध तत्त्वज्ञान भरलंय ते जनकवि शैलेंद्र यांनी. 'कुछ लोक जो जादा जानते है. इन्सान को कम पहचानते है. ये पूरब है पूरबवाले, हर जानकी किमत जानते है' इतक्या सरळ भाषेत हृदयातून शैलेंद्रचे शब्द यायचे व त्याद्वारे जणू आम आदमीच्या जगण्याचं तत्त्वज्ञान साकार व्हायचं!

पन्नास ते सत्तरच्या दशकातला हिंदी सिनेमा हा खरा कोणी गाजवला असेल तर तो शैलेंद्र-साहिर या दोन ग्रेट फिल्मी गीतकारांनी. त्यांनी गीतातून सामान्य माणसाच्या सीध्या-सरळ जगण्याचा जयजयकार केला. ''तुम्हारी भी जयजय. हमारी भी जयजय. ना तुम हारे. ना हम हारे.'' तीच बाब मराठी गीतातून केली ग. दि. मा. व मंगेश पाडगांवकरांनी.

माझ्यासाठी जीवनाचे तत्त्वज्ञान हे 'महाभारत' आणि

या वर उल्लेखिलेल्या कवींच्या गाण्यात सामावलेलं आहे. महाभारत हे मला माणसं कशी असतात हे सांगतं. त्यांचा मद, मत्सर, इगो आणि सूड, संताप तसंच सत्तासंघर्षाची नानाविध मानवी रूपांबद्दल महाभारत कथेतून सांगतं. पण साधं, सरळ, सुंदर आणि प्रेममय जगणं ही माणसाची मूळ प्रवृत्ती आहे. सहज प्रेरणा आहे. अशा या माणसाचं गाणं, जगणं आणि जगण्याची रीती, तत्त्वज्ञान अनेक गीतांतून शैलेंद्र-साहिर या द्वयीनं अभिव्यक्त केलं आहे. त्याचा थोडा खोलात विचार केला तर जाणवतं की, हे दोघे खऱ्या अर्थानं जनकवी होते आणि त्यांची गीतं ही आज लोकगीताच्या दर्जापर्यंत पोचली आहेत. त्यांनी आपलं जगणं सुकर केलं आहे, त्याला अर्थपूर्णता दिली आहे. मराठीचा विचार केला तर गदिमा हे शैलेंद्रचे सहोदर शोभावेत. आणि मंगेश पाडगावकरांनी आयुष्यभर माणसांची कविता लिहिली, आणि त्याच्या जगण्यासाठी लागणारा आशावाद व श्रद्धा दिली. ''सांगा कसं जगायचं? रडत- कुढत की, हसत-खेळत?''

एक साधा, सरळ माणूस म्हणून व पांढऱ्यावर काळं करणारा एक लेखक म्हणून मला जीवनाच्या तत्त्वज्ञानाचा विचार करताना धर्मपंडीत आठवत नाहीत, तत्त्ववेत्ते स्मरत नाहीत, तर हे जनकवी आठवतात. त्यांची गाणी आठवतात आणि जगणं गाणं होऊन जातं. ''माझे जीवनगाणे. व्यथा असो आनंद असू दे. प्रकाश अथवा तिमिर असू दे. वाट दिसो अथवा न दिसू दे. झुळझुळतात तराणे' अशी रसपूर्ण, सुरेल जीवनयात्रा करण्याचं स्वप्न हे जनकवी दाखवतात.

वाचक हो, आज मला नववर्षाच्या आगमनाच्या पार्श्वभूमीवर जीवनाचं, जगण्याचं तत्त्वज्ञान मांडायचं आहे. त्यातून तुमच्या-आमच्या माणूसपणाचा आणि सहजतेनं अंगात मुरलेल्या व व्यक्त-अव्यक्त मानसिकतेच्या विचाराचा भाग झालेल्या जगण्याचं रक्त-अश्रूंत मुरलेलं जीवनगाणं उलगडून दाखवायचं आहे.

''किसीकी मुस्कराहटोपे हो निसार. किसीका दर्द मिल सके तो ले उधार. किसीके वास्ते हो तेरे दिलमे प्यार. जीना इसीका नाम है.'' शैलेंद्रचं हे एक अजरामर लोभस गीत किती सहजतेनं जीवनाचा अर्थ सांगतं. माणसाचं हे माणूसपण आहे की ते इतरांच्या दु:खानं थोडं तरी विव्हळतं. इतरांच्या आनंदात प्रमुदित होतं, सामावतं, आणि कुणावर तरी मनापासून प्रेम करतं. बायका-मुलं, मित्र व आप्त. शेजारी देशवासी- हेचं तर जगणं आहे- जगण्याचं तत्त्वज्ञान आहे.

प्रेम ही माणसाच्या माणूसपणाची जिवंतपणाची खूण आहे. अगदी दहशतीनं

इतर माणसांना मारणारी क्रूर माणसंही बायका मुलांच्या आठवणीनं सदगदित होतात. 'काबूल एक्सप्रेस' व 'न्यूयॉर्क' चा दिग्दर्शक कबीरखानची एक मुलाखत मी नुकतीच वाचलीय. तो जेव्हा 'काबूल एक्सप्रेस' चा शूटींगसाठी अफगाणिस्तानला गेला होता, एका अतिरेक्यानं त्याच्या मोबाईलवरून घरी फोन लावला व अनेक वर्षांनी जेंव्हा त्याच्या छोट्या मुलीचा स्वर कानी पडला, तो धाय मोकलून रडला. ही गोष्ट काय सांगते? प्रेम हा मानवी जीवनाचा स्वायीभाव आहे. 'खारा पानी कोई पी न सका. एक प्यार का मोती काम आया.' असं शैलेंद्र जेव्हा म्हणतो, त्यातलं मर्म उलगडलं जातं. पण आज निर्मळ, निरपेक्ष प्रेम करणंही गुन्हा ठरावा असं उदारीकरण आणि जागतिककरणाच्या जमान्यात 'कटथ्रोट' स्पर्धेमुळे झालं आहे. त्यामुळे कवीवर असं म्हणायची पाळी येते. 'बस, यही अपराध मै हर बार करता हूं. आदमी हूं आदमीसे प्यार करता हूं.''

जीवनाचं वेगळंच तत्त्वज्ञान साहीरनं गीतातून मांडलंय, तेही मोठं वेधक विलोभनीय आहे. जीवन हा योगायोग आहे, आणि ते क्षणभंगुर आहे. 'जिंदगी इत्तेफाक है' हा त्याचा अनुभव आहे. 'कल किसने देखा है? कल किसने जाना है?' असं म्हणत तो म्हणतो, ''ये पल उजाला है, बाकी अंधेरा है, ये पल गवाना ना- ये पल तो तेरा है. जीनेवाले सोचले. यही वक्त है, करले पुरी आरजू.'' हे जीवनाचं कलंदरी व केवळ वर्तमान मानणारं तत्त्वज्ञानही लोभस आहे. म्हणून प्रेमाच्या धुंदीत आणि कशाच्या तरी मागे झपाटून जात जगावं हेच खरं. 'इन्सान की हर शौका, इतनाही फसाना है. एक धुंद मे आना है, एक धुंद मे जाना है.'

पण माणसाचं जीवन कधीच एवढं सोपं नसतं. इथं सुखापेक्षा दु:खंच वाट्याला जास्त येतं. 'एक धागा सुखाचा. शंभर धागे दु:खाचे' हेच खरं. पदोपदी जगताना जो संघर्ष करावा लागतो, त्यानं मन कधी कधी निराशेनं काळवंडून जातं. अशा वेळी पुन्हा भाषाप्रभू गदिमांचे शब्द मदतीला धावून येतात, 'झटकून टाक जीवा, दुबळेपणा मनाचा. फुलला पहा सभोती आनंद जीवनाचा.' माणूस हा स्खलनशील असतो, चुकतो, वाट हरवतो, अनेक वेळा विपरीत वागतो. 'कुणी न येथे भला चांगला. जो तो पथ चुकलेला.' पण तरीही मूलत: माणुसकी मानणारा असतो. तो सहजतेनं मानवी स्खलन क्षमापित करतो.

पण जीवनात अनेकदा दु:ख, निराशा व हताशतेचा सामना करावा लागतो. वाटतं की, दु:खाची काळी रात्र संपणार नाही. अशा वेळी साहिर सांगतो, 'रात कितनी भी संगीन होगी. सुबह उतनीही रंगीन होगी.' कारण 'रात

भर का है मेहमां अंधेरा. किससे रोके रूका है सवेरा?' इथ भा. रा. तांबे आठवतात, 'घन तमी शुभ्र बघ राज्य करी. रे खिन्न मना, बघ जरा तरी.' तर शैलेंद्र रात्रीच्या दु:खानं थकलेल्या जीवाला सांगतात, 'रात के हमसफर, थक के घर को चले. झूमती आ रही है सुबह प्यार की.'

जीवनाचं खरं सार्थक आहे प्रेमात, माणूसपणात. प्रेम हे मानवी जीवनाला लाभलेलं अमोल असं वरदान आहे. अशा माणसासाठी मंगेश पाडगावकर अखंड गीतं लिहीत आले आहेत. त्यांच्या एका काव्यसंग्रहाचं नाव मुळी 'कविता माणसांच्या, माणसांसाठी' असं आहे. 'माझीच माणसं आहेत सगळी, त्याचंच गाणं गातोय.' त्याची 'माणूस' ही कविता माणसाचं माणूसपण कशात आहे हे फार नेमकंपणानं सांगते. 'समोरच्या एका जरी माणसानं । धारदार लोभाची आपली कोयती । मोराच्या मानेवरून फिरवण्याची थांबवली । आणि आपल्या मनातला । कोवळा झरा । नाचणाऱ्या मोराच्या पायापर्यंत पोचू दिला । तरी माझे नाचणे गाणे मला पावले ।' माणूसपण जपणं हेच माझ्यासाठी जगण्याचं सर्वश्रेष्ठ तत्त्वज्ञान आहे.

या तत्त्वज्ञानात इतरांना काहीतरी देणं फार महत्त्वाचं आहे. कारण ही माणसाची प्रवृत्ती आहे, त्याहून जादा संस्कृती आहे. ती आपल्याला फुलणारं व रंग-गंध उधळणारं फूल शिकवतं. पाडगावकरांच 'देणं' ही कविता हे देण्याचं जीवनदर्शन पाहा कसं प्रगट करते:—

'आपले काही देतो म्हणजे काय देतो?
एखादं फूल देतो.
हे तर आपल्या हाती आलेलं
आधीचच देणं असतं.
देणं ही खूण असते एक अपार असण्याची
आपलं काही नसण्याची.'

जो जीवनावर प्रेम करतो, तो तितक्याच सहजतेनं मरणाचं स्वागत करू शकतो. कारण मरणाला जीवनाचं जीवन द्यायचं असतं व देताना फुलत राहायचं असतं, सुगंधाची पखरण करायची असते.

'जगणं जसं असतं तसं मरण असतं.
एखादं गाणं गाऊन दाखवावं तसं जेव्हा
आपलं जगणं मरणाला देता येतं
आपलं काहीच उरत नाही

आणि फुलणं सरत नाही!'

जीवन समरसून जगताना आणि माणूसपण जपताना फुलणं विसरायचं नसतं. ज्याला हा योग साधला त्याचं जीवन धन्य झालं, सफल झालं!

म्हणून माणसाच्या निखळ माणूसपणाचा जयजयकार करू या. प्रेम आणि माणुसकीची ध्वजा उंच करू या. आणि म्हणू या,

'रिश्ता दिलसे दिलके ऐतबार का.
जिंदा है हमीसे नाम प्यार का.
के मरके भी किसीकी याद आयेंगे, किसीकी मुस्कुराहटोसे गीत गायेंगे
किसी को हो न हो, हमे तो है ऐतबार.
जीना इसीका नाम है!'

❑❑

४४. हेच माझे शेवटचे शब्द असू देत!

"एक वा अनेक व्यक्तींचा मृत्यू पाहात असताना आपल्याला प्रत्येक वेळी जीवनाचा नवा अर्थ समजतो."

टॉलस्टॉयसारख्या प्रज्ञावंत तत्त्वज्ञ लेखकाचं हे जीवनदर्शन खोडून टाकण्याची माझी पात्रता नाही, पण मला हे पटत नव्हतं.

माझ्या समवयीन दोन जवळच्या मित्रांचे व भाच्याचे पन्नाशीतच मृत्यू झाले, तेव्हा मी फार भयचकित झालो होतो. चकित यासाठी की, हे का मरण्याचं वय झालं? आज विज्ञानानं एवढी प्रगती करून माणसाची सरासरी आयुमर्यादा वाढवली असताना हे तिघे आपल्यातून निघून गेलेच कसे? आणि भय याचं की, खरंच जीव क्षणभंगुर आहे व कुणालाही, केव्हाही, अगदी मला स्वत:लाही मरण येऊ शकतं. मग जगायचं कशासाठी? या प्रश्नाचं भय वाटत होतं आणि एक जाणीव लख्ख होती की, आपल्या प्रत्येक मित्राचा, आपल्या जवळच्यांचा मृत्यू आपलंही जीवन अंशाअंशानं कमी करीत जातो. मैत्री, नातं आणि स्नेहबंधाचा मृत्यू मनमानस सुन्न, बधिर करीत जातो. यातून जीवनाचा नवा अर्थ तो कोणता समजतो? टॉलस्टॉयचं वरील निरीक्षण मला त्यामुळेच पटत नव्हतं. जीवनाचा कोणता अर्थ कळत असेल तर हा की, सारं काही क्षणभंगुर म्हणून निरर्थक आहे.

पण ही भावना माझ्यासाठी स्मशानवैराग्याची आहे, हेही मला पुरतं ठाऊक आहे. कारण मी वृत्तीचा जीवनवादी आहे. त्यामुळे 'जोवर जगण्यात मौज आहे, तोवर मरण्यात अर्थ आहे' हे पटतं आणि 'ज्ञानेश्वरी' पसायदानासह लिहून होताच जीवितकार्य (ऊर्फ जीवनातली मौज) संपलं म्हणून

ज्ञानदेवांनी घेतलेली संजीवन समाधी म्हणजे- त्यांना जसं जीवन कळलं होतं, तसंच मरणही आकळलं होतं. विनोबा भावे व स्वातंत्र्यवीर सावरकरांनी जेव्हा आपलं जीवितकार्य संपलंय असं त्यांना वाटलं, त्यांनी जैन धर्म परंपरेचा अवलंब करीत, प्रायोपवेशन करीत जाणीवपूर्वक जीवनत्याग केला. त्यांची श्रद्धा होती की, मरणात खरोखर जग जगते!

ज्याप्रमाणे प्राचीन काळातील मानवाला मृत्यूचं भय वाटत होतं, तसंच आजही प्रगत माणसाला मृत्यूचं तेवढंच भय वाटतं आणि मरण माणसाला एकदाच येतं आणि तो अनुभव सांगायला तो जिवंत नसतो. संत तुकारामांनी 'आपुले मरण पाहिले म्या डोळा । तो झाला सोहळा अनुपम्य!' असं म्हटलंय, तो संत असलेल्या देवमाणसाच्या हयातीतच मृत्यूच्या समीप जाण्याचा अलौकिक अनुभव होता. सामान्य जनाला हा अनुभव दुरापास्त आहे. त्याच्या लेखी मृत्यू म्हणजे जीवनाचा शेवट. एक अंधारयात्रा. एक निवांत भयाण पोकळी. जोवर जीवनमान आहे, तोवर 'स्वधर्मा'चे तत्त्वज्ञान जगत का जगू नये? माणसाचा जन्म हा आनंदनिर्मिती व भोगण्यासाठी आहे. क्षुद्र राग, लोभ, इगो आणि अहंता यामुळे माणूस त्याला पारखा होतो आणि हातातील वाळूप्रमाणे जीवन केव्हा व कसं ओघळत जातं हे कळत नाही; आणि मृत्यू समीप येतो तेव्हा आपण पुरतं जगलोच नाही, याची जाणीव होते. पण त्यावेळी उशीर झालेला असतो. असा पश्चात्तापाच्या व्यर्थ जाणिवेचा मृत्यू हा नरकापेक्षा वेगळा थोडाच आहे?

'मरणं प्रकृतिः शरीरिणाम विकृती जीवतिमुच्यते बुधैः
क्षणमप्य व तिष्ठते श्वसन यदि जन्तुर्न तु लाभवानसी ।।'

कालिदासाच्या 'रघुवंश' मधला हा श्लोक काय सांगतो? मरण हा सदेह माणसाचा स्वभावधर्म आहे. जिवंत राहणे लोकांना अपवादात्मक वाटते. क्षणभर जरी जीवित लाभले तरी तो प्राणी भाग्यशाली नाही काय?

वा. रा. कांत यांचं 'मरणगंध' हे मराठीतलं मृत्यूवरचं चिंतनाचं विलक्षण असं नाट्यकाव्य आहे. कवीला त्याद्वारे 'मरण टळत नाही. ते टळलं असतं तर मग सारं माधुर्य नष्ट झालं असतं- जीवनातलं- स्वप्नातलं' हा संदेश द्यायचा आहे. त्याची मृत्यूबाबातची जिज्ञासा अशी आहे— 'कसे असते मरण? आकाशासारखे अथांग निळे की नि:स्तब्ध काळ्या समुद्रासारखे जीवन खोल?' पण त्याला मृत्यूतही सौंदर्याचा आविष्कार होतो तो असा-

'कोणी शिल्पी रचतो मंदिर हे विश्वाचे
अन मानव जीवन चिरे घडवी बेताचे

का मृत्यूचा जगि विचार मग मी मानू?
सौंदर्यमंदिरा जर मरण यायचे?'

सदानंद रेगे यांनी बोदलेअर या कवीच्या तीन कवितांचा मराठी अनुवाद केला आहे. या कवीच्या मते मरण हे सांत्वनात्मक व जीवनदायी असतं. मरण म्हणजे ज्याचे दार उघडते असे परमेश्वराचे गूढ कोठार! त्यांची मरण प्रेमिकत्ये ही कविता विलक्षण आहे. त्यातला मृत्यूचा साक्षात्कार हा किती रोमांचक व सौंदर्यवादी आहे-

एके रात्री गूढनिळी, गुलाबी, एक कटाक्ष होईल
ते दार अन आत येऊन आनंदमन पुनःप्रकाशील
ते कलंकित आरसे आणि रात्रीत विझलेल्या ज्वाला.'

मी स्वत: मृत्यूचा विचार धर्म-तत्त्वज्ञानाच्या अंगानं करीत नाही. तर संतांना जाणवलेल्या दृष्टिकोनातून व साहित्याची, कलेची वाट अनुसरत.

मला मरण कसं आलेलं आवडेल? आणि त्याची अभिव्यक्ती कशी असेल?

'जिंदगी बडी होनी चाहिये- लंबी नही' असे म्हणत भेटणाऱ्या प्रत्येक माणसाला आपलंसं करणारा, चिक्कार बडबडणारा व तेवढंच चिक्कार खाण्यापिण्यावर विश्वास असलेल्या हृषिकेश मुखर्जींच्या 'आनंद' सिनेमातील नायकासारखा यावा, असं मला मनापासून वाटतं. मृत्यूसमोर अमिताभसारखा परम मित्र असावा व त्याच्या जीवनात आपलं अनमोल स्थान आठवीत समाधानानं शेवटचा श्वास सोडावा...

रशियाचा लेखक चेकॉव्हचं मरणही मला मोह घालतं. त्याचा शेवट जवळ आला तेव्हा त्याच्यावर उपचार करणाऱ्या डॉक्टरांनी शॅम्पेनची बाटली आणली. त्याची पत्नी ओल्गानं चीअर्स केलं आणि शॅम्पेनचा घोट घेत चेकॉव्हनं प्राण सोडला. खुशवंतसिंगांनाही मद्याचा घोट घेत जीवन संपवावं वाटतं. कारण त्यांच्या आईनंही मद्याचा घुटका घेऊन प्राण सोडले होते. खरं तर मी मद्य कधीच घेतलं नाही, त्याचं आकर्षणही नाही. पण शेवटच्या क्षणापर्यंत आनंद करीत जगायचं आणि त्याच समाधानानं मृत्यू जवळ करायच्या वृत्तीचा व तशा मृत्यूचं स्वागत करण्याचं मला आकर्षण आहे.

यापेक्षाही मला गो. नी. दांडेकरांच्या 'माचीवरल्या बुधा' सारखा निसर्गाच्या कुशीत शांत, समाधानी व तृप्त मृत्यू यावा वाटतो. बुधा हा निसर्गपुत्र, त्याचा मृत्यू रानात होतो. या मृत्यूनेही निसर्गाचे रंगरूप धारण केले आहे. ते कसे, हे

गो. नी. दां. च्या समर्थ शब्दकलेत वाचण्या-अनुभवण्यासारखं आहे.

'...अन् मग बुधाला अचानक असं वाटलं की, कोणीतरी हसतंय. ते हसणं मऊ आहे व झाडाशी खेळतंय. या फुलांना मऊ हातांनी कुरवाळतंय. बुधाचा म्हातारा देह संतोषानं थरथरला. त्या कोणाला तरी भेटायला बुधा अतिशय उत्सुक होऊन त्याची वाट पाहात राहिला.

'चंद्र नेमका माथ्यावर आला अन त्या सोन्याच्या क्षणी कोणीतरी बुधाला मिठी मारली. त्याला झांझावल्यासारखं वाटलं अन दुसऱ्या क्षणी त्याला असं वाटलं की, आपला जुना देह मागे राहिला आहे. या नव्या देहाला झाड पाठचा भाऊ वाटत आहे. द्वैताची कोळीष्टकं झडली. अंगाअंगात जवळीक हेलावते आहे. ते अन आपण एक झालो आहोत. अवयवांचे त्रैलोक्य आनंदाचे आता... तृप्ती तृप्ती म्हणतात ती हीच. त्या तृप्तीची वीणा झणझणू लागली. त्या लयीत हरपून बुधा बसून राहिला.'

असं मरण मला मिळेल का? माहीत नाही. पण मृत्यूच्या संदर्भात आणखी एक अनुभव घ्यावा वाटतो, जो रवींद्रनाथ टागोरांना असा आला होता.

'जेव्हा मी येथून जाईन तेव्हा
हेच माझे शेवटचे शब्द असू देत
की मी जे पाहिलं ते अतुलनीय होतं।
माझे अंगप्रत्यंग त्याच्या स्पर्शाने थरथरताहेत
जो स्पर्शाच्या पलीकडचा आहे.
आणि जर का मृत्यूला इथे यायचे असेल तर येऊ दे.
हेच माझे शेवटचे शब्द असू देत.'

तर मित्रा, मि. डेथ, हाऊ आर यू? व्हेन आर वुई मीटिंग?

❑❑

४५. 'मैं जिंदगी का साथ निभाता चला गया---'

''हर हंसी चीज का मै तलबगार हूं
रसका, फूलोंका, गीतोंका मैं बीमार हूं''

अमिताभ बच्चनच्या कारकिर्दीमधला एक मैलाचा दगड असलेल्या पण विस्मरणात गेलेल्या 'सौदागर' चित्रपटातलं हे रवींद्र जैन यांचं गीत मला आजही लक्षात आहे. आज या सदराच्या समारोपाचा लेख लिहिताना मी माझ्या जीवनविषयक कल्पना, आस्था, अपेक्षा याबाबत सांगणार आहे. मी त्याला माझ्या जीवनाचे तत्त्वज्ञान म्हणणार नाही, पण त्या स्तरावर पोहोचणारे माझे विचार मांडणार आहे. त्यासाठी हे गीत माझ्या जीवनविषयक दृष्टिकोनाचं एक प्रतीक वाटतं, म्हणून त्यापासून सुरुवात करतो.

होय, मी मूलतः रोमँटिक, सौंदर्यवादी आहे. माणसाला मिळालेलं जीवन हे आनंदासाठी आहे. इतरांच्या आनंदात विघ्न न आणता मनमुरादपणे जीवनाचा आनंद लुटावा, हे माझे एका अर्थाने तत्त्वज्ञान. 'खाना पीना मजा करना' या भौतिक सुखाच्या पलीकडे सुसंस्कृत व उच्चतर जाणीव असणाऱ्या सजग मनाच्या आनंदाच्या कल्पना वेगळ्या असतात. माझ्याशी अशा उच्चतर आनंदाच्या काही खास कल्पना आहेत. त्यामध्ये प्रथमतः निसर्ग, माणूस व वनसंपदा येतात. हे तर नितांत रमणीय विषय. सदा आनंद देणारे. त्याचा कधीही कंटाळा येणार नाही. पण माणसाला मन, मेंदू, विचार, हास्य आणि अश्रू या पाच अनमोल देणग्या लाभल्यामुळे त्याच्या जोरावर माणसानं स्वर निर्मिले, संगीत रचले, शब्द विकसित केले व त्यातून साहित्य आले. इतर ललित कला आल्या. खोट्या व कृत्रिम असल्या तरी मानवी जीवनाचं

कलात्मक दर्शन घडविणाऱ्या नाटक व सिनेमा या कला आल्या. हे सारे आपल्या आनंदाचे, उपभोगाचे विषय आहेत.

माझ्या या लेखमालेला तशी विषयाची सीमारेषा नव्हती. पण कलेच्या अंगानं मानवी जीवनातला आनंद, करुणा आणि सहानुभूती या उच्चतर भावना आणि नैतिकतेच्या प्रखर संकल्पना असा माझ्या लेखनाचा वर्षभराचा परीघ राहिला. पुस्तके, गाणी, कविता, साहित्य, निसर्ग आणि माणसं हा माझ्या लेखनाचा केंद्रबिंदू राहिला. ज्यानं आपणास मनस्वी आनंद मिळाला, तो वाचकांपर्यंत पोहोचवावा हा त्या मागचा उद्देश होता. तो कितपत सफल झाला हे वाचकांनी ठरवायचं आहे.

वरील गीताप्रमाणे मलाही सुंदरतेचं वेड आहे- आकर्षण आहे. त्यामध्ये नवरस, निसर्गाचा साक्षात्कार आणि गीत-संगीताचा समावेश आहे. एखादं अति-दु:खी गीतही वेगळ्या अर्थानं तरल भावुक करतं. मन अधिक मानवी बनवतं. दु:खाची नशा चढवणारी गीतं, पुस्तकं व कथा-कविता त्यामुळेच मला मनस्वी भावतात.

निसर्गाची मी अनेक सुंदर रूपं पाहिली आहेत. दिवेआगरचा किंवा टायगर हिलचा सूर्योदय, नायगराची 'व्हाईस ऑफ दि गॉड' असलेली अनादी अनंत स्वरूपाची गाज किंवा पूर्ण भरलेला जायकवाडीचा विस्तीर्ण जलाशय...

एक दृश्य मी कधीच विसरू शकणार नाही. आम्ही अमेरिका प्रवासात लॉस एंजेलसहून लॉस वेगासला रात्री बसनं जात होतो. आत उबदार सुखद उष्णता होती. बाहेर संथपणे हिमवर्षा होत होती. दोन्ही बाजू पूर्णपणे शुभ्र बर्फानं झाकलेल्या. रात्रीचा निळा प्रकाश त्यावर पडून एक वेगळीच अपौरुषेय सौंदर्याची अनुभूती देत होता. मधून मधून गाव आलं की पथदिव्यामध्ये विविधरंगी रूपं ती शुभ्र हिमांकित धरा आम्हास दाखवत होती. जवळपास पाच तासाचा हा प्रवास एक अद्‌भुत नितांतरम्य सौंदर्याची अनुभूती देणारा होता. त्यामुळे मिळालेल्या आनंदाची मोजदाद कशी करायची? पुन्हा पुन्हा त्याच्या स्मृती मनात जागृत करीत पुन:प्रत्ययाचा आनंद लुटायचा. बस्.

गीत-संगीत व साहित्य हे तर माझे पंचप्राणच आहे. माझे जीवनातले सुखद क्षण यामुळे अधिक समृद्ध बनले, तर दु:खाचे सावट वाचनानंदात, संगीताच्या सुरावटीत वितळून गेले. हा अनुभव मी अनेक वेळा घेतला आहे. पुन्हा एकाच जीवनात अनेक जीवनांचा अनुभव वाचताना आपण त्या नायकाच्या जागी स्वत:ला कल्पून त्याच्या जीवनातल्या अद्‌भुत, धाडसी व रोमहर्षक

प्रसंगाशी समरस झालो की येतो, आणि साफल्याचे क्षण सापडतात! नीरस जीवनही टवटवीत बनतं.

म्हणून रवींद्र जैन म्हणतात हे खरं आहे, मलाही शब्दश: लागू आहे. मी प्रत्येक सुंदर बाबीचा चाहता आहे. त्यासाठी लुब्ध होणारा आहे. मी खरोखर फुलांचा (निसर्गाचा), गीतांचा आणि रसवैविध्याचा बिमार नाही, (कारण हा शब्द मला थोडासा खटकतो) तर शौकिन आहे, चांगल्या अर्थानं व्यसनी आहे. हे गीत मी जीवनाकडे कशा तऱ्हेनं पाहातो याचं सुरेख प्रतीक आहे.

गदिमा, दुष्यंतकुमार, फैज अहमद फैज, शैलेंद्र आणि साहिर हे माझे गीतं-कवितेसाठी पंचप्राण आहेत. तसा मी हरतऱ्हेच्या काव्याचा व साहित्य प्रकाराचा मन:पूत वाचक आहे. पण आज मला माझ्या जगण्याचं जे तत्त्वज्ञान सांगायचं आहे, त्यासाठी हे शायर-कवी अधिक जवळचे आहेत एवढंच!

त्यातही 'मै जिंदगीका साथ निभाता चला गया- हर फिक्र को धुएँ मे उडाता चला गया' या गीताची मोहिनी आजही कायम आहे. नांदेडला मॅट्रीकला असताना मला वाटतं, लिबर्टी टॉकिजमध्ये मॅटिनीला हा सिनेमा सत्तरच्या दशकात केव्हातरी पाहिला होता. साहिरनं या गाण्याद्वारे सदैव मृत्यूच्या छायेत वावरणाऱ्या सैनिकांच्या जीवनाचं तत्त्वज्ञान किती उत्कटतेनं मांडलं आहे.

केवळ सैनिकच युद्धभूमीवर, सीमेवर लढतो असं नाही. सारी मानवजात ही जीवनाचं युद्ध-संघर्ष खेळत असतेच. त्यामुळेच तुकोबानं म्हटलंय 'रात्रंदिन आम्हा युद्धाचा प्रसंग.' आज दहशतवाद तुमच्या-आमच्या दारापर्यंत आला आहे. त्याचा मुकाबला केला पाहिजे. त्यासाठी 'जिंदगीका साथ निभानाही पडेगा.

मलाही माझ्या प्रशासकीय जीवनात अनेकदा पराकोटीची हताशता, टोकापर्यंतची सिनिकता जाणवली आहे. चांगलं वागून, चांगलं न्यायाचं काम करूनही वारंवार बदली का होते? का बदनामी पदरी येते? का दुर्जनांची शक्ती सामान्य, मूक सज्जनांच्या चांगुलपणावर भारी पडते? असे प्रश्न मनास जेव्हा संत्रस्त करतात मी गुणगुणतो,

'जो मिल गया उसीको मुकद्दर समझ लिया.
जो खो गया मै उसको भुलाता चला गया.'

माझ्या 'इन्किलाब विरुद्ध जिहाद' या आंतरराष्ट्रीय दहशतवादाचा पर्दाफाश करणाऱ्या कादंबरीला दोन मोठी पारितोषकं गटबाजीमुळे जवळपास एकमत होऊनही मिळाली नाहीत, हे जेव्हा हळहळत परीक्षक समितीच्या सदस्यांनीच सांगितलं, तेंव्हा प्रचंड निराशा दाटून आली होती. पण 'जो खो गया' त्याला

विसरायचं असतं व पुढे जीवनाची वाटचाल करायची असते.

सुख आणि दुःख या निखळ सत्य बाबी नाहीत, तर व्यक्तिसापेक्ष भावना आहेत. त्यातही पुन्हा कमी अधिक तीव्रता असते. त्यामुळे दोन्हीकडे सम्यक दृष्टीने पाहाता आलं पाहिजे. 'गम और खुशी मे फर्क न महसूस हो जहा, मै दिलको उस मुकाम पे लाता चला गया' असं जेव्हा साहीर सांगतो, जीवनाच्या एका महान सत्याचा साक्षात्कार होतो.

हे मी मनानं मान्य केलं आहे, त्यामुळे जीवनात कटु प्रसंगाला मी मागे सारत पूर्णपणे विसरायचा प्रयत्न करतो. मी धर्मराजाएवढा नखशिखान्त उदार नाही- शत्रूला माफ करणारा नाही. पण बऱ्याच प्रमाणात मी माझ्याविरुद्ध जे अकारण वाईट वागले त्यांनाही माफ केलं आहे. तो कटुतेचा क्षण विसरून गेलो आहे. कारण साहिरचं या गीतातलं तत्वज्ञान की, 'जिंदगी का साथ निभाता चला गया.'

मी स्वतः पूर्णपणे 'टी टोटलर' असलो तरी अस्सल मद्यपी माणसाचं मला अनिवार आकर्षण आहे. कारण ती निखळ-खरी माणसं असतात. माझ्या लेखी मनस्वी कलावंताचं व्यसन माफ आहे. या मदिराभक्तांना जीवनाचं खरं दर्शन घडत असतं. ते असं आहे की, मानवी जीवन हे क्षणभंगुर स्वप्न आहे. जीवनाची ही स्वप्नवत् क्षणभंगुरता शैलेंद्रनं किती समर्पकपणे दर्शविली आहे, 'जिंदगी ख्वाब है. ख्वाब मे झूट क्या और भला सच है क्या.' मला स्वतःला विचार केला की दोन अर्थानं जीवन स्वप्न वाटतं. जीवनाची क्षणभंगुरता म्हणून त्याकडे जसं पाहाता येतं, तसंच हसत खेळत, सुरेल स्वप्नाप्रमाणे पण जीवन जगता येतं. आपण जे करतो, ते समरसून करावं आणि त्याचा आनंद घ्यावा म्हणजे सुखद, लोभस स्वप्नाप्रमाणे जीवन छानपैकी व्यतीत होतं!

प्रत्येकाला स्वतःची एक कर्मभूमी असते. लढण्यासाठी. जीवनसंघर्षासाठी एक रणभूमी असते. ती कदाचित आपल्याला इच्छेप्रमाणे निवडता येतेच असे नाही, पण एकदा का ती मिळाली की तेथे घट्ट पाय रोवून लढायचं असतं. त्याशिवाय सत न गत असते. 'जीना यहां मरना यहां. इसके सिवा जाना कहां' या जाणिवेनं काम केले आणि जीवनाची लढाई सर्वस्वानं लढली की म्हणता येते, 'कल खेल में हम हो न हो. गर्दिश मे तारे रहेंगे जवा. भूलेंगे वो, भूलोंगे तुम. पर हम तुम्हारे रहेंगे सदा.' जीवनाशी अशी मैत्री मी प्रशासनरूपी समरभूमीत उतरल्यावर मनापासून केली आहे. त्यामुळे असेल कदाचित, मी बऱ्यापैकी यशस्वी आहे.

माणसाचं जीवन हे कधीच काळं किंवा पांढरं नसतं. ते विविध रंगांनी बनलेलं इंद्रधनुष्य असते. त्यातील हिरव्या रंगाप्रमाणे सृजन घडवावं, लाल रंगाप्रमाणे मन:पूत जगावं, निळ्या रंगाप्रमाणे अथांग व्हावं, काळ्या रंगाप्रमाणे वाईटाचा सामना करावा आणि पिवळ्याप्रमाणे सकारात्मक विचार करावा; आणि सप्तरंगातून जसा शेवटी पांढरा रंग साकारतो. तसं जीवन शांत व पवित्र करावं, 'थोडे गम है. थोडी खुशीयां. यही है, यही है रंगरूप, ये जीवन है-' हेच खरं नाही का? आणि मनाला हेही बजवा की, 'ये न सोचो, इसमे अपनी हार है की जीत है. उसे अपनालो, जो भी जीवन की रीत है.' जीवनाची ही हार-जीतीच्या पलीकडची, सुख-दु:खाच्या सीमारेषा पुसून टाकणारी रीत उमगली की जीवनाची वाटचाल सुकर होते!

आणखी एका सत्याचा आपल्याला कधी विसर पडता कामा नये. ते सत्य म्हणजे या जीवसृष्टीचा मी म्हणजे एक लहानसा बिंदू आहे. एक ठिपका - अनंत यात्रेच्या वाटचालीत पुसला जातो व त्याची जागा नवा ठिपका घेतो. मूळच्या ठिपक्याची नामोनिशाणी पण राहत नाही. त्यामुळे छोट्याशा जीवनात माणसानं किती रागलोभ करायचा? किती आपला क्षुद्र इगो कुरवळायचा? किती लोकांना त्रास द्यायचा? ही जाणीव मनात लख्ख असली की माणसाचं जीवन सहजतेनं बदलत जातं. मग 'जिंदगी कैसी है पहेली' वाटत नाही. उलट, इतरांसाठी, आपल्या आवडत्या व्यक्तीसाठी 'सात रंग के सपने' बुनायचे-विणायचे असतात. हे विणकाम ज्याला जमतं, त्याच्या अंगात नक्कीच सुखी माणसाचा सदरा असतो. तो तुम्हा-आम्हा सर्वांना नक्कीच मिळू शकतो.

मी सीधा-सरळ-नेक माणूस आहे. कोट्यवधी माणसे अशीच असतात. त्यांचा मी प्रतिनिधी म्हणा ना. थोडासा लेखक. जरा विचार करणारा आणि ते शब्दांत मांडू शकणारा. मी आज माझं जे जीवनगाणं उलगडतोय, ते तुमचं पण आहे, असावं. जगताना आपण फक्त जगत असतो. पण मनात हे सारे विचार असले, ते रक्तात मुरले, की जीवनप्रवास सुरेल होऊन जातो. हीच आहे जिंदादिली. म्हणून शेवटी एवढंच म्हणतो,

जिंदगी जिंदादिली का नाम है । मुर्दे क्या खाक जिया करते है?

❒❒

www.ingramcontent.com/pod-product-compliance
Lightning Source LLC
LaVergne TN
LVHW060449051026
849518LV00002B/681
* 9 7 8 9 3 5 1 1 7 0 2 6 6 *